AF819421

विसाव्या शतकाच्या पूर्वार्धात इटलीतील नेपल्स शहराच्या पार्श्वभूमीवर घडणारी विलक्षण सूडकथा

व्हेण्डेट्टा

लेखक
मेरी कॉरेली

अनुवाद
सुरेश गुप्ते

मेहता पब्लिशिंग हाऊस

All rights reserved along with e-books & layout. No part of this publication may be reproduced, stored in a retrieval system or transmitted, in any form or by any means, without the prior written consent of the Publisher and the licence holder.
Please contact us at **Mehta Publishing House,** Pune 411030.
✆ +91 020-24476924 / 24460313 / Mob. No. 9545000513
Email : production@mehtapublishinghouse.com
Website : www.mehtapublishinghouse.com

- *या पुस्तकातील लेखकाची मते, घटना, वर्णने ही त्या लेखकाची असून त्याच्याशी प्रकाशक सहमत असतीलच असे नाही.*

VENDENTTA by Marie Corelli
Copyright © Mehta Publishing House, Pune
Translated into Marathi Language by Suresh Gupte

व्हेण्डेट्टा / अनुवादित कादंबरी

अनुवाद : सुरेश गुप्ते

Email : author@mehtapublishinghouse.com

प्रकाशक : सुनील अनिल मेहता, मेहता पब्लिशिंग हाऊस,
१९४१, सदाशिव पेठ, माडीवाले कॉलनी, पुणे – ४११०३०.

मुद्रक : ट्रिनिटी ॲकॅडमी फॉर कॉर्पोरेट ट्रेनिंग लिमिटेड

मुखपृष्ठ : सतीश भावसार

प्रकाशनकाल : मार्च, २०१२ /
मेहता पब्लिशिंग हाऊस यांची द्वितीयावृत्ती नोव्हेंबर, २०१७

किंमत : ₹ २४०

P Book ISBN 9789386888532
E Book ISBN 9789386888549
E Books available on : amazonkindle Apple Books Google Play Books

---

* पायरेटेड पुस्तकांची खरेदी-विक्री हा कायद्याने गुन्हा आहे आणि अशा गुन्ह्याविरोधात कायदेशीर कारवाई होऊ शकते.

प्रिय अर्चना,
हे पुस्तक प्रकाशित झालेले अन्
तुला हे अर्पण केलेले पाहताना
तुला केवढा आनंद झाला असता,
तुला साऱ्या गोष्टींचा केवढा अभिमान वाटला असता!
तुझ्या नजरेतून तो आनंद, तो अभिमान ओघळताना
मी पाहायला तू नाहीस.
आजच्या आनंदाला ही काळी किनार!
नाइलाज आहे आपला...
अर्चना तुझ्या स्मृतीला हे पुस्तक अर्पण करतो.

– तुझा सुरेश

हे परमेश्वरा, मी हा प्रकल्प हाती घेत असून मला पूर्ण ठाऊक आहे, की त्याची परिपूर्तता तुझ्या सहकार्याशिवाय अशक्यच आहे. अतः मी तुला शरण येऊन प्रार्थना करतो, की माझ्यात सर्वतोपरी शक्ती देऊन हा प्रकल्प तू माझ्याकडून पुरा करून घ्यावास.

– सुरेश गुप्ते

लेखिकेचे प्रास्ताविक

या पुढची पाने जे वाचक वाचतील, ते ही कथा कुठल्याही परिस्थितीत असंभवनीय म्हणूनच तिची संभावना करतील. तथापि, येथे एक बाब विशद करणे अनिवार्य आहे व ती म्हणजे या कथेतील महत्त्वाच्या घटनांचे मूळ सन १८८४मध्ये नेपल्स शहरात उद्भवलेल्या जीवघेण्या कॉलरा साथीच्या काळातील आहे. दैनिकांतून आणि साप्ताहिकांतून आपल्या हे लक्षात आलेच असेल, की विवाहित स्त्रियांमधील व्यभिचाराची बाब अतिसामान्य होत चालली आहे. आता ही गोष्ट एवढ्या थराला गेली आहे, की ती समाजाच्या स्थैर्यालाच बाधक ठरली आहे. एवढे असूनही आश्चर्याची गोष्ट म्हणजे, उद्ध्वस्त झालेल्या त्या नवऱ्यांमध्ये सुडाची भावना जेवढ्या प्रकर्षाने दिसायला पाहिजे तेवढ्या प्रमाणात दिसून येत नाही; मग कायदा हातात घेण्याची गोष्ट तर दूरच राहिली. अशा परिस्थितीत इंग्लडंमधील पुरुषांची मनःस्थिती वेगळीच असलेली जाणवते.

अशा तऱ्हेच्या मानहानीच्या ओझ्याखाली राहण्यापेक्षा तो हिंस्र गुन्ह्याला प्रवृत्त होतो. परंतु इटलीमधील शब्दबंबाळ कायदे आणि न्याय प्रक्रियेतील लाल फितीचा प्रादुर्भाव आणि त्याच्या जोडीला खास नेमल्या गेलेल्या न्यायाधीशांची न्याय देताना दिसून येणारी कचखाऊ वृत्ती, पुरुषांच्या ठेच लागलेल्या आत्मसन्मानाला पुरेशी न्याय देणारी दिसून येत नाही. त्यामुळे होते काय, की नेहमीच चमत्कारिक आणि भयानक वाटणारी कृत्ये समाजात चालूच राहतात. ही कृत्ये एवढी अनिर्बंधपणे चालूनही ती समाजाच्या नजरेपासून दूरच राहतात. त्याचा बोभाटा होत नाही आणि जेव्हा केव्हा ती कृत्ये उजेडात येतात, तेव्हा त्यांच्याकडे आश्चर्यमिश्रित नजरेने पाहिले जाते आणि अविश्वसनीय म्हणून ती बाजूला सरकवली जातात. अशा परिस्थितीत नाटककार किंवा कादंबरीकार यांनी आपल्या सुपीक डोक्यातून अफाट कल्पनेच्या साहाय्याने रचलेल्या शृंगारकथा सत्य घटनांपेक्षाही टुकार ठरतात.

या घटना कितीही सर्वसामान्य म्हटल्या तरी त्याचे पर्यवसान सोफोक्लेस किंवा शेक्सपिअर यांनी रचलेल्या शोकांतिकांच्या तोडीचेच भयानक दुःख पर्यवसानी ठरतात. सत्यापेक्षा अधिक चमत्कारिक तर काही वेळेस अधिक भयानक काही असू शकत नाही.

– मेरी कॉरेली

ऑगस्ट १८८६

अनुवादकाचे मनोगत

मेरी कॉरेलच्या 'व्हेण्डेट्टा'कादंबरीच्या भाषांतराचे हस्तलिखित मी जेव्हा माझ्या जवळच्या मित्रमंडळींना वाचावयास दिले, तेव्हा त्या सर्वांनी मला एकच प्रश्न विचारला की, मी ही कादंबरी भाषांतरासाठी का घेतली?

त्या वेळेस त्यांना आणि या मनोगताद्वारा माझ्या वाचकांना सांगू इच्छितो की, (जणू) ही कादंबरीच माझ्यापुढे हात जोडून आली आणि म्हणाली,'माझे भाषांतर कर.' हे मी का म्हणतो ते पुढील निवेदन वाचल्यावर लक्षात येईल.

ही कादंबरी तशी मी पन्नास-साठ वर्षांपूर्वी विकत घेतली आहे (आज माझे वय ८०). जेव्हा मी संकल्प सोडला होता की, पाच वर्षांत इंग्रजी भाषेतील वाङ्मयाची एक लाख पृष्ठे वाचायची. तेव्हा मी ही कादंबरी विकत घेतली होती. नोव्हेंबर २००९मध्ये शरदबाबूंच्या 'देवदास' या कादंबरीचे इंग्रजीत भाषांतर करून हातावेगळे केल्यावर कुठल्यातरी चांगल्या जुन्या अभिजात इंग्रजी कादंबरीचे मराठीत भाषांतर करावे म्हणून माझ्या पुस्तकसंग्रहात एखादी तशीच कादंबरी मिळेल का म्हणून शोधू लागलो तर पुस्तके खाली-वर करता (गेल्या पाच-सहा वर्षांत माझा पुस्तक संग्रह खूपच वाढला असला तरी विषयवार त्याची रचना केलेली नाही.) हे पुस्तक हाताशी लागले. पिवळीजर्द पडलेली पाने, हाताळताना तुकडे पडू शकतील एवढी जीर्ण झाली होती.

मी विचार करू लागलो, हे पुस्तक होते कुठे अन् हाताला ते आताच लागले कसे! मी सरकारी नोकरीत असल्याने, आठ-दहा ठिकाणी माझी बदली झाल्याने जागा बदलाव्या लागल्या. कोल्हापुरात आल्यावर चार-पाच वेळा घर बदलण्याचा योगही आला; पण तेव्हाही हे पुस्तक हाताला लागले नाही, ते नेमके आताच कसे लागले!

मी पुस्तक चाळू लागलो. मला अंधूक अंधूक आठवू लागले. ज्या लेखिकेने स्त्रीजातीवर फार वाईट कोरडे ओढले आहेत, ती तर ही बाई नसेल

ना म्हणून लेखिकेचे मनोगत वाचले. माझी खात्री पटली म्हणून कादंबरी वाचून काढली. कल्पना घट्ट झाली. त्या वेळेस माझ्या मनात आलेले आठवले- बी. आर. चोप्रांनी या कथेचा आधार घेऊन आणि पहिल्यांदाच Lost and Found कल्पना वापरून हिंदी चित्रपटाच्या साच्यात बसेल असा अशोक कुमार, वीणा, कुलदीप कौर, प्राण यांना घेऊन 'अफसाना' चित्रपट काढला होता. दिलीप कुमारना घेऊन 'दास्तान' या नावाने त्याचा रिमेक केला.

या कादंबरीचे भाषांतर व्हावेच यासाठी आणखी एक घटना घडून आली. मी अगोदरच म्हटले आहे की कादंबरीची पाने पिवळी पडून तुकडे पडू लागले. पूर्ण भाषांतर होईपर्यंत कादंबरीच्या सर्व पत्रावळ्या हातात यायला वेळ लागणार नाही. तेव्हा म्हटले, हे पुस्तक मुंबईत मिळते का नाही त्याची चौकशी करू. पण मुंबईतही ते न मिळाल्याने इंटनेटवर सहज बघितले. पुस्तक मिळणे शक्य आहे समजल्यावर माझी विद्यार्थिनी अमेरिकेत स्थायिक झालेली असल्याने तिला कळविले आणि एक दीड महिन्यात नवी प्रत हातात आली.

सर्व बाजूंनी सोयीस्कर कौल पडत असताना आता नको म्हणून रडायला कारण मिळेना आणि परमेश्वराला साकडे घालून १.१.२०१०ला लिहिण्यास सुरुवात करून ३१.१२.२०१०ला हस्तलिखित सुपूर्त केले. अशा तऱ्हेचा प्रयत्न यापूर्वी कधीही केला नसताना एवढे मोठे २५० पानांचे हस्तलिखित त्यानेच माझ्याकडून लिहून घेतले, असे का म्हणू नये! हस्तलिखित ज्यांना ज्यांना वाचायला दिले त्या सर्वांनी भाषांतराचे तोंड भरून कौतुकच केले.

प्रकाशकांना एक सांगू इच्छितो, कादंबरी निश्चितच यशस्वी होणार. आता लेखिकेसंबंधी थोडे. लेखिकेची भाषेवर उत्कृष्ट हुकमत असून, कथाकथन परिणामकारकरीत्या साधले आहे. कथेतील रहस्य वाचकाला शेवटपर्यंत खिळवून ठेवते. कुठेही पाल्हाळ जाणवत नाही.

तथापि, पुस्तक वाचून संपविल्यावर एक जाणवते, कादंबरीचा नायक कादंबरीत स्त्री जातीवर जळजळीत भाष्य करतो. अर्थात नायकावर रेखाटलेल्या प्रसंगानुसारच जरी ते असले, तरी लेखक पुष्कळ वेळा पात्राच्या तोंडून आपले विचार अभिव्यक्त करीत असतो. म्हणून पुष्कळ वेळेस वाटते, लेखिका तर नाही ना आपले विचार नायकाच्या तोंडून व्यक्त करीत!

याबाबत आपले मत निश्चित करण्यासाठी लेखिकेने व्यक्त केलेले मनोगत तपासले पाहिजे. प्रास्ताविकात लेखिका लिहिते '१८८४मध्ये उद्भवलेल्या जीवघेण्या साथीच्या काळात विवाहित स्त्रियांमधील व्यभिचाराची बाब सामान्य-अतिसामान्य होत आहे. (We know well enough that the infidelity of wives is most unhappily becoming comman,– far too common for the peace and good repute of society.) कादंबरीतून जाणवते की, जेमतेम दोन-तीन महिने कॉलऱ्याची साथ टिकली होती. दोन-तीन महिन्यांच्या अल्पशा काळात संपूर्ण समाजाचे पतन एवढ्या प्रचंड प्रमाणात व्हावे की ते अतिसामान्य वाटावे, हे पटायला जड जाते.'

काही का असेना, नेपल्समधील स्त्री जातीवर कोरडे ओढण्यासाठीच लेखिकेने हा कादंबरी लिखाणाचा प्रपंच केला नसेल ना, हे म्हणायला खूप जागा आहे.

–सुरेश गुप्ते

दुसऱ्या आवृत्तीसाठी अनुवादकाचे दोन शब्द

मेरी कॉरेली त्यांच्या 'व्हेण्डेट्टा' या कादंबरीच्या अनुवादाची दुसरी आवृत्ती सादर करताना मला आज विशेष आनंद होत आहे.

मी वयपरत्वे (वय वर्षे ८४) येणाऱ्या व्याधींमुळे बिछान्यावर पडून असल्याने दुसऱ्या आवृत्तीच्या प्रकाशनासाठी अन्य कुठल्याही प्रकाशकास भेटणे शक्यच नव्हते. मी पूर्ण नवखा लेखक; त्यामुळे कुणा प्रथितयश लेखकाने माझी शिफारस कोणा प्रकाशकाला करावी, हाही प्रश्न नव्हता.

अशा परिस्थितीत मी बिछान्यावर पडल्यापडल्याच मेहता पब्लिशिंग हाऊस, पुणे यांना एक प्रत पाठवून फोन करून खडा टाकून पाहिला. त्यांनी त्यांच्या व्यावसायिक पद्धतीनुसार तीन गोष्टींची मागणी केली. १) पूर्वप्रकाशकाची दुसऱ्या आवृत्तीसाठी सहमती, २) कादंबरीच्या कथेचा गोषवारा, ३) अनुवादित कादंबरीबाबत वृत्तपत्रात अथवा अन्यत्र काही प्रकाशित झाले असल्यास त्याची झेरॉक्स प्रत.

पहिल्या आवृत्तीचे 'रावा प्रकाशना'चे श्री. राहुल कुलकर्णी यांनी माझ्या स्नेहापोटी जशी पहिली आवृत्ती काढली, त्यांनी त्याच स्नेहापोटी दुसऱ्या आवृत्तीसाठी सहमती दिली. त्याबद्दल राहुल कुलकर्णींचा मी ऋणी आहे.

माझ्या अनुवादित कादंबरीचे माझे स्नेही प्रा. डॉ. नितीन जरंडीकर यांनी आपणहून माझ्या अनुवादाच्या अनुषंगाने विद्वत्तापूर्ण एक परीक्षणवजा चार पानी टिपण तयार केले होते. त्या वेळेस दुसऱ्या आवृत्तीचा विचारही कोणाच्या मनाला शिवला नव्हता. त्यात मूळ लेखिकेच्या माहितीशिवाय कथेचा गोषवारा होता. प्रकाशकाच्या दोन क्रमांकांच्या अपेक्षेच्या पूर्ततेसाठी हे टिपणच मी पाठवून दिले. माझ्या कल्पनेप्रमाणे या टिपणाचाच दुसऱ्या आवृत्तीच्या प्रकाशनासाठी फार उपयोग झाला असावा. प्रकाशकांच्या त्या व्यावसायिक नजरेतून दुसऱ्या आवृत्तीच्या खपाविषयी खात्री पटली असावी. दुसऱ्या आवृत्तीच्या प्रकाशनाचा विचार तेथेच नक्की झाला असावा. डॉ. जरंडीकरांच्या या सहकार्याबद्दल मी फार फार ऋणी आहे.

पहिल्या आवृत्तीबाबत काहीही छापून आले नाही, असे कळविण्यात आले.

'मेहता पब्लिशिंग हाऊस'चे श्री. सुनील मेहता व्यवसायाला घट्ट शिस्तीचे. त्यांनी त्यांच्या पद्धतीने प्रकाशनाच्या निर्णयापूर्वी बऱ्याच चाचण्या घेतल्या. मला आनंद होतो, की या सर्व चाचण्यांतून मी यशस्वीरीत्या पार पडलो, तेही एकदाही न भेटता. माझ्या अनुवादित कादंबरीच्या दुसऱ्या आवृत्तीच्या प्रकाशनाचे संपूर्ण श्रेय प्रकाशकाच्या व्यवसायनिष्ठेलाच जाते.

प्रकाशकांनी मी भेटलो नसलो तरी त्यांच्या वतीने त्यांच्या कार्यालयातील राजश्री देशमुख यांनी आवश्यक ते सहकार्य देऊन काम तडीस नेले, त्याबद्दल मी फार आभारी आहे.

आणि अखेरचा असला तरी महत्त्वाचा मधला दुवा म्हणजे माझ्या वतीने आवश्यक त्या व्यक्तींना भेटून माझ्या अनुपस्थितीची जाणीव होऊ न देता काम करून घेणारा माझा नातू चि. सौरभ पवार याचे मी या दोन शब्दांद्वारा कौतुक करतो.

—सुरेश गुप्ते

चार शब्द

ही कादंबरी गेले पन्नास-साठ वर्षे दृष्टीआड राहिलेली होती, याचा उल्लेख मी माझ्या मनोगतात केलेलाच आहे. इतक्या वर्षांत काळाचा परिणाम होऊन पुस्तकाची पाने पिवळी पडली असून तिची अवस्था जीर्णशीर्ण अशीच झाली आहे. वाचन करत असताना पानाचे तुकडे पडत होते. लक्षात असे आले की, पूर्ण भाषांतर होईपर्यंत संपूर्ण पुस्तकाची पत्रावळ व्हावी अशा अवस्थेतही राहणार नाही. तेव्हा नवी प्रत बाजारात मिळते का म्हणून पाहिले. भारतात मिळत नाही असे लक्षात आल्यावर नेटवर शोधून पाहिले. ते उपलब्ध होऊ शकते असे समजल्याबरोबर माझी एक विद्यार्थिनी चि. वृषाली पोतदार हिला ताबडतोब तसे मेलवरून कळवून टाकले. ही गोष्ट एका संध्याकाळच्या सात वाजताची. मनात म्हटले, ती मेल पाहील तेव्हा पाहील. कारण नुकताच तिचा विवाह झाला असून सध्या ती कुठे तरी हनिमूनसाठी गेलेली असेल.

दुसऱ्या दिवशी सकाळीच माझा मेल बॉक्स उघडून बघतो तर 'सर, तुमचे पुस्तक पाठवून दिले आहे, अमावस्येच्या दिवशी तुम्हाला ते मिळेल.'असा तिचा मेल मी वाचत होतो.

मी अवाक् झालो. रक्ताच्या नातेवाइकांकडूनही एवढा झटपट प्रतिसाद मिळणे शक्य नाही. केवळ माझ्यावरील श्रद्धा, असीम अगत्यापोटीच असे घडू शकते. बारा-तेरा वर्षांपूर्वीच ती दहावीत असताना तिची इंग्रजीची शिकवणी घेत होतो. त्यात तिला ९०% गुण मिळाले. त्यामुळे असो की मुळात तिचा असलेला अतिशय प्रेमळ आणि लाघवी स्वभाव म्हणा, तिला व तिच्या आई-वडिलांना माझ्याबद्दल फार कौतुक. त्यापोटीच त्यांनी अमेरिकेतून पुस्तके पाठविली आहेत.

अशा प्रसंगी मी तिला आभारासारखी औपचारिकता दाखवून दूर लोटू इच्छित नाही. या पुस्तकामार्फत मी तिला एवढे कळवू इच्छितो की, सेवानिवृत्तीनंतर मी नव्याने स्वीकारलेल्या शिक्षकी पेशाबद्दल वृषाली, तुझ्या कृतीमुळे कृतकृत्य झालो.

दोन दिवसांसाठीच आलेली माझी कन्या संहिता हिने एका बैठकीत हे हस्तलिखित वाचून काही सूचना केल्या. शुद्धलेखन दुरुस्त केले.

मी हे हस्तलिखिताचे बाड थोडे थोडके नाही पूर्ण एक वर्ष लिहीत होतो. या काळात हस्तलिखिताच्या २५० पानांचा कच्चा खर्डा करून वहीत पक्के लिखाण करत होतो. आज माझे वय ८०. पायाने अधू. घरातही काठीशिवाय चालू शकत नाही. अशा परिस्थितीत या काळात लोकांना केवढा त्रास दिला असेल याची कुणाला कल्पनाही येणार नाही. तथापि, मला त्याची पूर्ण जाणीव आहे; पण कुणीही त्याबाबत होणाऱ्या त्रासाबद्दल शब्दही न काढता सारे मुकाट्याने सहन केले. त्यांचा हेतू एकच, माझ्या हातून लिखाण पूर्ण व्हावे. माझा मुलगा विनय, स्नुषा माया यांनी मी ही कादंबरी अनुवादित करावी याकरिता मला लिहिते ठेवण्यासाठी जे काही केले (कारण मी पायाने अधू असल्याने एका जागी बसून राहणे अनिवार्य होते.) त्यासाठी त्यांना किती श्रम पडले फक्त मलाच माहिती आहे. अशा या त्यांच्या सहकार्याबद्दल औपचारिकपणे आभार मानून त्यांना बाजूला करणे (मला योग्य वाटत नाही.), त्याचप्रमाणे त्यांच्या प्रेमावर हक्क दाखवून त्याचा अनुल्लेख करणे हेही मला रास्त वाटत नाही. मी फक्त या ठिकाणी त्यांनी दिलेल्या सहकार्याचा कौतुकाने उल्लेख करतो.

हे पुस्तक प्रकाशित झालेले पाहायला माझी पत्नी कै. अर्चना हयात नाही, याबद्दल मनाला फार खंत वाटते. यासारखे दुसरे दुःख नाही.

माझे हस्तलिखित पूर्ण होण्याच्या प्रत्येक टप्प्यावर त्याचे जे नियमित वाचक होते, त्यात माझी विद्यार्थिनी मुजुमदार, डॉ. विजयकुमार आचार्य, श्री. एम. आर. देशपांडे यांनी वरचेवर दिलेल्या सूचनांबद्दल मी फार ऋणी आहे.

हे २५० पानांचे हस्तलिखित प्रथम खर्डा करून नंतर पक्के वहीत लिहून काढण्याने मी पार वैतागून गेलो होतो. हस्तलिखिताच्या शेवटच्या ४०-५०पानांचा कच्चा खर्डा स्वच्छ वहीत लिहायला मी मनस्वी कंटाळा केला. त्याच वेळी एक विद्यार्थिनी शिकवणीसाठी चौकशी करीत आली. तिला शिकवणीसाठी स्वीकारण्यापूर्वी तिचे हस्ताक्षर पाहिले. ते योग्य वाटल्यावर माझे अर्धवट लिखाण पूर्ण करून देण्याच्या अटीवर शिकवणी स्वीकारली व अशा तऱ्हेने हस्तलिखिताची शेवटची ४०-५० पाने कु. निकिता वणकुद्रे हिने लिहून देऊन सहकार्य केले. तसेच तिने आणि दुसरी विद्यार्थिनी सौ. स्नेहा हांजे–बावडेकर या दोघींनी मला न जमणारे काम म्हणजे प्रुफे तपासणेही पूर्ण केले. या दोघींचा मी फार आभारी आहे.

सगळ्यात शेवटी प्रकाशकाचे आभार मानले जातात; पण त्यात कृत्रिमता फार असते. प्रथितयश लेखक असाल तर मग त्या कृत्रिमतेत काही कमी पडत नाही. श्री.रवींद्र जोशी आणि त्यांचे दोन सुपुत्र श्री आणि अलोक यांनी मला लिखाणाची काही पार्श्वभूमी नसताना लेखनाला नुसते उद्युक्त केले नाही, तर मानगुटीवर बसून ते पूर्णही करून

घेतले. मग साडेतीन ओळींत अशा प्रकारचे कृत्रिम आभार मानून त्यांना मोकळे करू? वाच्यार्थाने आणि वास्तवातही त्यांच्यामुळेच ही कादंबरी प्रकाशित होत आहे. राहुल कुलकर्णी यांनी जे श्रम घेतले, त्यांचे आभार मानायला माझ्यापाशी शब्द नाहीत.

सगळ्यात शेवटी माझ्या परमेश्वराचे आभार मानतो. सुरुवात करतानाच मी सारे त्याच्यावर सोडले होते आणि ते अक्षरशः त्याने माझ्याकडून पूर्ण करून घेतले. परमेश्वरा, आता पुढचा रस्ता तूच माझ्याकडून चालवून घे.

—सुरेश गुप्ते

एक

हे जे मी लिहीत आहे ती मी एक मृत व्यक्ती होय. होय, मी एक मेलेला माणूस आहे. कायदेशीरदृष्ट्या मेलेलाच. विश्वास नसेल तर माझ्या नेपल्स शहरी जाऊन विचारा. कुणीही तुम्हाला तेच सांगेल की, १८८४ मध्ये तेथे उसळलेल्या कॉलऱ्याच्या साथीत माझा मृत्यू झाला असून, माझ्या मृत शरीराचे अवशेष माझ्या घराण्यासाठी राखून ठेवलेल्या खोल तळघरातील शवागारात पुरलेल्या अवस्थेत अजूनही आहेत आणि तरीही मी धट्टाकट्टा, वयाचे तीस पावसाळे पाहिलेला असाच एक गृहस्थ आहे. पोलादाच्या कांबीसारखे माझे बाहू असून, माझी उंची सहा फुटांपेक्षा कमी नाही. माझ्या धमन्यांतून गरम रक्त वाहत आहे. सर्वार्थाने मी जिवंत असूनही मेलेला म्हणून जाहीर झालेलो आहे. अर्थात, त्या दुःखद क्षणाच्या आठवणी मागे राहिलेल्या नसल्या तरी साऱ्या गोष्टीची आठवण करून द्यायला एक गोष्ट शिल्लक राहिली आहे आणि ती म्हणजे, माझ्या काळ्याभोर केसांच्या जागी आल्प्स पर्वतावरील बर्फासारखा पांढऱ्याशुभ्र केसांचा मुकुट. अर्थात हा पांढराशुभ्र मुकुटही माझ्या पूर्वीच्या केसांसारखाच दाट आणि मुलायम आहे.

"काय वंशपरंपरागत मिळालेला वारसा काय?" एका डॉक्टरने माझा हा पांढराशुभ्र केशसंभार पाहून चौकशी केली.

"कसल्याशा प्रचंड मानसिक धक्क्याने तर नव्हे?"दुसऱ्या एकाची पृच्छा.

"प्रचंड उन्हात केलेल्या भटकंतीने तर नव्हे?" तिसराच एक.

मी कुणालाही उत्तर देण्याच्या भानगडीत पडत नसे. त्याला कारणही तसेच घडले. एकदा एका माणसाला- ज्याला बऱ्यापैकी वैद्यकीय ज्ञान होते त्याला मी सर्व कहाणी इत्थंभूत सांगितल्यावर त्याने ती पूर्णतया अविश्वसनीय समजून माझी पूर्ण वेडा म्हणून संभावना केली आणि तेव्हापासून मी कुणापाशीही माझ्याबाबत सांगण्याच्या भानगडीत पडलो नाही.

तरीही आज मी माझा सर्व इतिहास लिहायला बसत आहे. आज मी कुठल्याही मानसिक अथवा शारीरिक दडपणापासून मुक्त आहे आणि सारे निर्भीडपणे लिहायचा निश्चय केला आहे. आज मी जेथे आहे ती जागा दक्षिण अमेरिकेतील एका

जंगलातील असून, ती अजूनही मर्त्य मानवाच्या पाऊलखुणांनी कलंकित झालेली नाही. येथे नीरव शांततेचे अधिराज्य असून, त्या शांततेचा भंगच कशाने होत असेल तर तो पक्ष्यांच्या मंजूळ कूजनाने किंवा मुक्त वाहणाऱ्या वाऱ्यामुळे सळसळणाऱ्या पानांनीच. या प्रसन्न वातावरणात बसून मी माझ्या मनावरचे काही मणांचे ओझे रिकामे करीत आहे आणि तेही एका इच्छेने, की कधीतरी का होईना जगाला हे कळायलाच हवे.

मृत तरीही जिवंत! हे कसे? त्याकरिताच माझ्या वाचकांना उच्चरवाने सांगत आहे. तुमच्या मृत नातेवाइकांच्या किंवा प्रियजनांच्या देहाची पूर्णांशाने विल्हेवाट लावायची तुमची इच्छा असल्यास, ख्रिश्चन धर्मामध्ये सांगितल्याप्रमाणे दफन विधी केल्यास एक वेगळीच भयावह स्थिती निर्माण होऊ शकते. जेव्हा सार्वजनिक स्मशानभूमीत खणलेल्या खड्ड्यात किंवा खास लोकांसाठी असलेल्या तळघरातील शवागरात, ज्यावर आपण निरतिशय प्रेम केले आहे किंवा प्रेमाचे नाटक केले आहे अशा व्यक्तीचे मृत शरीर ढकलून देऊन त्याच्या मृत्यूमुळे झालेल्या तीव्र दुःखाचा मुखवटा सांभाळून आवश्यक ते दुःखद वातावरण निर्माण करूनही आपण केलेली दफनक्रिया निश्चितच सुरक्षित आहे असे समजू शकू? काय सांगावे, शवपेटीमध्ये बंदिस्त केलेली व्यक्ती निश्चितच मृत झाल्याची खात्री झाली नसल्यास, त्या व्यक्तीने शवपेटीचे वरचे झाकण आपल्या बळकट हातांनी मोडून तोडून बाहेर येऊन आपल्या प्रेमाची परीक्षा घेतली तर? विशेषतः त्या व्यक्तीकडून त्याच्या मरणोत्तर आपल्याला गडगंज पैसा मिळणार असेल तर?

कशाला उगाच फापटपसारा पाहिजे? मुद्यालाच सरळ हात घालतो. मी कौंट फॅबिओ रोमानी नुकताच मेलेला. साधारण वर्ष झाले असेल त्या गोष्टीला. लहानसाच काल. जेमतेम एक वर्षाचाच. पण त्या एवढ्याशा काळात माझी शोकांतिका ठासून भरलेली. हा लहानसा एक वर्षाचा काळ मला त्या लखलखत्या खंजिरासारखा वाटतो. तो माझ्या हृदयातून आरपार गेला आहे आणि त्यातून ठिबकणारे रक्तही मी जणू पाहत आहे.

मी एका उच्च श्रीमंत घरात जन्माला आलो. त्यामुळे एका गोष्टीची मला कधीच जाणीव झाली नाही आणि ती म्हणजे गरिबी. माझा बाप कौंट फिलिप्पो रोमानी जेव्हा मेला, तेव्हा आपल्या सतरा वर्षांच्या लाडल्यासाठी प्रचंड इस्टेट सोडून गेला. त्याच्या त्या मोठ्या घराण्याचा मी एकमेव वारसदार होतो. मला खूप मित्र होते. त्यांनी त्यांच्या त्या प्रेमळ नात्यातून बरीच वाईटसाईट भविष्यवाणी केली. त्याच्या पुढे जाऊन तर काहींनी माझ्या मानसिक तसेच शारीरिक दुर्दशेची अपेक्षा करायलाही मागे पुढे पाहिले नाही आणि गंमत म्हणजे ती सर्वसामान्य माणसे नव्हती, तर समाजातील लब्धप्रतिष्ठित म्हणून गणली गेलेली होती. त्यांच्या

कल्पनेप्रमाणे एवढ्या मोठ्या इस्टेटीचा मालक झाल्यावर मी उधळ्या, जुगारी, दारूडा वगैरे दुर्गुणांनी भरलेला गृहस्थ निर्माण होणार आहे. अर्थात, एवढ्या अवाढव्य श्रीमंतीत वावरताना त्या दुर्गुणांचा प्रादुर्भाव होणे अगदी अनिवार्य असते आणि त्यांनी वर्तविलेल्या भविष्यवाणीबाबत कुणाचेच दुमत होण्याचे काही कारण नव्हते. तथापि नेपल्समधील रंगेल वातावरणात राहूनही तसेच माझ्या धमन्यांतून खानदानी रक्त सळसळत असतानाही या असल्या व्यसनांविषयी मला एक चीडच होती.

जुगार हे एक माणसाला बेहोश करणारे व्यसन असते, अशी माझी धारणा होती. तर मद्याचे व्यसन पैशाबरोबर प्रकृतीचाच नाश करत नाही, तर सारासार विवेकबुद्धीही गहाण ठेवायला लावते अन् म्हणूनच या कुठल्याही व्यसनांपासून मी स्वतःला दूर ठेवले होते. मी स्वतःचा असा साधेपणा आणि अय्याशी यातील मध्यम मार्ग स्वीकारला होता. मी माझ्या घरगुती शांत वातावरणात रमत असतानाच सामाजिक, सांस्कृतिक आणि करमणुकीच्या कार्यक्रमांत भागही घेत असे. तद्वतच घरी विद्वानांचा राबता असून त्यांच्या चर्चेतून मन कधीही रिकामे राहणार नाही याचीही काळजी घेत असे.

मी त्या वेळी माझ्या वडिलांनी बांधलेल्या एका लहानशा राजमहालात राहत होतो. शहरापासून चांगला दूरवर मोठ्या थोरल्या एका टेकडीवर होता तो. तेथून नेपल्सचा उपसागर दिसत होता. माझ्या या राजमहालाच्या भोवतालच्या विस्तीर्ण मोकळ्या जागेत, सफरचंदाच, तसेच वासाच्या फुलांचे कुंपण होते. त्यात हजारो कोकिळ पक्ष्यांचे कूजन चाले. मध्यभागी ठिकठिकाणी पुष्करण्या असून, त्यातून उंच उडणारे पाणी खाली पडत असताना नेपल्समधल्या भयाण उन्हाळ्यात सभोवतालचे वातावरण गार करत असे. अशा निर्मळ आणि प्रसन्न वातावरणात मी पुस्तकांच्या सहवासात काही वर्षे व्यतीत केली. या साऱ्या रम्य वातावरणाबरोबरच मी नेहमी चित्रांच्या सहवासात तसेच माझ्यासारख्या आवडी-निवडी असलेल्या मित्रपरिवाराच्या घोळक्यात वावरत असे.

स्त्रीबाबत मी काहीसा निरिच्छच होतो. खरे सांगायचे म्हणजे मी त्यांना टाळत होतो. पुष्कळशा उपवर मुलींचे बाप मला नेहमीच चहाला बोलवित असत. परंतु मी बहुधा ते नाकारतच असे. या वृत्तीमुळे मित्रपरिवारात माझी टिंगल होई. ते माझ्या अशा वागणुकीचा 'वेगळा'च अर्थ काढीत. परंतु माझ्या गुरुरूप पुस्तकांनी वारंवार दिलेले इशारे मी शिरोधार्य मानत असे. ते सांगत "बाबा रे , या चंचल नखऱ्याच्या स्त्रीजातीपासून जेवढे होईल तेवढे दूरच राहा." मी या सल्ल्यावर विसंबून होतो. स्त्रीप्रेमापेक्षा माझ्या मित्रांच्या मैत्रीवरच माझा जास्त विश्वास होता.

या अन्य मित्रांबरोबरच मला एक दिलदार मित्रही लाभला होता, तो गिडो फेरारी

माझ्या अन्य मित्रांबरोबरच माझ्या टिंगलीत सामील होत असे. तो मला म्हणत असे,'गड्या जोपर्यंत त्या माणकासारख्या लालचुटूक ओठांतून पाझरणारे अमृत तू आपल्या ओठांनी टिपून घेत नाहीस, तोपर्यंत जीवनाची चवच तुला समजणार नाही.' एखाद्या तरुणीच्या खोल नजरेत स्वतःला डुंबवून घेत नाहीस, तोपर्यंत तारका-नक्षत्रांचा खेळ काय असतो ते तुला समजेल कसे? एखाद्या षोडशीच्या लवलव लचकणाऱ्या कमरेभोवती तुझ्या अधाशी बाहूंचा विळखा घालून तिला तुझ्या हृदयाशी धरून तिच्या हृदयाची स्पंदने तू जोपर्यंत जाणून घेत नाहीस, तोपर्यंत जीवनातील खरा आनंद तुला कसा मिळणार! गड्या, तुला पुन्हा सांगतो, रोगट विचार पसरविणारी ती पुस्तके! दे काही काळ त्यांना विश्रांती. ते जुने, रडके, पुराणे तत्त्ववेत्ते! अरे, षंढ होते ते षंढ! गरम नव्हे तर थंड पाणी त्यांच्या धमन्यांमध्ये वाहत असावे. स्त्रीबाबतच्या वैफल्यग्रस्त अवस्थेतूनच त्यांनी असे स्त्री जातीबद्दल उद्गार काढले असावेत. जीवनातील खरे श्रेयस काय ते प्राप्त झाले नसल्यावरच माणूस दुसऱ्यांना त्यापासून परावृत्त करण्याचा प्रयत्न करत असतो. गड्या, ती भेदक नजर आणि ते खट्याळ हास्य यासारखी हत्यारे तुझ्या शस्त्रागारात असतानाही तुझ्यासारखा माणूस त्या प्रेमाच्या आखाड्यात उतरायला एवढा घाबरावा? हे ठीक नाही.'

माझा मित्र जेव्हा असे बोलत असे, तेव्हा मी हसूनच प्रतिसाद देत असे. त्याच्या एवढ्या लंब्या-चौड्या भाषणाचा माझ्यावर काही एक परिणाम होत नसे. परंतु एक मात्र खरे की, तो जेव्हा बोलत असे तेव्हा ते ऐकत बसावेसे वाटत असे. देवाशपथ सांगतो, मी त्याच्यावर अतिशय प्रामाणिक आणि निर्व्याज प्रेम करीत असे. त्यात शाळकरी मुलांसारखी एक कोवळीक होती. मी त्याच्या सहवासात खूपच खूश असे. तसाच तोही माझ्या बाबातीत असावा असे वाटे.

माझ्यासारखेच त्याचे वडीलही तरुणपणीच त्याला सोडून गेले. नियतीने त्याचा जीवनमार्ग आखण्याची जबाबदारी सर्वस्वी त्याच्यावर टाकली. मी जेवढा श्रीमंत तेवढाच तो गरीब होता. तो एक दर्दी चित्रकार होता. त्याला मी कधीही वाऱ्यावर सोडले नाही. त्याच्या स्वाभिमानाला धक्का पोहोचेल असे वाटू न देता मी त्याला मदत करीत असे. त्याची चित्रे मी मोठ्या कमिशनने घेत असे.

अशा तऱ्हेने छानपैकी मित्रमंडळींच्या घोळक्यात आणि पुस्तकांच्या गराड्यात मी माझ्या त्या अलिशान राजमहालात शांत जीवन जगत होतो. शहरापासून दूर व त्यामुळेच गर्दी व वा दंग्याधोप्यापासून दूर असल्याने त्या शांतीचा भंग होण्याचे काहीच कारण उरत नसे. जीवनात कसलीही हुरहुर किंवा कुठलीही कुरकुर नव्हती. पण म्हणतात ना, नियती माणसाला शांतपणे त्याच्या मर्जीनुसार जगू देत नाही. माझ्या बाबतीतही तसेच झाले.

इ. १८८१च्या मे महिन्याचा तो उन्हाळा होता. माझ्याबरोबर माझा दोस्त फेरारीही नव्हता. उन्हाळ्याची ती तलखी दूर करण्यासाठी माझी याट बाहेर काढून समुद्रावर मजेत विहार करीत होतो. संध्याकाळी माझी नौका बंदराला लावली. अगदी कंटाळवाण्या मूडमध्ये मी होतो. त्या तशाच अवस्थेत मी शहरातून मोठ्या रस्त्यांमधून रमतगमत फिरत होतो. तसे शहरामध्ये शेकडो लोक ओळखीचे असूनही कुणाकडे जाऊन गप्पागोष्टी कराव्यात, असाही विचार मनात येत नव्हता.

शहरातून असाच रेंगाळत चाललो असताना दूरवरून मला एक मिरवणूक येत असल्याचे जाणवले. मिरवणुकीत सामील झालेली मंडळी गात होती. माझ्या लगेच लक्षात आले की, ती कसली मिरवणूक होती. तो महिना कुमारी माता मेरीचा होता. ही मिरवणूक त्यानिमित्तच होती. मला दिसत होता पांढऱ्याशुभ्र डगल्यातील तो धर्मोपदेशक व त्याचा तो साथीदार. मिरवणूक जशी जवळजवळ येत होती, हळूहळू सारे दिसू लागले. तो धर्मोपदेशक व त्याच्या साथीदाराच्या मागे शुभ्र वस्त्रांकित मुले-मुली दिसत होती. मिरवणूक अगदी जवळून जात होती. रस्त्याच्या कडेला उभा राहून मी ती मिरवणूक पाहत होतो. मुले-मुली जवळून पुढेपुढे सरकत होती. अन् त्याच वेळेस माझ्यासमोरून एक चित्रासारखी तरुणी सरकताना दिसत होती. ती सहजच सोळा एक वर्षांची असावी. पण नजरेतून तिचे बालपण सरल्याचे जाणवत नव्हते. तिचे ते पाणीदार निळेभोर डोळे, त्या खाली ती एवढीशी जिवणी व त्या जिवणीवर तरळणारे ते खट्याळ जीवघेणे हास्य. अगदी भारून टाकणारे ते सौंदर्य होते. मी तिच्याकडे पाहत होतो, परत परत पाहत होतो अन् मनाला विचारात होतो, हीच का त्या स्त्री जातीची प्रतिनिधी, जिचा मी इतका काळ राग-राग करत होतो! तिने आपल्या चेहऱ्यावरचे ते पारदर्शक अवगुंठण मागे टाकले. चुकून का बुद्धिपुरस्सर सांगता येत नाही... आणि... आणि एका क्षणासाठी त्या मधाळ नजरेशी टकराटकर झाली... आणि त्या एका क्षणात माझ्या जीवनाच्या एका कालखंडाची इतिश्री झाली.

माझे लग्न झाले. अर्थात त्याच मुलीशी. आम्ही नेपल्सवासीय असल्या गोष्टीत वेळ घालवत नसतो. आम्हां लोकांची 'चट मंगनी पट शादी' पद्धत असते. आमच्या प्रणयाराधनाचीही कथा अतिशय थोडक्यात अशी- तिचा बाप नंबर एकचा जुगारी, बेकार माणूस. ती कॉन्व्हेंट शाळेत कडक शिस्तीत वाढलेली मुलगी, तिला भोवतालच्या जगाचा पत्ताच नव्हता. डोळ्यात आसवं आणून तो सांगत होता, 'ती म्हणजे देवाला वाहिलेले फूलच.' माझा त्याच्यावर विश्वास बसला. माझ्यासारखा गडगंज माणूस त्याच्यासारख्या दरिद्री माणसाला जावई म्हणून मिळाल्यावर खूश नाही होणार तर काय? आणि आमचे शुभमंगल झाले. जून महिन्यात हा विवाह झाला. फेरारीच्या गैरहजेरीतच झाले. पण त्याने ती कसर आमच्या विवाहाप्रीत्यर्थ

एक सुंदर भेटवस्तू देऊन भरून काढली. पण तेवढ्याने त्याचे समाधान झाले नाही. माझ्याकडे वळून मला म्हणतो कसा, 'गड्या, एकूण आमच्या शिकवणीचा परिणाम झाला तर. शिकवणी अगदीच काही फुकट गेली नाही, पण एक गोष्ट मात्र सिद्ध झाली! काही बदमाष माणसे दुष्टही असू शकतात. नाहीतरी व्हीनस या ग्रीकांच्या सौंदर्य देवीच्या खजिन्यातील एवढे सुंदर रत्न चोरून आणायचे कुणाचे धाडस झाले असते! आज तू सिसिली बेटावरील सर्वोत्तम पोरीला पटवले आहेस.'

तो बोलत असताना मी एका दुःखद मनःस्थितीत होतो. आता तो माझ्या प्रेमाचा पहिला हक्कदार नव्हता. माझ्या विवाहाच्या पहिल्याच दिवशी मला या गोष्टीची जाणीव झाली होती. ते जुने दिवस म्हणजे विवाहापूर्वीच्या अलीकडचेच दिवस ते. गेले ते दिवस. मला फार वाईट वाटले त्याचे.

मी माझ्या बायकोच्या सौंदर्यात आकंठ बुडलो होतो. मला दुसरे म्हणून काही सुचत नव्हते. मला एक गोष्ट जाणवत होती. तिच्या सौंदर्याचा निखार दिवसें-दिवस वाढतच होता. तिने थोड्याच दिवसांत माझ्या अंतःकरणाचा ताबा घेतला. तिचे नखरे मला बेचैन करतात हे तिने पुरेपूर जाणले होते. तिला एक सर्वस्वाचा त्याग केलेला गुलाम मिळाला होता. पण तिच्या सौंदर्यात बेहोष झालेल्या मला त्याचाही अभिमान वाटत होता. आज जेव्हा साऱ्या गोष्टीची जाणीव होते, तेव्हा स्वतःविषयी एक प्रचंड तिरस्कार वाटू लागतो. ती माझ्यावर प्रेम करत होती, असे तेव्हा तरी मला वाटत होते, आज जाणवते की, मी केवढा मूर्ख होतो.

आम्ही आमचे दरवाजे येणाऱ्या जाणाऱ्या सर्व मित्रमंडळींना सताड उघडे ठेवले होते. नेपल्समधील सर्व प्रतिष्ठित नागरिकांना मुक्तद्वार होते. माझी बायको सर्वांच्या कौतुकाचा विषय होता. तिचे सौंदर्य आणि तिची प्रेमळ वागणूक आलेल्या गेलेल्यांचा चर्चेचाच विषय होती अन् त्या साऱ्या गोष्टींनी मला कृतकृत्य झाल्यासारखे वाटे. माझा मित्र फेरारी तिचे कौतुक करण्यात सगळ्यात आघाडीवर होता. एकूण काय प्रेम, पैसा आणि निकोप मैत्री यामुळे मी एक तृप्त असामी होतो आणि या साऱ्या आनंदाची ज्यात परिणती व्हायची ती झाली. माझ्या मधुर संसाराच्या कपात मधाचा एक थेंब पडला.

१८८२च्या मे महिन्याच्या पहिल्या दिवशी आम्हाला एक कन्यारत्न झाले. मी सकाळी फेरारीबरोबर नाश्ता घेत असताना नर्सने शालीत गुंडाळलेले एक बोचके आणून दाखवले. मी ते हातात घेतले. माझ्या घराभोवती असलेल्या लिलीच्या फुलासारखी गोरीपान होती ती. तिने डोळे उघडले, नीनासारखेच टपोरे आणि काळेशार होते ते. मला जाणवले, परमेश्वराची निकोप दृष्टी अजूनही माझ्या संसारावर वितरत आहे. मी त्या बाळाचा पापा घेतला, तसाच फेरारीनेही घेतला. नर्सच्या ताब्यात बोचके देताना तिच्या आईला निरोप दिला- 'आपल्या संसाररूपी वेलीवर

उगवलेल्या या गोड फुलाचे आम्ही स्वागत करतो.'

नर्स गेल्यावर फेरारीने माझ्या खांद्यावर हात ठेवला आणि म्हणाला,

"फेबिओ, किती निर्मळ मन आहे रे तुझे."

"मी नाही समजलो तू असे का म्हणावेस ते!"

"काय सांगू? नेपल्समधले वातावरण एका गलिच्छ विचाराने भरलेले आहे. येथे जन्माला येणाऱ्या प्रत्येक जीवाबद्दल संशय व्यक्त केला जातो. वैवाहिक पावित्र्य हा एक चर्चेचा विषय झाला आहे." तो थोडा थांबला व पुन्हा बोलू लागला. "खरंच ही एक भाग्याची गोष्ट आहे. या घरात तुझ्यासारख्या माणसाच्या मनाच्या गाभाऱ्यात संशयाचा किंतूही नसावा."

"असे संशय निर्माण व्हायचे कारणच काय? नीनासारखी कालची निर्व्याज मुलगी आज आई होत आहे."

"खरे आहे तुझे म्हणणे. एखाद्या दवबिंदूसारखी निष्पाप आहे ती."

मी आजचे त्याचे म्हणणे नेहमीच्या पद्धतीत स्वीकारले नाही. आज मला त्याच्या वागणुकीत कसलासा फरक जाणवत होता. थोड्या वेळात आमची चर्चा दुसऱ्या विषयावर सरकली. नंतर त्यावर मी विचारही केला नाही पण, आज ते सगळे शब्द आठवतात आणि त्याचे वेगळे संदर्भही जाणवतात.

दोन

नेपल्समधील तो १८८४चा उन्हाळा काय होता हे काही कुणाला सांगायला नको. त्या वेळी तेथे उसळलेली साथ जणू एखाद्या सैतानासारखी वावरत होती. तेथील वृत्तपत्रांनी त्याच्या चटकदार पण भयानक कथा तयार केल्या होत्या. ते वाचून लक्षात येत होते की, त्या साथीने बळी घेताना तरुण, वृद्ध, गरीब, श्रीमंत, स्त्री-पुरुष काही पाहिले नाही. रस्त्यात लोक साथीने पटापट मेलेले दिसत होते. साथीचे मूळ कारण होते, कडक उन्हाळा. त्याच्या जोडीला होते शहरात पसरलेले अस्ताव्यस्त गलिच्छ वातावरण, घाण व सांडपाण्याकडे अक्षम्य दुर्लक्ष झाले होते. त्यामुळे साथ पाहता पाहता वरच्या टिपेला पोहोचली होती. सारा समाज एका प्रचंड भयग्रस्त वातावरणात वावरत होता. त्यामुळे झाले काय की, साथीच्या प्रचंड तणावामुळे व्यक्ती-व्यक्तीच्या संबंधातील माणुसकीचा झरा पूर्ण कोरडा झाल्याचे दिसून येऊ लागले. त्याच्या जोडीला अंधश्रद्धा, त्यामुळे जगण्याला काही अर्थच उरला नव्हता. भीतीने लोक आजारी नातेवाइकाला रस्त्यावर सोडून मोकळे होत. अशीही उदाहरणे दिसत होती.

शहरातील उष्णता दिवसेंदिवस वाढतच होती. आकाश रखरखत्या उन्हाने भडकलेले दिसत होते. समुद्राच्या खाडीवर काचेचे आवरण टाकल्यासारखे जाणवत होते. शहरातील गिरणीच्या चिमणीतून बाहेर पडणाऱ्या धुराचा पातळ पापुद्रा शहरावर पसरल्याने शहरात एक अस्वस्थतेचे वातावरण निर्माण होत होते. पक्ष्यांचे कूजनही बंद झाले होते.

त्याच वेळी टेकडीवर माझा जो महाल होता, तेथील वातावरण बऱ्यापैकी गार होते. अशा संसर्गाच्या साथीचा प्रादुर्भाव तेथे होऊ नये म्हणून शेजारी जाणे- येणे बंद केले होते. परंतु त्या साऱ्या गोष्टीचा माझ्या बायकोवर काही परिणाम झाला नाही. मला असे वाटते, नटव्या व सुंदर स्त्रियांपासून संसर्गरोगाचे जंतू दूरच राहत असावेत. फेरारीला मी आमच्या बंगल्यावरच राहायला बोलावले होते. तसेच आमच्याकडच्या सर्व नोकर वर्गाला आमच्याबरोबरच राहावयाच्या सूचना दिल्या होत्या. कुठल्याही परिस्थितीत आणि कुठल्याही प्रकारे खाली शहरांशी संबंध

ठेवायचे नाहीत, अशी सक्त ताकीदही देऊन ठेवली होती. येथेच त्यांची स्नानाची तसेच खाण्यापिण्याची व्यवस्थाही केली होती.

तो ऑगस्ट महिना होता. उन्हाळा अधिकच भडकला होता. त्यामुळे साथीनेही उच्चांक गाठला होता. रोज निरनिराळ्या भयाण बातम्या आमच्यापर्यंत पोहोचत होत्या. त्या ऐकून व वाचून हृदय पिळवटून जात असे; परंतु अशा परिस्थितीच्या पार्श्वभूमीवर आमच्या येथील वातावरण अगदी प्रसन्न निर्मळ होते. नीनाचा आवाज तिच्यासारखाच गोड आणि मधुर होता. ती काही वेळेस मोकळेपणी गायची तेव्हा आसमंत रम्य वातावरणात बुडून जायचा; तर काही वेळेस फेरारी आपल्या मध्यम खर्जाच्या आवाजात तिला साथ देई, तेव्हा त्या स्वर्गीय वातावरणात कुणाची दृष्ट तर लागणार नाही ना, अशी शंका चाटून जाई. मी, माझी बायको आणि माझा मित्र सारेच एका स्वर्गीय स्तरावर वावरत होतो. एका भ्रामक वातावरणात तू वावरत आहेस असे जर कुणी त्या वेळी मला सांगितले असते, तर ते मी थोडेच मानले असते? एवढ्या बेहोष अवस्थेत मी वावरत होतो. आज जाणवतो आहे त्या स्वप्नाचा प्रभाव.

नेहमीप्रमाणे त्या दिवशीही मी अशाच एका पहाटे उठून माझ्या बगिच्याच्या पायवाटेवरून फिरण्यास निघत होतो. बिछान्यातून अलगद उठून मी बाहेर पडायची तयारी केली. माझी बायको शांत झोपली होती. दरवाजा उघडून बाहेर पडण्यापूर्वी मी वळून तिच्याकडे पाहिले अन् निर्व्याजतेचे एक प्रतीक माझ्यासमोर दिसत होते. गेले तीन वर्षे ती माझी आणि माझीच होती. माझे तिच्याविषयीचे आकर्षण दिवसेंदिवस वाढत असलेले मला जाणवत होते. मी पाहत होतो ते सौंदर्य आणि नकळत तिच्याकडे ओढलो गेलो. मी माघारी वळलो, तिच्या गालाभोवती पसरलेल्या त्या केसांच्या बटा अलगद हाताने बाजूला सारत त्या गालाचे मी चुंबन घेतले. तिला जाणवले का काय समजले नाही, पण तिच्या ओठांवर अस्फुट स्मित झळकले. तिने ते जाळे तर नाही ना माझ्यावर टाकायचा प्रयत्न केला? मी पुढचा मोह आवरला व चाहूल लागू न देता मी अलगद खोलीबाहेर पडलो.

माझ्या बागेतील पायवाटेने मी चाललो होतो. आदल्या रात्री प्लेटोचे रिपब्लिकन वाचायला घेतले होते. त्या तत्त्ववेत्त्याने मांडलेल्या गूढ समस्यांवर विचार करत होतो. विचार करता करता मी पायवाट कधी सोडली आणि शहराच्या रस्त्याला कधी लागलो, हे माझ्या लक्षातच आले नाही. सूर्य चांगलाच वर येऊन तापायला सुरुवात झाली होती. थोड्याच वेळात मी शहरात आलो आहे हे जाणवले आणि मी परत फिरायचा विचार केला, पण त्याच वेळेस कसल्याशा तीव्र वेदनेने कण्हण्याचा आवाज ऐकू आला. मी त्या आवाजाच्या दिशेने पाहिले. रस्त्यालगतच्या हिरवळीत एक फळविक्या साधारणपणे अकरा-बारा वर्षांचा असेल; उपडा पडला होता. त्याची

फळाची टोपली बाजूला पडून त्यातील फळे अस्ताव्यस्त पसरली होती. मी जवळ गेलो व खांद्याला हात लावून विचारले,

"बाबा काय होतेय?" त्याने माझ्याकडे पाहण्यासाठी तोंड वळवले. वळून बोलू लागला,

"महाशय, साथीचा रोग आहे. माझ्यापासून दूर रहा. मी मरायला टेकलो आहे."

मला त्याच्या त्या वाक्याने संकोच वाटला. मला माझी काळजी नव्हती पण माझ्या बायकोसाठी, मुलीसाठी थोडा शहाणपणा दाखवणे भाग होते. पण त्या मुलाला तसेच सोडून जाऊही शकत नव्हतो. मी विचार केला, शहरात जाऊन त्याला वैद्यकीय सुविधा मिळते का हे आपल्याला बघता येईल. मी त्या मुलाला सांगितले,

"सारेच आजार कॉलऱ्याचे नसतात. मी पटकन कुठे डॉक्टर मिळतो का बघतो आणि घेऊन येतो."

त्या मुलाने आश्चर्यचकित होऊन माझ्याकडे पाहून स्मित केले. गोळी लागून एखादे श्वापद पडावे आणि मरणाची अपेक्षा करीत राहावे, तसा तो पाय मुरडून पडला होता. मी त्याला तेथेच सोडले अन् धावत शहरात आलो.

मी शहरात आलो अन् उन्हाने आपला प्रखर प्रताप दाखवायला सुरुवात केली होती. मी डॉक्टर कुठे मिळेल का याचा शोध घेऊ लागलो. एक फ्रेंच डॉक्टर जवळच तेथे राहतो हे समजल्याने त्याच्याकडे गेलो. 'लागेल तेवढे पैसे घे; पण त्या मुलाला वाचव,' म्हणून गयावया करू लागलो. पण कशाचाही परिणाम त्याच्यावर झाला नाही. "तो मेलेल्यात जमा आहे." निर्लज्जपणे तो मला म्हणाला. मी रागाने उसळलो, "अरे, तुझ्या पेशाची तरी जाण राख." माझ्याकडे एक कुत्सित नजर टाकून त्याने माझ्या थोबाडावर दार बंद केले.

त्या मुलाला वाचविण्याचे माझे सर्व प्रयत्न फोल जात आहेत, हे मला एका बाजूने समजत असतानाच दुसऱ्या बाजूने मी उन्हाने भाजून निघतो आहे याची मला जाणीव होत होती. तरीपण त्या मुलाला वाचवण्यासाठी काय करता येईल याचाच मी विचार करीत होतो.

अशा विचारात मी असतानाच माझ्या खांद्यावर हात ठेवून मला कुणीतरी विचारात होते, "येशूच्या लेकरा, कसली मदत हवीय तुला?"मी वळून बघितले. पांढऱ्या डगल्यातील तो एक धर्मोपदेशक होता. या साऱ्या वातावरणातही त्याचा चेहरा गंभीर होता. स्वरात एक आश्वासकता होती. भगवान येशूचा पाईक! त्या भयानक साथीमध्ये जनतेच्या मदतीला धावून जाणे ही त्या येशूचीच शिकवण होती ती. त्याने खांद्यावरती ठेवलेल्या हाताच्या स्पर्शातून अन् माझ्यावर रोखलेल्या त्या नजरेतून हे सारे जाणवत होते.

मी त्याचे आभार मानून त्या फळविक्या पोराबद्दल सांगितले. "मला ताबडतोब निघायला हवे, नाहीतर मला उशीर होईल. माझ्याकडे काही औषधे आहेत. बघतो काही करता येते का!" असे म्हणून तो चालू लागला. "थांबा, मी पण येतो तुमच्याबरोबर." मी म्हणालो. आम्ही दोघे चालू लागलो. चालता चालता तो मला विचारीत होता, "तुम्ही नेपल्समधील दिसत नाही." मी त्याला माझ्याविषयी माहिती दिली. त्याला सारे माहीत होतेसे दिसले. "आम्ही एवढ्या उंच स्थळी राहतो त्यामुळे आम्हाला गावातल्या साथीची कल्पनाच येत नाही. पण मला वाटते, साथीचे हे थैमान लोकांच्या भित्रेपणानेच वाढले आहे." असे मी बोलत होतो.

"तुम्ही म्हणता ते अगदी सत्य आहे. येथील लोकांना स्वच्छंदी जीवनाची एवढी चटक लागली आहे की, मृत्यू जेव्हा त्यांच्या आवतीभोवती घोटाळतो, तेव्हा त्यांची गत लहान पोरांसारखी होते. धर्माचा त्यांच्यावर अजिबात पगडा नाही."

"पण तुम्ही तर...." माझ्या डोक्यात तीव्र कळ आली. "मी येशूचा सेवक, मला मृत्यूचे भय नाही." तो निश्चयी स्वरात बोलत होता.

मी त्याच्याकडे कौतुकाने बघत होतो, पण त्याच वेळेस मला एवढी जबरदस्त भोवळ आली की, मी खाली कोसळलो. नशिबाने त्या धर्मोपदेशकाने आपल्या हाताने मला सावरले.

सारे शहर माझ्यभोवती फिरत होते. त्या धर्मोपदेशकाचा आवाज दुरून कोठून तरी येतोय असे मला जाणवत होते. तो मला विचारत होता. "लेकरा, काय होतेय?"

"हा उन्हाचा तडाखा आहे. घाबरू नका. या उन्हामुळेच आलेली ही चक्कर आहे. तुम्ही माझ्यासाठी थांबू नका. त्या पोरासाठी तातडीने जाणे आवश्यक आहे. जा तुम्ही निघा."

मोठ्या मुश्किलीने मी बोलत होतो कारण, बोलता बोलता रस्त्यावरच मी मूर्च्छा येऊन पडलो. त्या धर्मोपदेशकाने क्षणाचाही विलंब न लावता मला अर्धवट उचलून व अर्धवट ओढत आणून जवळच्याच एका हॉटेलच्या पायरीशी असलेल्या बाकड्यावर झोपवले. डोक्याखाली येथून एक आणलेली उशी ठेवून मला म्हणाला,

"येथेच पडून राहा. मी त्या मुलाला भेटून येतोच तासाभरात." त्या हॉटेलवाल्याला सांगितले, "हे कौंट रोमानी आहेत. यांची काळजी घे."त्या धर्मोपदेशकाने आपल्या बॅगेतून कसलेसे औषध काढले अन् मला ते दिले. थरथरत्या हाताने घेऊन मी पुन्हा बाकावर पडलो.

"शांतपणे झोपा आता. मी तासाभरात येतोच." माझ्या मस्तकावर थोपटत आश्वासक स्वरात तो माझ्याशी बोलत होता.

त्याचा हात हातात घेऊन मी त्याला विचारले, "फादर, खरेच सांगा, हा साथीचा रोग आहे का?"

"मला असे वाटत नाही आणि असले तरी काय, अजून तरुण आहात. साथीच्या रोगाशी झगडून तुम्ही बरे होऊ शकता."

"फादर, मी मरणाला घाबरत नाही. पण तरीसुद्धा मला एक वचन द्या; माझ्या आजारपणाची बातमी माझ्या वाड्यावर पोहोचता कामा नये. उद्या अगदी मेलो तरी माझ्या वाड्यावर मला घेऊन जाऊ नका. तुम्ही आश्वासन दिल्याशिवाय मी तुम्हाला जाऊ देणार नाही."

"घाबरू नका कौंट. मी तुम्हाला आश्वासन देतो, मी तुमच्या शब्दानुसार वागेन."

मी खूप खूश झालो. मी त्याचे आभार मानून त्याचा हात सोडला. तो निघून गेला.

मी पडल्या पडल्या पाहत होतो. भकास नजरेने मी सारे न्याहाळत होतो. त्या हॉटेलमधील आतील रचना, त्या हॉटेलातील ती पोरं, ज्याने मला डोक्याखाली उशी दिली तो मुलगा मला दिसत होता. तो दारूचे ग्लासेस, बाटल्या धुवून ठेवत होता आणि पुसता पुसता माझ्याकडे बघत होता. एका घाबरलेल्या नजरेने तो माझ्याकडे बघत होता. माझ्या आजारपणाची त्याने घेतलेली दहशत त्याच्या नजरेतून मला जाणवत होती. हॉटेलात येणारी मंडळी पायरीशीच मला पडलेले पाहून घाईघाईने आत घुसत होती.

मी हे सारे पाहत होतो अन् पाहत पाहत मी अल्पाईनच्या बर्फाळ प्रदेशातून चाललो होतो. गार बर्फ माझ्या पायाला लागत होते. गार पाण्याचा लोंढा माझ्याकडे वाहत येत होता. अल्पाईनच्या बर्फाळ खिंडीतून माझा प्रवास चालला होता. संध्याकाळच्या त्या वेळी किरमिजी रंगाचे ढग डोक्यावरून चालले होते. एक ढग खाली येऊ लागला. खाली खाली येत होता तो. त्या ढगात मला आता माझी गोड नीना दिसू लागली. आपले लालचुटूक ओठ पुढे काढून मला चुंबनाचे आमंत्रण देत होती. तिला मिठीत घेण्यासाठी हात पुढे करत..."माझ्या लाडक्या नीना, मी आलोच, थांब मी आलोच."

"मूर्खांनो, सोडा मला. माझ्या नीनाकडे मला जाऊ द्या. तिचे बाहेर काढलेले ओठ मला बोलावताहेत."

त्या हॉटेलमधील पोरांनी मला घट्ट पकडून बाकावर झोपवले व खाली पडलेली उशी पुन्हा डोक्याखाली सरकवली.

"मेला का रे?"

"नाही अजून."

थोड्या वेळाने त्यांच्यात सुरू झालेली चर्चा माझ्या कानावर येत होती. मी त्यांना पडल्या पडल्या पुन्हा पाहायला सुरुवात केली. मघासारखेच ग्लासेस धुता धुता आणि बाटल्या विसळता विसळता ते माझ्याकडे पाहत होते... साथीच्या धास्तीने. मी त्यांना

पाहत होतो आणि पाहता पाहता मी कुठे येऊन पोहोचलो? अरेच्चा! मी कुठे आलोय? एका नदीच्या वाळवंटात पडलो आहे. नदीच्या दोन्ही किनाऱ्यांवर पाम झाडे इतस्ततः वाढलेली दिसताहेत आणि हे काय? माझ्यापासून थोड्याच अंतरावर त्या नदीतील मोठी थोरली मगर ऊन खाण्यासाठी बाहेर पडली. आपला मोठा थोरला जबडा मधूनमधून उघडून बहुधा जांभई देत असावी. तिचे हिरवे बारकेसे डोळे उन्हात लखलखत होते. ते काय? समोरून एका होडीतून तो कोण तरणाबांड तरुण येत आहे? अरेच्चा! हा तर फेरारी! त्याच्या हातात लखलखती तलवार दिसते. मला मगरीच्या तडाख्यातून वाचवण्यासाठीच तो येत असणार. किनाऱ्यावर तो उतरला आणि आता मगरीच्या दिशेने येत आहे. हे काय? मगरीकडे त्याने पाहिलेही नाही. तो पुढे माझ्या दिशेने सरकला. आता तो अगदी माझ्याजवळ आला. त्याने ती तलवार दोन्ही हातांनी धरून माझ्या अगदी निकट येऊन सपासप माझ्या पोटात खुपसू लागला. मी मरत नव्हतो आणि तो खुपसतच बसला. मी ओरडत होतो. ऐकत होतो. पण त्याचे वार मारणे संपले नाही आणि मी काही मेलो नाही.

आणि हे काय? उन्हाची तिरीप बाजूला होऊन कुणाची तरी सावली माझ्या अंगावर पडली होती. कुणाची होती ती? मी वळून वरती बघितले. तेच ते दोन शांत डोळे माझ्याकडे रोखून पाहत होते. होय, तोच तो धर्मोपदेशकच होता. शांत आवाजात मला धीर देत होता. "येशूच्या लेकरा, येशूला शरण जा. सारं काही ठीक होईल शांत पडून राहा."

मला आठवतेय मी त्या मुलाबद्दल विचारले. त्या धर्मोपदेशकाने छातीवर क्रॉस करून म्हटले, "मी गेलो तोपर्यंत तो मेला होता. परमेश्वर त्याच्या आत्म्याला शांती देवो."

"मेला तो? इतक्या लवकर?" मला काही आठवत नाही पुढे काय झाले. मला प्रचंड वेदना होत होत्या. मी पुन्हा ग्लानीत गेलो तरी पण कुणी तरी बोललेले ऐकत होतो. काय होते ते? ते दुःखित स्वर होते. काय ती प्रार्थना होती माझ्यासाठी. मी कसल्याशा घंटेचा आवाज ऐकत होतो. माझी स्मृती काम करेनाशी झाली होती. मी काहीतरी बडबडल्याचे आठवते, "नको, नको. मला माझ्या वाड्यावर नेऊ नका."

नंतरचे मला नीट काही आठवत नाही, मी गरगर फिरतोय असे जाणवू लागले. धर्मोपदेशकाकडे हात वर करून मी मदतीसाठी जोरात हाक मारली. माझ्यासमोर येशूचा क्रॉस दिसत होता. मी जोरात किंकाळी फोडली... अन् अन् मी खोल खोल कुठल्याशा गर्तेत जाऊन पडतोय असे वाटले... आणि सारेच संपले.

तीन

नंतर काय झाले ते समजलेच नाही. अर्धवट जागेपणाचा भास होत होता. मी कोण, कुठे आहे हे समजायला मार्गच नव्हता. भयानक दृश्ये डोळ्यांसमोर तरळत होती. सभोवती वटवाघुळासारख्या पक्ष्यांच्या पंखांचा फडफडाट होत होता. दुरून कोणीतरी रोखून बघत आहे असे वाटत होते. त्याचे हिरवेगार डोळे अंधारातही चमकत होते. कुणाच्या तरी हाडाचा पांढरा हात माझ्याभोवती फिरत होता. कुठलीशी काळी आकृती माझ्या छातीवर बसून माझा गळा दाबते आहे असे वाटत होते. मी जीवाच्या आकांताने स्वतःला सोडवण्याचा प्रयत्न करीत होतो. डावीकडून उजवीकडे अन् उजवीकडून डावीकडे वळत त्याच्या हातातून गळा सोडवण्याचा प्रयत्न करीत होतो. मला श्वासही घेता येत नव्हता. पण झगडण्याशिवाय पर्याय नव्हता. मी झगडत होतो- झगडत होतो. त्याच्या हातातून गळ सोडवण्याचा प्रयत्न करत होतो. गळा सोडवत होतो. हळूहळू कणाकणाने त्याचा हात ढिला करण्यात मी यशस्वी होत होतो आणि अखेरीस मी त्याला उरावरून ढकलून देण्यात यशस्वी झालो.

... आणि मी जागा झालो. मी कुठे आहे? भयंकर अंधार पसरलाय डोळ्यांसमोर. हळूहळू जाणीव यायला लागली. माझे आजारपण मला आठवू लागले. डोळ्यांसमोर तो पांढरा डगलेवाला धर्मोपदेशक आठवू लागला अन् ती हॉटेलमधली पोरं आठवू लागली. कुठे गेले ते सारे... हॉटेलसमोरच्या त्या बाकावर मी झोपलो आहे. माझ्या डोक्याखाली उशी. अरेच्चा! कुठे गेली ती उशी. काय झाले तिचे... अन् बाकडे पण जरा कडक वाटत होते... माझ्या डोक्यात एक शंका आली. मी माझ्या हाताला हात लावून पाहिले.

हात उबदार लागत होता आणि नाडीही व्यवस्थित चालत होती. पण मला श्वास घ्यायला जड का जात होते? माझ्या हाताला वरती काहीतरी लागले. मी पुन: चाचपडून पाहिले. ती फळी असल्याचे जाणवले अन् एकदम उजेड पडला. अन् जे मला उमगले त्याने मी गारठूनच गेलो. माझ्या लक्षात आले मी बंदिस्त! म्हणजे मी एका शवपेटिकेत आहे. याचा अर्थ मी मेलो समजून मला शवपेटिकेत घालून पुरून टाकण्यात आले आहे.

मी शवपेटिका तोडून बाहेर येण्याचा विचार करू लागलो. पण त्याच वेळेस विचार आला, शवपेटिकेवर गाडीभर माती ढकलली असली तर मस्ती करून शवपेटिका तुटणार कशी? अन् मी बाहेर येणार तरी कसा? म्हणजे आत निवांत पडून मरण्याची वाट पाहत बसण्याशिवाय पर्याय नाही. अन् आता श्वासही घ्यायला जड जात होते. याचा अर्थ काही क्षणांचाच अवधी, मग सारे काही शांत... पण जीव असा चिवट, की समोर काळाकुट्ट अंधार दिसत असूनही निवांत मरायला तयार नसतो. जीव घुसमटत होता, शवपेटिकेची फळी तुटणार नाही याची खात्री असूनही मी त्या शवपेटिकेशी आतून झगडत होतो. जीव घुसमटत होता. नाकातून, तोंडातून रक्त येतेय असे जाणवत होते. प्रत्येक क्षणाला शक्ती क्षीण होत चाललीय हे जाणवत होते; पण जगण्याची धडपड थांबत नव्हती. मी एका बाजूने जोराने पेटीवर दाब देत होतो अन् पेटीचा कडकड आवाज झाला. पेटीला तडा गेल्याचे जाणवले आणि तिला फट निर्माण झाल्याचे लक्षात आले आणि मला श्वासोच्छ्वासाला हवेचा स्पर्श झाला. मी प्रथम छाती भरून श्वास घेतला.

दुसरी गोष्ट लक्षात आली की, शवपेटिकेवर माती नाही. आता मला जोर चढला. पेटीला पडलेल्या फटीवर जोर देऊन पेटी तोडायचा मी प्रयत्न करू लागलो. मला खात्री झाली होती मी पेटी तोडीन अन् पेटी तोडण्यात मी यशस्वी झालो. हाता-पायाला भरपूर खरचटले होते. मला त्याची फिकीर नव्हती. मी जिंवत बाहेर आलो याचा मला आनंद वाटत होता. माझे हात-पाय आत आखडून ठेवल्याने आकसून गेले होते. मी पेटीच्या बाहेर, जागेवर बसून राहिलो. बाहेर पाय काढून उभा राहण्याचा प्रयत्न करू लागलो तर पायाला जमीन लागेना. खाली किती खोल आहे याचा अंदाज येईना. पण बाहेर येणे जरुरीचे होते. शरीर तसेच अंधारात झोकून दिले. मी फार नाही पण थोड्याशा उंचीवरून खाली पडलो होतो. पण हे काय, मी खाली पडलो अन् माझ्याबरोबरच काहीतरी गडगडत पडले. मला काहीच दिसत नव्हते.

आता मी खाली फरशीवर उभा होतो अन् साऱ्या परिस्थितीचा अंदाज घेत होतो. हळूहळू साऱ्या गोष्टी लक्षात येऊ लागल्या. आत्यंतिक वेदनेने मी बेशुद्ध पडलो होतो. माझ्या स्थितीचा माझ्या आजारपणाच्या बाबतीत विचार करण्याच्या भानगडीत कुणीच पडलेले दिसत नाही. मी साथीने मेलो हीच भूमिका घेऊन तातडीने मला शवपेटिकेत कोंडून टाकण्यात आले. ती शवपेटिकदेखील कसली! साथीमुळे अशा शेकडो शवपेटिका लागणार, त्यामुळे हलक्या कसल्याशा लाकडाने ती ओबडधोबड बनविलेली असणार. त्याशिवाय का माझ्या हातून ती तुटणार? ते ठोकतानाही साथीच्या भीतीने जेमतेम त्यावर खिळे ठोकले असणार. जर माझ्यासारख्या कौंट घराण्याच्या माणसासाठीची शवपेटिका असती तर... तर काय त्यातच शेवटच्या घटका मोजण्यावाचून पर्याय नव्हता... त्या विचारानेच माझ्या अंगावर काटा उभा राहिला.

तरीपण प्रश्न उभा राहतोच की मी कुठे आहे? साऱ्या गोष्टी पुन्हा आठवून पाहिल्या. साऱ्या तऱ्हेने विचार केला तरी उत्तर सापडेना. पण एक लक्षात आले, हे शवागार आहे जेथे प्रेताच्या शवपेटिका कोनाड्यात ठेवल्या जातात, त्या पुरत नाहीत व अशी शवागारे मोठ्या सरदार लोकांचीच असतात. म्हणजे मी माझ्या घराण्याच्या शवागारात तर नसेन? पण कुणाला काय माहीत मी रोमानी कुळातला आहे? आले, लक्षात आले; त्या धर्मोपदेशकाजवळ मी कोण आहे ते बोललो होतो. म्हणजे माझ्या घरण्याच्या शवागारात त्यानेच तर नाही ना मला ठेवले? मी मेलो हे समजून त्याने बिचाऱ्याने त्याचे काम केले.

ते शवागार माझ्या कुटुंबासाठीच बांधलेले असणार. मला आता नीट आठवू लागले. सर्वसाधारण लोकांच्या दफनभूमीपासून दूर एका बाजूला हे शवागार आहे. मला हेही आठवतेय, माझ्या वडिलांच्या वेळेला मी येथे आलो होतो. केवढ्या शाही इतमामात ती मिरवणूक आली होती! तो प्रसंग आठवून आज माझ्या अंगावर काटा उभा राहिला. तेव्हा मी केवढासा होतो. मी माझ्या वडिलांची शवपेटिका त्यांच्यासाठी राखून ठेवलेल्या कोनाड्यात ठेवली. मी चांगलाच घाबरून गेलो होतो. ती पेटी कोनाड्यात ठेवताना मी जवळच होतो आणि त्याच वेळेस मला कुणीतरी आईची शवपेटिका दाखवली व त्यातून बाहेर आलेली मखमली कापडाची पट्टी दिसत होती. माझ्या डोळ्यांसमोर लटकणारी मखमली पट्टी आली. माझी आई डोळ्यांसमोर आली. केवढ्या तरुणपणी ती गेली. किती नाजूक अन् सुंदर होती ती! माझ्या वाचनालयात तिचा फोटो अजून टांगलेला आहे. ते सारे डोळ्यांसमोर आले. आईच्या आठवणीने मी त्या वेळी व्याकूळ झालो होतो. मला तेथे उभे राहवेना. मी तेथून सुसाट धावत सुटलो. धाडधाड जिन्याच्या पायऱ्या चढून शवागाराच्या बाहेर मोकळ्या आकाशाखाली आलो होतो.

... म्हणजे शवागाराच्या बाहेर पडायला एक जिना आहे व जिन्याच्या वरच्या पायरीशीच दार आहे. मग तो जिना आणि त्याच्या त्या पायऱ्या कुठे आहेत? शवागार दफनभूमीच्या अगदी एका टोकाला असून त्याचा रखवालदार तो या बाजूला फिरत तरी असेल काय? दुरून चर्चच्या घड्याळाचे टोले पडले. मी मोजले ते. बारा टोले पडले. बारा वाजले होते. पण ते दिवसाचे का रात्रीचे?

मी वेळेचा अंदाज घेऊ लागलो. सकाळी मी फिरायला बाहेर पडलो. सकाळी आठचा सुमार असेल जेव्हा मला गरगरल्यासारखे झाले. त्या हॉटेलसमोर त्या धर्मोपदेशकाने साधारण दुपारी ठेवले असे जरी मानले, तरी मेलो हे समजले असणार संध्याकाळी. त्या शवपेटिकेत मी बंदिस्त अवस्थेत फार काळ पडलेलो नक्कीच नसणार. म्हणजे संध्याकाळीच या शवागारात टाकले असे मानले तरी दोन-चार तासांपेक्षा मी शवपेटिकेत नसणार; म्हणजे हे रात्रीचे बारा वाजले असणार.

मी असा स्वतःशीच जमिनीवर बसून वेळेचा अंदाज करीत होतो. तोच अंधारात मला हिरवे डोळे दिसले. त्या हिरव्यागार डोळ्यांनी कोण माझ्यावर पहारा करतोय? ते घुबड होते. शवागारात घुबडाशिवाय सोबत दुसरे कोण देणार? मी पायऱ्यांच्या शोधासाठी जमिनीवर हात टेकून रांगत चाललो होतो, तोच माझ्या डोक्याभोवती पंखांचा आवाज आला. माझ्याभोवती तो पक्षी घिरट्या घालत होता. मी चारही बाजूंना हात हलवत त्या पक्ष्याशी लढू लागलो. त्याच्या पंखाचा फटका माझ्या थोबाडावर बसला. रक्त गारठून गेले होते. त्यातून मी बाहेर पडेन वाटले नाही; पण लढा देणे तेवढेच निकराचे होते. बराच वेळ हात अवतीभोवती फिरवत होतो. ते कानाजवळून घुरकन आवाज देत जात होते. त्याच्या पंखांची थप्पड तोंडाला बसल्याने मी खाली डोके घालून रांगत होतो. काय झाले, कोण जाणे; ते फडफडणे बंद पडले. ते घुबड अंधारातच कुठे पडले ते काही दिसले नाही. मी रांगत रांगत पुढे सरकत होतो.

माझ्या हाताला भिंत लागली. मी त्या भिंतीवरून हात फिरवू लागलो. मला एक फडक्याचा लोंबत असलेला तुकडा लागला. मी त्या फडक्याचा अंदाज घेत गेलो. तो एका कोनाड्यातून बाहेर आला होता. मी त्या कोनाड्यात चाचपडू लागलो तो लाकडी फळी हाताला लागली, म्हणजे ती कुणाच्या शवपेटिकेची? माझ्या वडिलांची का आईची? वडिलांच्या वेळेस आलो तेव्हा नाही का कुणीतरी मला आईची शवपेटिका दाखवली होती. त्या वेळेस त्यातून बाहेर लोंबताना ती मखमली पट्टी दिसली होती. तीच तर ही नसेल ना? मला पुनः त्या दिवशीसारखी आईची प्रतिमा डोळ्यांसमोर आली अन् मला भीतीने दरदरून घाम सुटला. मी काय करायला निघालो होतो अन् हाताला काय लागले? मी वर जाण्याच्या जिन्याची पायरी शोधत होतो. मी थकत चाललो होतो अन् माझ्या तोंडातून आवाज फुटला. "परमेश्वरा, तू कुठे असशील तेथून ये अन् मला सोडव. मला नाही सोसवत आता." मी मोठ्याने ओरडलो अन् त्या शवागारातून त्याचे विचित्र आवाज मला ऐकू आले. त्या आवाजाने मी जास्तच घाबरलो.

पण असे घाबरून जाण्याने काय फरक पडणार होता. मी स्वतःला बजावले, असे गारठून जाऊन कुणीही सोडवायला येणार नाही. तरीपण ती जिन्याची पायरी शोधायला निघायची हिंमत होत नव्हती. मी खाली गुडघ्यावर डोके ठेवून बसलो होतो. किती वेळ बसलो कळलेच नाही. बसल्या बसल्या मला डुलकी लागली की काय कोण जाणे! पण मला जाग आली ती कोकिळेच्या कुहूऽऽ कुहूऽऽ आवाजाने. मी विचार करू लागलो, हा असा कोकिळेचा गोड आवाज शवागारातून नक्कीच येत नाही. हा बाहेरून येतोय. म्हणजे शवागाराच्या जिन्याच्या वरच्या पायरीपुढील मोकळ्या जागेतून येतो आहे.

आवाजाच्या दिशेने मी रांगू लागलो. रांगत असताना हाताखालून, पायाखालून पालीसारखे प्राणी जात असलेले जाणवत होते. मला किळस वाटली. मी उभा राहून चालू लागलो. मी खुशीत होतो. बाहेर पडण्याच्या जिन्याची पायरी मला सापडणार या खुशीने मी चाललो होतो अन् खाडदिशी मला ठेच लागली. पाय गारठून गेले होते. मी पाय धरून बसलो अन् नकळत माझ्या तोंडातून हसू फुटले. कारण मी जे शोधायला निघालो होतो ते मला मिळाले होते. मी ठेच लागल्याने पाय धरून बसलो असताना मला दिसली चंद्रकिरणाची बारकी तिरीप मला दिसत होती. मी ज्याला धडकलो होतो ती जिन्याची खालची पायरी होती. त्या चंद्राच्या किरणाच्या बारक्याशा उजेडात जिना दिसत होता. बाहेर पडण्याचा मार्ग सापडला होता. पण मी विलक्षण ग्लानीने थकलो होतो. त्या पायरीवर डोके टेकून तसाच पडून कोकिळेचा आवाज ऐकत बसलो. चर्चच्या घंटेचा आवाज ऐकला. एक वाजला होता, मी तसाच पडून राहिलो.

मी तसाच काही काळ पडून होतो. सांगता येत नाही किती वेळ पडलो. मान वर करून चंद्रकिरणाची तिरीप दिसते का बघण्याचा प्रयत्न केला. चंद्रकिरण संपुष्टात आले होते. त्या जागी राखाडी रंगाचा उजेड दिसू लागला. त्यात मला तो जिना नीटसा दिसू लागला. वरच्या पायरीजवळ असलेले फाटकही दिसू लागले. मी एखाद्या वेड्यासारखा तिरिमिरीत वर गेलो. फाटकाच्या दांड्यावरून हात फिरवू लागलो. हाताला जाणवले त्याला लावलेले जाडजूड कुलूप. मी ते फाटक वेड्यासारखे जोरजोरात हलवू लागलो. मदतीसाठी एक किंकाळीही फोडली. मला फक्त माझाच आवाज ऐकू आला. आता उजेड वाढल्यामुळे मला फाटकाखालील गवत दिसू लागले. फाटकावर चढलेली कसल्याशा झाडाची फांदी लोंबकळत असलेली हाताला लागली. तसेच पलीकडील झाडाच्या फांद्यातून मला आकाशाचा तुकडाही दिसू लागला. स्फटिकासारख्या त्याच्या रंगातून सूर्योदय होत असल्याचे जाणवले. मी छाती भरून मोकळी हवा घेतली. फाटकावर आलेली ती फांदी रानटी द्राक्ष्याची होती. त्याची पाने दवबिंदूंनी भरून आली होती. ती पाने कुरतडून हावरटासारखी खाल्ली. माझा सुकलेला घसा. माझी कोरडी झालेली जीभ. काय सांगू, इतक्या दिवसांत खाल्लेल्या कुठल्याही गोष्टीपेक्षा ती रुचकर लागली. मोकळे आकाश, हिरवी झाडी, डोळ्यांना एक तऱ्हेचा गारवा देत होते. रात्रीचा कोकिळेचा आवाज आता बंद झाला होता व त्या जागी पक्ष्यांचा चिवचिवाट ऐकू येऊ लागला.

वरच्या पायरीवर मी शांतपणे बसून पेटीतून बाहेर आल्यापासून सारे काही आठवण्याचा प्रयत्न करू लागलो. वरून अंधारात खोल दडलेले शवागार दिसत होते. मी ज्या पायरीवर बसलो होतो त्या जिन्याकडे माझे सहजच लक्ष गेले आणि वरून सातव्या पायरीवर कसलीतरी पांढरी गोष्ट दिसत होती. मी पटकन खाली

उतरलो. काय आहे ते पाहू लागलो. हातात घेतल्यावर माझ्या लक्षात आले, ती एक लांबलचक मेणबत्ती होती. मेणबत्ती इथे कशी आली? अच्छा! म्हणजे कॅथॉलिक लोकांच्या प्रथेप्रमाणे प्रेतयात्रा चालली असताना क्रूस घेऊन येणाऱ्या धर्मोपदेशकाच्या मागोमाग त्याचा सहायक जळती मेणबत्ती घेऊन जातो. त्या माणसाने येथून परत जाताना हिचे काम संपले म्हणून निष्काळजीपणे ही मेणबत्ती फेकून दिलेली दिसते.

ज्या गोष्टी डोक्यात आल्या नसत्या त्या या मेणबत्तीमुळे आल्या. मेणबत्ती मिळाली अन् ती पेटवायला अगदी सहजपणे खिशात हात घातला आणि मला काडेपेटी मिळाली. नंतर माझ्या लक्षात आले, काडेपेटी खिशात कशी! अन् मी ती खिशात असेल या भरवशाने खिशात हात कसा घातला? मी सहज घातला तो सिगारेट पेटवण्याच्या वेळीस ज्या सहजतेने हात घातला होता तसा- पण मग मी विचार करू लागलो, मला पुरण्यापूर्वी माझे कपडे बदलले नाही काय? होय, सकाळी फिरायला जाताना माझ्या अंगावर जे कपडे होते तेच आता माझ्या अंगावर आहेत. माझी चांदीची सिगारेट पेटी? त्या धर्मोपदेशकाने ती काढून माझ्या घरी भीतीने पोहोचती केली असावी. मी साथीने मेलो. मला घरी न नेता मी होतो तसाच घाईघाईने मला पुरण्यात आले. माझे पैशाचे पाकीट, किल्ल्याचा जुडगा सगळे जसेच्या तसे होते. फक्त चांदीची सिगारेट पेटी व किमती सोन्याचे घड्याळ नव्हते. धर्मोपदेशकाने किमती वस्तू घरी पोहोचत्या केल्या असाव्यात.

मी काडेपेटीच्या साहाय्याने मेणबत्ती पेटवली. सूर्य अजून उगवला नव्हता. दिवस फटफटीत उजाडल्यावर मदतीसाठी वरच्या पायरीवरून आरोळी मारावी असा विचार मनात आला असतानाच मनात विचार आला, मेणबत्तीच्या साहाय्याने खालचे शवागार, ज्या शवपेटीतून मला आणले ते सारे पाहून येऊ या, शवागार कसे आहे तेही पाहू या. आणि मी त्या पेटत्या मेणबत्तीच्या साह्याने जिन्याच्या पायऱ्या उतरू लागलो.

चार

मी ती पेटती मेणबत्ती घेऊन निघालो होतो. ज्या भयाण अंधाऱ्या शवागृहात जागा झालो तिथे जायला निघालो. पालीसारखे असंख्य प्राणी सरपटत पायाखालून वळवळत चालले होते. कसल्या-कसल्या प्रकाराचे विचित्र आणि किळसवाणे प्राणी त्या मृतात्म्यांना सोबत देतात! पण आता माझी भीती त्या हातातल्या मेणबत्तीमुळे कुठल्या कुठे पळून गेली होती. मी पुढे पुढे जात असताना माझ्या लक्षात आले की, ते शवागार चौकोनी आकाराचे एका मोठ्या खोलीसारखे आहे. बाजूच्या भिंती उंच असून त्यांना मध्ये मध्ये कोनाडे केले हाते. ज्यात मृत व्यक्तीच्या शवपेटिका एकावर एक रॅकसारख्या ठेवलेल्या होत्या. त्या सर्व आमच्या रोमानी कुटुंबातील मृत व्यक्तींच्या शवपेटिका होत्या. मी मेणबत्ती उंच धरून बघू लागलो. मी शोधत होतो ते मला गवसले होते.

जमिनीपासून सुमारे पाच फुटांवरच्या त्या कोनाड्यात मोडतोड झालेली ती शवपेटिका दिसत होती. मी पुढे सरकून डोकावून पाहत होतो.

ती पेटी म्हणजे, मोडतोड झालेली लाकडाची वस्तू होती. तिची कारागिरीही भव्य दिव्य होती! त्या पेटीवर माझे नाव व मृत्यू दिनांक १५ ऑगस्ट १८८४ असे होते. माझा जन्मदिनांक त्यांना मिळालेला दिसला नाही. पेटीच्या बुडाला क्रूस पडलेला दिसत होता. तो धर्मोपदेशक त्या अवस्थेतही त्याचे काम करायला चुकला नाही. मी तो क्रूस हातात घेऊन त्याचे चुंबन घेतले व माझ्या खिशात ठेवला. बाहेर पडल्यावर तो क्रूस त्याला परत करून माझी सर्व हकिकत सांगायचे मी ठरवले.

मी माझ्या वडिलांची शवपेटिका पाहू लागलो. वरच्या बाजूला एका कोनाड्यात ती ठेवलेली होती. ती एक ओक झाडाच्या लाकडाची बनवलेली असून त्याच्यावरती त्यांच्या नावाशेजारी रोमानी कुटुंबाची मुद्रा होती. त्याच्यावरच्या कोनाड्यात माझ्या आईची शवपेटिका होती. तरुणपणीच ती वारली. तिची मुद्रा अजून मला आठवतेय. तिचे ते काळेभोर केस व ते निरागस हास्य. तिचा तो नुकत्याच उमललेल्या जास्वंदीसारखा चेहरा. अन्... अन् त्या सौंदर्याचे कशात रूपांतर झाले. शहारून आले मन... आणि मी माझ्या आई-वडिलांच्या त्या शवपेटिकांसमोर नतमस्तक होऊन त्यांच्या आशीर्वादासाठी खाली वाकलो.

मी खाली वाकलो अन् त्या मेणबत्तीच्या उजेडात मला काहीतरी चकाकताना दिसले. मी जवळ जाऊन निरखून पाहू लागलो तर ते गळ्यात घालायचे मोठाल्या मोत्यांचे पेंडंट असून, त्याचे पदक गोल, मोठ्या थोरल्या मोत्याभोवती माणकाचे गोल कडे असलेले होते. ते कोठून आले याचा शोध घेऊ लागल्यावर खाली पडलेली शवपेटिका दिसली. ती अशी अचानक कोनाड्यातून कसल्याशा धक्क्याने धाडकन पडलेली असावी असे जाणवले, कारण त्याच्याभोवती भिंतीतून सुटलेल्या दगड-विटांची लहानशी रास पडली होती. ती रास अगदी माझी शवपेटिका होती त्याच्या खालीच होती. तसेच ती शवपेटिका एका बाजूला कलंडलेल्या अर्धवट उघड्या अवस्थेत पडली होती. माझ्या लक्षात लगेच आले की, मी अंधारातून खाली उडी मारताना काहीतरी गडगडताना जे जाणवले ते हेच होते तर.

मी त्या मेणबत्तीच्या उजेडात ती शवपेटिका निरखू लागलो. ती शवपेटिका चांगली सात फूट लांबीची व त्याच प्रमाणात रुंद होती. माझ्या धक्क्यामुळे ती खाली पडली व त्याच्या वजनाने भिंतीचा तो भाग निखळला होता. मला समजेना, माझ्या पूर्वजांपैकी कुणा या अजस्र माणसाला मी तेथे निवांत पडलेला असताना पाडले? मेल्यावर त्याच्या गळ्यात ठेवलेली तर ही माळ नसेल ना?

माझी उत्सुकता वाढली. मी जवळ जाऊन त्या शवपेटिकेचे निरीक्षण करू लागलो. त्या पेटीवर नाव, गाव काही एक नव्हते. पण एक गोष्ट दिसत होती. त्यावर ओबड-धोबडपणे एका खंजिराचे चित्र रंगवले होते.. माझी उत्सुकता अधिकच वाढली. मी हातातली मेणबत्ती तेथल्याच एका कोनाड्यात ठेवून त्याच्या शेजारी ते पेंडंट ठेवले व पेटी उघण्याची खटपट करू लागलो. पेटी एका बाजूवर पडली असून तिची वरची बाजू तुटली होती. त्याची मला जाणीव होती. मी त्यात हात घालून दोन्ही हातांनी ती पेटी तोडून उघडायचा प्रयत्न करू लागलो. हा प्रयत्न करत असताना त्या तुटलेल्या जागेतून एक छोटी पिशवी खाली पडली. मी ती पिशवी उघडून पाहिले असता त्यात सोन्याच्या चिपा दिसल्या. माझी उत्सुकता आणखीच वाढली. तेथे पडलेला एक अणकुचीदार दगड घेतला आणि त्याने ती पेटी उघडण्याचा प्रयत्न केला. बरीच ठाकठोक केल्यावर तिचे झाकण एकदाचे उघडले गेले.

शवपेटिकेचे झाकण उघडले अन् माझ्या नशिबाचेही. ती पेटी उघडताना मी कल्पना केली होती की, त शवपेटिकेत कुजून शुष्क झालेली हाडे दिसतील, डोळ्याच्या जागी रिकामी भोके असलेली माणसाची कवटी दिसेल! पण जे दिसले ते भलतेच! एखाद्या राजाला हेवा वाटावा एवढा, मोजता येणार नाही असा खजिना त्यात दाटीवाटीने भरून ठेवलेला दिसला. त्या शवपेटिकेतून बाहेर पडलेल्या पिशवीसारख्या कित्येक पिशव्या दाटीवाटीने ठेवलेल्या दिसल्या. त्यांपैकी काही

सोन्याच्या नाण्यांनी भरलेल्या होत्या. तर उरलेल्या सोन्या- मोत्यांच्या दागिन्यांनी भरलेल्या होत्या. ते दागिनेही मोती-माणकांचे सोन्यामध्ये मढवलेले होते. त्या खाली सिल्क व मखमलीच्या कापडाचे तागे होते. त्यास वाळवी लागू नये म्हणून ठेवलेल्या कापूर, उदाचा वास येत होता आणि त्या सर्वांच्या खाली चवडीच्या चवडीत रचून ठेवलेल्या कोऱ्या करकरीत कोट्यावधी रकमेच्या चलनी नोटा होत्या. हा सारा खजिना आता माझा माझ्या एकट्याचा होता.

पण... परत हे सारे माझ्या घराण्याच्या शवागृहात कसे आले? मी विचार करू लागलो अन् माझ्या प्रश्नाचे उत्तर लगेच माझ्या लक्षात आले. खरे पाहता, त्या भल्या मोठ्या शवपेटिकेवर ती खंजिराची प्रतिकृती पाहिल्यावरच माझ्या लक्षात यायला हवे होते. ते बोधचिन्ह होते. शेजारच्या बेटावर धुमाकूळ घालणाऱ्या कुप्रसिद्ध कार्मेलो नेरी या दरोडेखोराचे. 'कार्मेलो, तुला वाटले असले की, शवागारात ठेवलेल्या तुझ्या खजिन्याचा पत्ता कुणाला लागणार नाही म्हणून अगदी त्या शवागृहात प्रेताच्या सान्निध्यात तू आपला खजिना इथे ठेवला. लेकिन हम तुम्हारे बाप निकले.' मी डोळ्यांसमोर ते दृश्य आणू लागलो. त्या नेरीच्या सहकाऱ्यांनी अत्यंत दुःखद अंतःकरणाने ही शवपेटिका पालेर्मो बेटावरून नेपल्सच्या उपसागरात आणली असणार. पण आत कशी आणली असणार?

हा मी विचार करीत होतो. त्याच वेळेस मी त्या कोनाड्यात ठेवलेली मेणबत्ती फडफडू लागली. तिला कुठून तरी वारा लागत असावा अन् ती मेणबत्ती विझली. मी ती पुन्हा पेटविली. पण ती पुन्हा विझली. म्हणून वारा कुठून येतो हे पाहण्यासाठी मेणबत्ती मागे हात घातला. माझी दोन बोटे आत जाऊ शकतील एवढे भगदाड होते. म्हणून वाकून भगदाड पाहू लागलो तर पलीकडचा चांगला उजेड दिसत होता. मेणबत्तीच्या उजेडात दिसून आले की, भिंतीचे चार दगड काढले होते व त्या जागी लाकडाची ओंडकी बसविली होती. ओंडकी ढिलीच बसविलेली असल्याने जरा हलविल्याने सुटून बाहेर आली. मी एका पाठोपाठ सर्व ओंडकी बाजूला काढून ठेवल्यावर दिसून आले की, आख्खा एक माणूस रांगत बाहेर जाऊ शकेल. मला बाहेर जाण्याचा रस्ता मिळाला आणि मी बाहेर पोहोचलोही. मी बाहेर आलो. मोकळ्या आकाशखाली उभा होतो. माझ्यासमोर निळाभोर नेपल्सचा उपसागर दिसत होता.

माझ्या शवागारात घुसण्याचा प्रयोग कार्मेलो नेरीचाच असणार, यात शंकाच नव्हती. तो दरोडेखोर होता. पण त्याने मला काय दिले नाही? एवढा मोठा खजिना व त्याबरोबर त्या शवागारातून सुटण्याचा रस्ताही दाखवला. माझी मुक्तता केली. एका अर्थाने तो बाहेरच्या जगात दरोडेखोर होता तरी माझ्यासाठी देवदूतच होता. शासनाने त्याच्या डोक्यावर केवढे मोठे बक्षीस लावले असणार? नाही, मी त्याचा ठावठिकाणी मला माहीत झाला तरी सांगणार नाही.

मी विचार करीत होतो, मी एवढा खजिना घेऊन गेल्यावर माझी नीना माझ्यावर केवढी खूश होईल. माझ्या छातीवर डोके ठेवून माझ्या अंगावर पडली असताना तिच्या केसातून हात फिरवित मी माझ्या पुनर्जन्माची हकिकत सांगत असता ती केवढी खूश होऊन जाईल. तिची खुशी तिच्या डोळ्यांतून पाझरताना पाहताना मला ती खुशी पुनःपुन्हा मला माझ्या ओठांनी टिपून घ्यावीशी वाटणार! ती छोटी स्टेला- तिला मी झाडाला दोर बांधून झोका देताना भिऊन रडू लागेल. तिला मग छातीशी धरून मी शांत करेन अन् माझा मित्र फेरारी- त्याचा हात हातात घेऊन निःशब्दपणे माझ्या भेटीचा त्याला झालेला आनंद मी अनुभवत राहीन.

पाच

नीना आणि स्टेला बरोबरच्या सहवासक्षणांबाबतची दिवास्वप्ने पाहात असतानाच दीर्घ श्वास घेऊन मी छातीत मोकळी हवा घेतली व त्या शवागारात आल्या मार्गाने पुन्हा एकदा आत शिरलो. आत शिरल्यावर पहिल्यांदा मी महत्त्वाचे काम केले. ते म्हणजे, त्या शवपेटिकेतील तो सर्व खजिना आत व्यवस्थित लावून ठेवला. अर्थात, ते करताना मला ताबडतोबीच्या जरुरीसाठी चामड्याच्या दोन पिशव्या- एक सोन्याच्या नाण्याची आणि दुसरी हिऱ्या-मोत्यांच्या दागिन्यांची- माझ्याबरोबर घेतल्या. मी शवपेटिका उघडताना एवढी काही तुटली नव्हती. मी त्याचे झाकण पुन्हा ठोकून-ठोकून घट्ट बसविले. मग ती पेटी ओढत नेऊन अंधारात दूर एका कोपऱ्यात ठेवून दिली व त्यावर तीन मोठाले दगड ठेवले. त्या घेतलेल्या पिशव्या माझ्या पाटलोणीच्या खिशात ठेवून दिल्या. माझ्या खिशातले ते पहिले पैशाचे पाकीट पाहिले. २५-३० फ्रँक्स आणि काही चांदीची नाणी होती. बऱ्यापैकी कपडे घेण्यास तेवढे पैसे पुरे होते. मोत्याचे ते पेंडंट गळ्यात अडकवले. माझ्या नीनाला ती माझी पहिली भेट असेल.

पुन्हा एकदा त्या भोकातून उडी मारून बाहेर आलो. बाहेर आल्यावर ते लाकडाचे ओंडके आणि त्या फळकुट्या जशाच्या तशा ठेवून जरा दूर जाऊन पाहिले. त्या नेरीच्या हरामखोर लोकांनी व्यवस्थित काम केले होते. वरून रंगरंगोटी इतकी व्यवस्थित केली होती की, जवळून पाहिले तरी कुणाला कसली शंका येऊ नये.

आता मला शक्य तितक्या लवकर जाणे आवश्यक होते. पण त्यापूर्वी कुठल्याशा तयार कपड्याच्या दुकानात जाऊन चांगलेसे कपडे घेणे आवश्यक होते. परंपरेप्रमाणेच नेपल्सची सर्वसामान्यांसाठीची दफनभूमी गावाच्या एका टोकाला होता. दिवस पूर्ण उजाडला होता. पायाला आता उन्हाचे चटके बसू लागले होते. माझ्या डोक्यावर हॅट वैगरे काही नव्हती. पण मला कशाचीच पर्वा नव्हती. मला माझ्या नीनाकडे जाण्याचे वेध लागले होते. मला प्रचंड थकवा जाणवत होता. मधूनच मला थंडीची शिरशिरी येत होती. पण मी तिकडे लक्ष दिले नाही. फार

मोठ्या आजारपणातून उठल्यावर इतका थकवा येणारच असे मानून तिकडे मी लक्ष दिले नाही. घरी गेल्यावर नीनाच्या प्रेमळ शुश्रूषेने सारे ठीक होईल, अशी माझी भावना होती.

उंच पठारावर उभा राहून मी अवतीभोवतीचे निरीक्षण केले. समोरून येणारा रस्ता नेपल्सच्या उपनगरामार्गे मुख्य शहरात जात होता. मी त्या रस्त्याने जात होतो. पुढे काही अंतर गेल्यावर मला द्राक्षाची गाडी दिसली. गाडी सावलीला लावून गाडीवाला डुलकी घेत होता. घोडा मान वर करून झाडाची पाने खात होता. मला भूकही छान लागली होती आणि द्राक्षेही खायचा मोह व्हावा अशी छान टपोरी होती. मी गाडीवाल्याला हलवून जागे केले आणि द्राक्षे देण्याबद्दल विनंती केली. त्याने डोळे उघडून माझ्याकडे पाहिले आणि भूत वगैरे पाहावे तसे माझ्याकडे पाहू लागला. तो तसाच निघून जाण्याच्या इराद्यात होता. मी त्याचा हात पकडून त्याच्या हातावर काही पैसे ठेवून द्राक्षे देण्याबद्दल पुन्हा विनंती केली. त्याने माझ्या हातात घड ठेवले अन् घोड्याचा लगाम ओढून जीवाच्या आकांताने पळत सुटला. असे तो का वागला, मला समजले नाही.

मी तसाच रेंगाळत द्राक्षे खात खात चाललो होतो. शहराच्या जवळ मी आलो असेन, कारण रस्त्यावर वर्दळ वाढली होती. पण कुणाचेच माझ्याकडे लक्ष नव्हते. बाजार, दुकाने लागली नव्हती. बाजूच्या वळणावर दुकाने आहेत हे जाणवले म्हणून तेथून वळून आत गेलो. दुकाने होती. पण कसली ती वस्ती आणि कसली ती दुकाने! कारण त्या सगळ्या वस्तीवर कळकट वातावरण पसरल्याचे जाणवत होते. जी दुकाने होती ती सारी जुना माल विकणारी होती. नवा माल विकणारी दुकाने तेथे नव्हतीच. तेथे विकायला ठेवलेल्या मालावरून तर माझ्या लक्षात आले, समुद्रावरून परक्या देशातून आलेले खलाशी देशो-देशी त्यांनी जमा केलेला माल तेथे विकून पैसा जमा करून शहरात जाऊन त्या पैशाने गावात खरेदी वगैरे करत. त्यांच्याकडून घेतलेला माल दुकानांमधील शोकेसेसमध्ये लावलेला दिसत होता. मला त्याचे काहीच सोयरसुतक नव्हते. मी दुसरेच दुकान शोधत होतो. अखेरीस ते दुकान सापडले. त्या दुकानाचा मालक एक अस्सल नेपल्सवासी असावा. तोंडावर वयोमानाने खूप नांगरट झालेली दिसत होती. तपकिरी रंगाची कातडी, कोरडी, शुष्क पडलेली दिसत होती. निःस्तब्धपणे आकाशाकडे पाहत तो चिरूट ओढत होता. जिंवतपणाचे एकच लक्षण दिसत होते, ते म्हणजे त्याचे लुकलुकणारे डोळे. माझ्याकडे पाहण्याची त्याला गरजच भासत नव्हती. मी जवळ जाऊन त्याला त्याच्या तंद्रीतून जागे केले. तेव्हा कोठे त्याची नजर माझ्याकडे वळली.

"मी पायी फिरणारा मुसाफिर आहे. मी दुसऱ्या देशातून पायी चालत-चालत आलो आहे. रस्त्यात अपघात झाल्याने अंगावरचे कपडे फेकून द्यावे लागले. मला

बऱ्यापैकी एखादा सूट दाखवाल का? सूट कसा असावा त्याबद्दल मी फारसा आग्रही नाही.'' मी त्याला सांगू लागलो. त्या माणसाने तोंडातला पाईप काढला अन् माझ्याकडे निरखून पाहत तो एवढेच बोलला,

"तू साथीच्या रोगाला घाबरतोस काय?'' त्याने असे का विचारावे मला समजलेच नाही.

"मी आत्ताच त्या साथीच्या रोगातून बरा होऊन बाहेर आलो आहे. '' मी उद्गारलो.

माझ्याकडे पुन्हा आपादमस्तक निरखून बघत जोराने हसला. "वाहऽऽ वाहऽऽ आहे माझ्यासारखा कोणीतरी जो साथीच्या रोगाला घाबरत नाही. आपण घाबरत नाही रोगाला. त्या रोगावर उलट मी खूशच आहे. त्या कृपाळू परमेश्वराने या नेपल्स शहरात रोगाची एक चांगली साथ सुरू केली आहे. त्यामुळे आपल्यासारख्या निर्भय लोकांचा चांगलाच फायदा झाला. कसे ते तुझ्या लक्षात नाही आले? अरे, त्या रोगाने मेलेल्या मढ्यावरचे कपडे त्याचे नातेवाईक कवडीमोलाने मला विकतात, काही रस्त्यावरच ते फेकून देतात. मी ते जमा करतो व तुझ्यासारख्या गरजूंना विकतो.'' तो सांगत होता.

"मला फालतू बडबड नको. माझ्या मापाचा बऱ्यापैकी सूट दाखविता की पुढे जाऊ?''

तो चांगला जख्खड म्हातारा असल्याचे जाणवले. कारण उठता बसता त्याला चांगलाच त्रास होत होता. त्याला गिऱ्हाईक सोडायचे नव्हते. "असे काय म्हणता राव, दुकान कशासाठी टाकले आहे? या. असे आत या.'' तो म्हणाला. मी त्या अंधाऱ्या चिंचोळ्या दुकानात शिरलो.

"हा पाहा एका इंग्लिश माणसाचा सूट. मोठा हट्टाकट्टा माणूस होता. गेला बिचारा त्या रोगाने. मला तीन फ्रँक्सना मिळाला, तुम्हाला सहा फ्रँक्सना विकतोय, तेवढा तर फायदा माझ्यासारख्या गरिबाला मिळायला पाहिजे का नाही?'' मी तो सूट बाजूला सारला. अन् म्हटले,

"एखाद्या सर्कशीतल्या जोकरचा कुडता घेईन. मला तो सूट आवडला नव्हता, म्हणून नाही म्हणायचे होते. मी काहीतरी बोलायचे म्हणून बोललो. काही विशेष अर्थाने मी बोललो नव्हतो.''

"छान, छान! वय झाले तरी विनोदी वृत्ती तरुणासारखीच आहे. मला फार आवडले तुमचे म्हणणे. अहो, साथ आहे. लोक मरताहेत म्हणून काय माणसाने हसणे थांबवावे. मृत्यूदेखील हसतो. मी तुम्हाला विचारतो,

"तुम्ही माणसाची कवटी कधी पाहिली आहे? नीट पाहिली तर ती कायम हसताना दिसेल तुम्हाला.'' असे म्हणत त्याने कपड्याच्या ढिगाऱ्यात हात घातला.

मी बाजूला उभा राहून पाहत होतो; पण डोक्यात वळवळ चालू होती. त्याने मला 'वय झाले तरी,' असे का म्हणावे? त्याला नक्की म्हणायचे तरी काय होते? त्याची बडबड चालूच होती. माझ्याकडे पाहत तो म्हणाला,

"साथीबद्दल म्हणायचे झाल्यास मघाशी मी म्हणालो ना की, साथ सुरू करून परमेश्वराने माझ्यासारख्यावर उपकारच केले. पण तुम्हाला सांगतो- काही काही वेळा त्या देवाच्या हातून चूकही घडते. आता कालचेच पाहा ना, आमच्या येथल्या एका श्रीमंत माणसाला उचलला साथीने. छान शूर आणि बळकट होता हो. सकाळी आजारी पडला आणि संध्याकाळी गेला त्याच्या घराण्याच्या शवागारात. मला जेव्हा कळले तेव्हा मी परमेश्वराला म्हटलेही, 'गड्या तुझे चुकलेच.' अहो, कौंट फॅबिओ रोमानीसारख्याला देवाने नेणे चुकलेच नाही का?"

मी चमकलोच. एकामागून एक धक्के खात होतो. पण हे सारे काय प्रकरण आहे हे समजलेच पाहिजे. मी समोर फॅबिओ रोमानी उभा असून मला तो अजिबात ओळखू शकत नाही, हे कसे? स्वतःला सावरून घेत मी पण माझा सूर त्यांच्या सुरात मिळवून म्हटले,

"खरे आहे तुमचे म्हणणे. एखाद्या सामान्य माणसासारखा तो मरायला नको होता."

तो एकदम त्याच्या बैठकीवरून उठून उभा राहून हातवारे करीत बोलू लागला,

"तुम्ही बाहेरचे आहात, नेपल्सवासी नाहीत. तुम्हाला काय माहीत फॅबिओ रोमानी काय चीज होती! तो खरंच मरायला नको होता. तो हुशार आणि शूरपण होता. त्याने दानधर्मावर लक्षावधी फ्रॅंक्स खर्च केले. मी त्याला वरवचेवर बघत आलो आहे. त्याला आणि त्याच्या बायकोलाही."

माझ्या लाडक्या नीनाचा उल्लेख त्याच्या तोंडून निघाल्याबरोबर त्याचा चेहरा नुसता रुक्ष नाही झाला तर त्यावर क्रौर्याचेही भाव दिसायला लागले. तो पुढे बोलू लागला,

"ती त्याची बायको! पांढरी पाल आहे पांढरी पाल. मी दोघांना बग्गीतून जाताना कैक वेळा पाहिले आहे. खरंच सांगतो मी तुम्हाला, त्याची जर इच्छा असती तिला मारायची तर मी त्याला मदत केली असती. एवढी ती दुष्ट आहे. पण नशीब तिचं. देवानं त्याला नेलं व तिला ठेवलं. मला सांगा, एवढं ऐकल्यावर तुम्हाला वाटेल देव काही वेळा चुकतोच नाही का?"

मला समजेना, हा माझ्या बायकोचा एवढा राग का करतो? असते काही लोकांना खोड. त्यांना सुंदर बायकांचा कारण नसताना राग असतो. पण एवढा! शिवाय मला कैक वेळा पाहूनही मी समोर उभा असताना तो मला ओळखत नाही, हे कसे?

मी त्याला मुद्दाम विचारले,

"कौंट रोमानी होते तरी कसे? सुंदर होते दिसायला? उंच होते का बुटके? रंगाने कसे होते? काळे, सावळे का गोरे?"

आपले कपाळावरचे केस मागे सारत तो म्हणाला,

"सुंदर.... अहो, बघत राहावा असा होता तो. उंची... उंची अगदी तुमच्यासारखीच आणि डोळे मोठे आणि समोरच्या माणसावर छाप पडेल असे होते. तुमचे डोळे वयोमानाने निस्तेज आणि मलूल झाले आहेत. तुमचा चेहरा आजारपणातून उठल्यासारखा फिका पडला आहे. त्याचा चेहरा गोल लालबुंद आणि तुकतुकीत होता. केस कसे काळेभोर आणि मऊशार अगदी तुमच्या विरुद्ध म्हणजे? तुमचे पांढरेशुभ्र जणू चंदेरी मुकुटच." तो बोलला.

शेवटचे शब्द माझ्या डोक्यात कुणी दगड हाणल्यासारखे लागले. जणू तो काही ४८० व्होल्टस्‌चा शॉक होता मला. म्हणजे मी एवढा बदललो आहे? त्या रात्रीच्या त्या शवागारातील भयंकर परिस्थितीतून गेल्याने माझ्या शरीरावर एवढे भयानक परिणाम व्हावे की मला कोणी ओळखू नये! माझे पांढरेशुभ्र केस! कुणाला खरे वाटणेही कठीण आणि माझी नीना? ती पण कदाचित मला ओळखणार नाही. मला माझी ओळख पटवून द्यावी लागणार? हाय रे रामा! अर्थात पटवून देणे फारसे कठीण जाणार नाही. पण काय ही परिस्थिती यावी माझ्यावर?

मी विचारात असताना त्या म्हाताऱ्याची बडबड चालूच होती. तो पुढे बोलत राहिला,

"इतका बळकट होता की, तुम्हाला सांगतो त्याने आपला अंगठा आणि पाहिल्या बोटात त्या सुंदर बायकोचा गळा पडकला असता तरी दोन मिनिटांत तिचा निकाल लावला असता. त्याने असेच करायला हवे होते. तो जिंवत असता तर त्याने हे नक्कीच केले असते."

माझ्या बायकोविषयी एवढे निर्घृण वक्तव्य ऐकायला मला जड जात होते. दोन्ही हातांनी त्याचाच गळा घोटावा असे मला वाटू लागले. मोठ्या मुश्किलीने स्वतःला सांभाळत मी त्याला विचारले,

"मला समजले नाही तुम्हाला कौंटेस रोमानीचा एवढा राग का? तिचा तुम्हाला काही वाईट अनुभव आला का? तिने तुम्हाला काही त्रास दिला का?" "म्हणता काय, तिने माझे काय वाकडे केले आहे. तिने माझे काही वाकडे केले नाही. फक्त एक झाले होते, तिच्या गाडीने एकदा मला जवळजवळ उडवलेच असते. नशीब माझे, मी थोडक्यात वाचलो अन् बाजूला पडलो. त्याबद्दल दिलगिरी दाखवण्याऐवजी त्यावर ती हसली. अतिशय गोड हसली. तिची ती लालचुटूक एवढीशी जिवणी उघडून गोड दंतकळ्या दाखवत मोठी गोड हसली. मी उठता उठता ते हसणे

पाहिले आणि मी चमकलोच. ते हसणे अगदी तिच्यासारखेच होते. एवढीशी लालचुटूक जिवणी. हसल्यावर विलग होणारे ते ओठ अन् त्यातून डोकावणारी पांढरीशुभ्र दंतपक्ती सारी काही तसेच.''

"तिच्यासारखे म्हणजे कुणासारखे?''

"ती म्हणजे माझी बायको. देवाने केवढी मेहनत घेतली असेल तिला घडवायला! महाशय मी लग्न केले ते अशा बायकोबरोबर जी सकाळच्या दवबिंदूसारखी नाजूक होती. तिचे डोळे, ओठांचा चंबू करून ती जेव्हा चुंबनाची अपेक्षा करी तेव्हा ते डोळे एखाद्या बाळासारखे निरागस वाटत... महाशय तुम्हाला सांगतो, काही कारणास्तव मी बाहेरगावी गेलो होतो. परंतु येऊन पाहतो तर ती एका परक्याच्या मिठीत. चक्क मी पाहिले ते. काय वाटले असेल मला तेव्हा... तिचे ते लहान बाळासारखे निरागस डोळे, ती लाचुटूक जिवणी... त्या जिवणीतून पाझरणारे ते हास्य... सारे काही त्याच्यासाठी होते ते. मी त्या माणसावर तुटून पडलो. खूप बडवला त्याला. नंतर मी त्याचे हात-पाय बांधून त्याला बाजूला बसवले अन् म्हटले, तिनेच तुला फितवले असणार. तिने तुला पेटविले नसते तर काय तुझी हिंमत झाली असती तिच्यापर्यंत पोहोचण्याची. थांब तुला दाखवितो.'' असे म्हणून माझ्याजवळचा एक चकचकीत सुरा काढला आणि तिच्या स्फटिकासारख्या पांढऱ्याशुभ्र शरीरात खुपसला. तिची ती गोरीपान काया लाल रक्तात न्हाऊन बाजूला पडली. मी त्याचे हात-पाय सोडून त्याला मोकळे केले. त्याला त्याचे त्याच्या प्रेमाचे प्रतीक म्हणून तो सुरा बक्षीस दिला आणि म्हटले, 'आज जसे तिने मला फसविले तशी ती उद्या तुझ्याशीही वागली असती. आभार मान माझे, तुला त्या दुःखातून वाचवले.' तो त्या प्रकाराने वेडा झाला. धावत जाऊन त्याने पोलिसांना बोलावले. मला अटक झाली, केस चालली. रागाच्या भरात केलेल्या गुन्ह्याबद्दल मला न्यायाधीशाने शिक्षेत सूट दिली. त्यालाही त्याची बायको असेल ना? त्याच्याही गाठीशी असा काही अनुभव असेलच! हाऽऽ हाऽऽ हाऽऽ भल्या माणसा, समजले आता मी कौंटेस रोमानीचा एवढा राग का करतो ते. अगदी तेच ते गोड हास्य आणि निरागस बाळासारखे निष्पाप डोळे. आज मी तिच्या आठवणीने जास्तच खवळून उठतोय. कारण तिला जिवंत ठेवून परमेश्वराने त्याला बिचाऱ्याला नेले.''

त्यानंतर त्याने माझ्याकडे वळून बघितले आणि मला विचारले,

"काय गड्या, कसं वाटलं तुम्हाला माझं सूडनाट्य? तुम्हाला नाही वाटत तिला अशीच शिक्षा द्यायला हवी होती?''

"मला असे वाटते, तिला जी शिक्षा मिळाली ती योग्यच होती असेच मी म्हणेन, पण त्यासाठी तुझ्यासारख्या थंड डोक्याच्या मारेकऱ्याचे मी कौतुक नाही करू शकत.''

"मी तिचा खुनी! हाऽऽ हाऽऽ! मी तिचा खुनी का ती माझी खुनी? मी जेव्हा तिला त्या अवस्थेत पाहिली तेव्हाच तिने माझा खरा खून केला होता. तेव्हाच माझा मुडदा पाडला होता. महाशय, नंतर जे काही झाले ते माझ्यात निर्माण झालेल्या सैतानाने केले. तो सैतान अजून माझ्यात वळवळतोय. रोज मी तिची प्रतिमा पाहतोय; रोज मी ते दृश्य पाहतोय, अगदी जणू समोर घडतेय असे आणि मी नंतर रात्री झोपू शकत नाही. तिची स्मृती मला झोपू देत नाही. माझ्यात असलेल्या सैतानामुळे माझी मृत्यूची भीती गेली आणि म्हणूनच मला साथीचीही भीती वाटत नाही. सांगा सांगा, खरा खुनी कोण आहे? अरे हो. मी स्वतःशीच असे बोलत असताना विसरूनच गेलो. तुम्हाला एक सूट हवाय नाही?"

मी त्या बिचाऱ्याबद्दल विचार करीत होतो, दैवाने केवढा आघात त्याच्यावर केलाय! असा वेडापिसा तो नाही झाला तर नवल. साहजिकच त्याला समस्त स्त्री वर्गाबद्दल, त्यातल्या त्यात सुंदर स्त्रियांबद्दल घृणा वाटू लागली तर त्याचे काय चुकले? तो नीनाबद्दल काय म्हणतोय? तिच्या घोडागाडीचा तो घडलेला अपघात! त्याबद्दल ती आपल्यापाशी कधीच कशी बोलली नाही? तो म्हणतेय ते खरे असल्यास तिने खाली उतरून त्याची चौकशी करायला नको होती?तो पडल्याने त्याला लागले का वगैरे पाहून त्याला वैद्यकीय मदत पाहिजे का वगैरे पाहायला नको होते? तशीच ती हसत गेली? एवढी क्रूर माझी नीना? मी कल्पनाच करू नाही शकलो. मग त्याने तिचा धिक्कार केला तर त्याचे काय चुकले?'

" हा हा! सापडला सापडला! हा पाहा समुद्रावर सतत सहल करणाऱ्या खलाशाचा ड्रेस पहा. तो त्याचा कमरेचा लावायचा पट्टा आणि ही त्याची टोपी. पहा कसा वाटतोय ते." त्याने तो अंगरखा माझ्यासमोर उलगडून दाखविला. "ज्याने तो घातला होता तो तुमच्याच अंगापिंडाचा होता आणि हो, साथीने मेलेला नाही." त्याच्या अंगरख्याविषयी तो भरभरून बोलत होता.

"काय या खलाशानेही आपल्या बायकोला मारले?"

"छे छे! घाबरट होता लेकाचा. त्याच्या बायकोने त्याला फसविले. याने देशोदेशाहून फिरून आणलेले पैसे, दागदागिने तिला दिले आणि तिने आपल्या प्रियकराच्या साहाय्याने याला घरातून हाकलून दिले. याने बिचाऱ्याने समुद्रात खोल जाऊन जीव दिला."

"पण हा तर खलाशी ना, मग तो बुडला कसा?"

"खोल समुद्रात गेला. बोटीवरून उडी मारली आणि हात-पाय न हलवता तळ गाठला. दोन दिवसांनी प्रेत किनाऱ्यावर आले. त्या वेळी गर्दीत मी पण होतो. मी तो दोन फ्रँक्सला घेतला, तुम्हाला चार फँक्सला विकतोय."

"आणि ती मुलगी?"

“ती या मूर्खाचा कशाला विचार करेल? कपडे बदलावे तसे ती दर आठवड्याला प्रियकर बदलतेय!”

“हो. त्या खलाशाचा ड्रेस मला चालेल. हे घ्या चाराच्या ऐवजी सहा फ्रँक्स. पण माझं एक काम करा. मला कपडे बदलायची सोयीस्कर जागा दाखवाल?” मी हे अंगातले कपडे बदलीन म्हणतोय.

“निश्चितच. या असे कपड्यांच्या ढिगाऱ्याच्या बाजूने या. ”असे म्हणत स्वतः कपड्यांच्या ढिगाऱ्यावरून उड्या मारत एका बंदिस्त दरवाजापाशी तो आला. तो उघडून देत म्हणाला,

“जा, आत जा. कडी लावून घ्या आणि निवांत कपडे बदला. तेथे तुम्हाला एक आरसा दिसेल. तिची आठवण म्हणून मी तेवढा ठेवला आहे.”

मी आत डोकावून पाहिले. कुबट, घाणेरडा दर्प त्या खोलीतून येत होता. पलीकडे एक पलंग होता. त्यावर फाटकी गादी होती आणि एक मोडकी खुर्ची होती. बाजूला एक छोटेखानी कपाट होते. त्याच्या बाजूला एक आरसा लटकत होता. छानपैकी चांदीच्या फ्रेममध्ये बसवलेला होता.

मी आत गेलो. दरवाजा घट्ट लावून घेतला अन् सावकाश त्या आरशाजवळ गेलो. आरशात मी माझा चेहरा पाहिला. मला मी ओळखू शकलो नाही. काय कल्पनेने मी आरशात पाहिले? माझ्या आयुष्यातील २०-२२ वर्षे तरी वाढलेली दिसत होती. मी स्वतःशीच म्हटले, ‘हे काय झाले?’ आजारपणाने गालफडे जशी बसतात तशी बसल्याने चेहरा बारीक दिसायला लागला होता. डोळे खोल गेले होते. मी भोगलेली ती दहशत त्या नजरेच्या कोरडेपणातून दिसत होती. नजरेतून दिसणारे स्वभावातील मार्दव पूर्ण लुप्त झाले असून त्यातून एक मगरुरी जाणवत होती आणि सगळ्यावर कळस म्हणजे डोक्यावर एका रात्रीत झालेले पांढरेशुभ्र केस. खरोखरच तो चेहरा पाहून माझी मलाच भीती वाटू लागली. माझी नीना? आणि ती चिंगुली? ती तर घाबरूनच जाईल. या साऱ्या कल्पनेने माझ्या डोळ्यांत पाणी उभे राहिले.

परत मनात प्रश्न उभा राहिला. प्रेमाचा केसांच्या रंगाशी काय संबंध? पांढरे असो वा काळे; चेहऱ्यात बदल पडो अथवा न पडो, हृदयातल्या भावना महत्त्वाच्या असतात. अर्थात, सुरुवातीला मला पाहिल्याबरोबर ती थोडी नाराज निश्चितच होईल. पण माझ्या हृदयातल्या भावना कळल्यावर ती निश्चितच माझ्यावर पूर्वीसारखे प्रेम करू लागेल.

मी आवश्यक ते शारीरिक विधी वगैरे आटोपून खलाशाचे कपडे चढवले. त्याची भगव्या रंगाची टोपी डोक्यावर ठेवत बाहेर पडता पडता पुन्हा एकदा आरशात बघितले. त्या वेळी आरशात बघताना एक ठरवले, या बदलेल्या रूपावर जास्त विचार करायचा नाही. जरा जीवनात स्थिरस्थावर झाल्यावर गाल वर येतील. चेहरा गोलाकार होईल. अगदी थोड्या दिवसांतच होईल सारे ठीक, असे स्वतःला

बजावत मी बाहेर आलो. मला पाहताच तो म्हातारा उद्‌गारला,

"छान बसलाय ड्रेस तुम्हाला. उंची, रुंदी साऱ्या तऱ्हेने योग्य. कसा तुमच्या मापानेच शिवलाय असे भासतेय. या पोषाखावरून मला एक जाणवले, तुम्ही वयस्कर जरी असलात तरी तरुणपणी चांगले तगडे असाल नाही?"

त्याच्या विनोदावर मी हसलो. या नव्या पेहरावाची बाही उचलून दंडाची बेटकुळी दाखवत विचारले,

"हे बघ कसे?" ते हाताने चाचपडून बघत तो म्हणाला,

"अगदी लोखंडाच्या कांबीसारखे आहे. तुम्ही सहज कुणालाही मारू शकाल."

मी फक्त हसलो आणि म्हटले,

"हे बघ, आणखी तीन फ्रँक्स घे आणि माझ्या मापाचे चांगले सॉक्स मिळतात का पहा."

त्याला आणखी जास्तीचे पैसे मिळाल्यामुळे तो खूपच खुश झाला. त्याने मला हवे तसे सॉक्सचे जोड दिले. ते घालत असताना मी ठरवले, तडक घरी जाऊ नये, जरा संध्याकाळ होऊ देत आणि असेच करू या. माझ्या बंगल्याच्या मागच्या बाजूने जाऊन तेथून गुपचूप आत जाऊ या. प्रथम मित्र फेरारीला भेटू. त्याला सगळी हकिकत सांगू, मग हे रहस्य स्वतः फोडण्यासाठी तो आत नीनास, सांगायला धावेल.

असे सगळे विचार मनात घोळत असता तो माझ्याजवळ आला अन् विचारले,

"काय बरेच दूर जाणार?"

"हो खूपच." तो पुन्हा हसला अन् अगदी माझ्याजवळ येऊन माझा हात हातात घेऊन म्हणाला,

"मी कुणालाही सांगणार नाही. अगदी ते रहस्य माझ्याजवळ ठेवीन; पण खरं सांगा, तुम्ही बायकोला भेटायला निघालात?"

"होय, मी माझ्या बायकोला भेटणार आहे."

माझे हे वाक्य ऐकताच त्याने माझ्याकडे कुत्सितपणे बघून एक विकट हास्य केले. त्याचे हास्य बघून त्याची मला शिसारी आली. माझ्या हातातला त्याचा हात झटकून टाकला आणि मी जायला निघालो.

त्याच्या चेहऱ्यावर आनंदाची छटा पसरली. डोळ्यांत साचलेले अश्रू पुसत तो स्वतःशीच पुटपुटला, 'जा, जा. बायकोला भेटायला जाणारा तू पहिलाच नाहीस, तसेच तू शेवटचाही असणार नाही. जा, जा भेट जाऊन! तुझ्या बाहूंत ताकद आहे. जा, जा आणि ठार मार तिला. मला ठाऊक आहे तू तिला सहज ठार करू शकशील.'

मी माझ्या नीनाला भेटायला निघालो असताना हा असा अभद्र गोष्टी तिच्याविषयी

मला ऐकवतोय. मी त्याचा निरोपही न घेता त्याच्या दुकानाच्या पायऱ्या उतरलो व रस्त्याने चालू लागलो. परंतु त्याचे शब्द माझ्या डोळ्यात रेंगाळत होते. 'जा, जा आणि ठार मार तिला. मला ठाऊक आहे ते तू सहज करू शकशील.'

संध्याकाळपर्यंत घरी जायचे नाही असे ठरल्यावर निवांतपणे वेळ काढणे अनिवार्य होते. पण कुठे जायचे ठरवले नसल्याने रस्त्याने असाच रेंगाळत चाललो होतो. रस्त्याने जात असताना लोकांनी अशीच एका ठिकाणी गर्दी केलेली दिसली. मी आत घुसून पाहू लागलो. पाहतो तो लोक कॉलऱ्याने मेलेल्या एका इसमाचे प्रेत शवपेटिकेत ठेवत होते. प्रेताच्या मानाने पेटिका लहान होती. साथीच्या दिवसांत योग्य मापाची पेटी मिळणे कठीण झालेले दिसले. त्यामुळे मिळेल त्या आकाराच्या पेटिकेत शव कोंबणे चालू होते. त्यांनी त्याच्या पायांची घडी घातली. हात छातीवर दाबून धरून दोन्ही खांदे एकमेकांजवळ शक्य तेवढे आणून ते प्रेत शवपेटिकेत कोंबायचा ते प्रयत्न करत होते. मला न राहवून मी सहज म्हटले, "तो नक्की मेला आहे ना याची खात्री केली का?" माझी खात्री पटवण्यासाठी तो त्या प्रेताची मान डावीकडून उजवीकडे व उजवीकडून डावीकडे फिरवू लागला तसे त्या प्रेताची हाडे कडकड तुटल्याचा आवाज आला. मी तेथून सटकलो, कारण माझी खात्री झाली होती. कॉलऱ्याने नाही तरी पेटिकेत बसवण्याच्या धडपडीत तो निश्चितच मेला असणार.

समोरून इटलीचा राजा येताना दिसला. या साथीच्या काळात लोकांना धीर देत चालला होता. नेपल्सपासून रोम केवढे दूर. आपल्या शाही राजवाड्यात बसून राहिला असता तर? कुणी त्याला सांगितले होते की, तुझ्या नेपल्समधल्या रहिवाशांना या साथीच्या काळात जाऊन धीर देणे तुझे कर्तव्य आहे. साथीपासून दूर राहण्यासाठी त्याच्याजवळ काही नव्हते. माझ्याजवळ काही नव्हते. माझ्याजवळ आल्यावर मी टोपी काढून कुर्निसात घातला. माझ्या पांढऱ्या केसांमधून हात फिरवत तो म्हणाला, "पांढऱ्या केसांचा खलाशी म्हणून फोटोसाठी योग्य वाटतो नाही?" आणि सगळे खदखदून हसले. राजाने मला ओळखले नाही. दर वर्षीच्या समारंभाला जेव्हा रोमला मी जात असे तेव्हा कौंट रोमानीसारखे स्वागत क्वचित कुणाचे होत असे. तोच मी पांढऱ्या केसांचा खलाशी म्हणून फोटोसाठी योग्य वाटलो होतो! हाय रे दैवा!

राजा पुढे चालला होता. त्याच्याबरोबर चार पावले जावे म्हणून त्या लोकांबरोबर निघालो. समोर गर्दीचा घोळका दिसला. राजा आला म्हणून सर्व लोक बाजूला सरले. पाहतो तो भलतेच दृष्य. एक मनुष्य आपल्या साथीने मेलेल्या बायकोला मिठीत घेऊन रडत होता. तो लोकांना हात लावून देत नव्हता. राजा त्या माणसाच्या जवळ गेला. त्याने त्याला समजावले. तो म्हणू लागला,

"बेटा, मी तुझा राजा. तुझ्याशी बोलतोय. अरे वेड्या, ऊठ. प्रेम कधीही मरत नसतं. ते हृदयात असतं. ती गेली तरी तुझं तिच्यावरचं प्रेम अमर आहे. ऊठ. तिला सांग, तू गेलीस तरी मी तुला कदापि विसरणार नाही." राजाच्या प्रेमळ आणि आश्वासक शब्दांचा उपयोग झाला. तो प्रेतापासून बाजूला झाला. मला राजाच्या आपल्या प्रजेबाबतच्या कर्तव्याबाबत फारच कौतुक वाटले. काही पावले मी त्याच्याबरोबर गेलो. त्यांचा घोळका पुढे गेला. मी मागे राहिलो. कुठे जावे विचार करू लागलो.

मनात आले, चला जाऊ या त्या हॉटेलात ज्याच्यासमोर त्या धर्मोपदेशकाने मला ठेवले होते. थोड्या शोधाशोधीने ते सापडले. मी आत घुसलो. कुणी मला ओळखणार नाही याची मला खात्री होती. आत गेलो तर काउंटरवर बसलेला लठ्ठ मालक दृष्टीस पडला. ती मुले पुढच्या बाजूस ग्लासेस विसळत होती. त्यांच्या समोरच पायरीच्या बाजूलाच ते लाकडी बाकडे दिसत होते, ज्यावर मला त्या धर्मोपदेशकाने झोपवले होते. त्या मालकाने माझ्याकडे पाहून मला सलाम ठोकला. तसा मीही त्याला उत्तरादखल सलाम ठोकला. कॉफी आणि काही पावाचे रोल्स मागवले. सहजपणे एका खुर्चीवर बसून मी पेपर चाळू लागलो. तो घाईगर्दीने माझ्या टेबलपाशी आला. टेबल साफ करता करता त्याने मला विचारले,

"महाशय, बऱ्याच दूरवरून प्रवास करून आलेले दिसताय? काय ठीक झाली ना सहल? माझ्या चटकन लक्षात आले. माझ्या खलाशाच्या पेहरावावरून त्याने अंदाज बांधलेला दिसला. मी त्याला "ठीक ठीक"उत्तर देत म्हटले, काय म्हणतोय कॉलरा?"

थोड्याशा उद्वेगाने तो बोलू लागला,

"काही विचारू नका. पटक पटक झुरळासारखे लोक मरताहेत. आता कालचीच गोष्ट पाहा ना... कुणाला वाटलं असेल असा तो जाईल म्हणून!" असे म्हणून मोठा सुस्कारा सोडत त्याने कपात कॉफी ओतली.

"असे काय घडले कालच्या दिवशी? मी या गावात नवाच आल्याने येथील काहीच गोष्टी मला माहीत नाहीत."

तो हातांचे दोन्ही तळवे माझ्यासमोरच्या त्या संगमरवरी टेबलावर टेकून थोडासा माझ्याकडे झुकून किंचित स्वतःशीच बोलल्यागत बोलू लागला. "तुम्ही नवीन आहात. तुम्हाला माहीत नसेल इथला श्रीमंत गृहस्थ कौंट रोमानी?"

मी नकारार्थी मान हलवून माझा मी कॉफी पिण्यात गर्क असल्याचे नाटक रंगवू लागलो, पण माझे लक्ष त्याच्या बोलण्यावर होते.

"कौंट रोमानी माहीत नाही? काही हरकत नाही कारण कौंट रोमानी आता जिवंत नाही. पण तुम्हाला सांगतो, त्या धर्मोपदेशकाने समोर दिसतेय ना ते बाकडे, त्यावर सकाळी साथीने आजारी पडला म्हणून त्याला आणून झोपवले आणि पाच

तासांत...'' येथे त्या मालकाने अंगावरचा मच्छर फटकाऱ्याने मारला अन् हातात तो धरत ''या मच्छरासारखा मेला आणि संध्याकाळ होण्याआधी पुरूनही टाकले की हो. सारे स्वप्नच जणू! वाईट स्वप्न!''

मी माझ्या पावाला सावकाश लोणी लावत म्हटले,

''त्यात काय? श्रीमंत अन् गरीब... फरक काय पडतोय? सर्वांनाच एकदा मरायचेच असते.''

''खरे आहे तुमचे म्हणणे. मरण काही कुणाला टळत नाही. एवढे तो देवाचे काम करीत होता; पण त्यालाही ते चुकले नाही.''

''कोणाबाबत म्हणताय तुम्ही?''

''अहो, तो धर्मोपदेशक ज्याने काल त्या कौंट रोमानीला आणून सोडले तो.'' मी सटकलोच.

''काय तो धर्मोपदेशक गेला? काय झाले त्याला?''

त्याला काही समजेना, एवढे उतावळेपणाने मी का विचारतोय?

''काय तुम्ही त्याला ओळखताय?'' त्याने विचारले.

''छे हो, मी कुठला ओळखणार? मला त्याचे नाव ना गाव माहीत.'' मला सांभाळत मी म्हटले, ''त्याने एवढी त्या कौंटची काळजी घेतली म्हणून विचारले.''

''होय हो. संतांच्या मालिकेत बसवता येईल असा तो. त्यालाही साथीने सोडले नाही. त्याने त्या कौंटला सकाळी आणून सोडले. त्याला काय माहीत संध्याकाळपर्यंत ती साथ त्यालाही सोडणार नाही.''

''काय म्हणताय? खरोखरच तो मेला?''

''होय. तो गेला. एखाद्या स्वातंत्र्य योद्ध्यासारखा तो मेला. माझी खात्री आहे, त्या कौंटमुळेच त्याला साथीची लागण लागली. तो शेवटपर्यंत त्याच्या सोबत होता. त्यानेच ते पवित्र पाणी शिंपडले. शवपेटिकेत क्रूस त्यानेच ठेवला. त्यानेच कौंटच्या खिशातली सिगारेट केस, अंगठी, घड्याळ वगैरे घेऊन कौंटेसकडे गेला अन् कौंट कसा मेला हे सांगितले.''

मला माझ्या नीनाची आठवण झाली. तिला फार वाईट वाटले असेल! म्हणून मी विचारले,

''बातमी ऐकल्यावर कौंटेसला काय वाटले?''

धर्मगुरू म्हणाले,

''बातमी ऐकून कौंटेस, एकदम बेशुद्ध पडली.''

त्यात काय, बायका काय मेलेले झुरळ पाहूनही बेशुद्ध पडतात. ते असो, धर्मगुरूने त्याचा दफनविधीही त्याच्या शवागारात जाऊन केला. एवढा वेळ त्या प्रेताच्या सहवासात राहून तो रोग त्याने ओढवून घेतला. आज सकाळीच कळले की

तो गेला. जेव्हा कौंटला त्याने येथे ठेवले तेव्हा मला तो म्हणाला, 'परमेश्वर तुझ्यासाठी छान सुखरूप जागा ठेवील, मला खात्री आहे तो त्याचा शब्द पाळेल.'

मला माझ्यासमोरचे खाद्य पदार्थ खाववेना. मला त्या धर्मोपदेशकाच्या मृत्यूच्या बातमीने रडू कोसळते की काय, असे वाटू लागले. मी प्रयत्नपूर्वक स्वतःला रोखले. जगातला एक चांगला माणूस कमी झाला. कसा गेला कुणालाही समजले नाही. आणि उद्या कुणालाही समजणार नाही. आपण स्वीकारलेल्या त्या आचारधर्मावर केवढी ही निष्ठा! स्वतःच्या मृत्यूची जराही भीती त्याला शिवली नाही अन् काही वेळा वाटते अशी सज्जन माणसे आहेत म्हणून जग चालले आहे की काय कोण जाणे!

तो हॉटेलवाला पुन्हा माझ्याजवळ येऊन मला विचारू लागला,

"आपल्याला आमची कॉफी आवडली नाही काय?"

काय सांगणार त्याला? "नाही नाही, तसे काही नाही." असे काहीतरी म्हणत ती खलाशाची टोपी घालून मी बाहेर पडलो. सूर्य कलंडून संध्याकाळ झाली होती. मी माझ्या ठरलेल्या विचाराप्रमाणे घराकडे जाण्यास निघालो.

सहा

अखेर ती संध्याकाळ आली. दिवसभराचा उन्हाचा तडाखा कमी होऊन हवेत गारवा निर्माण होत होता. नेपल्सचा उपसागर आरशासारखा स्थिर असल्याने आकाशात उसळणारे संध्यासमयीचे रंग पाण्यात परावर्तित झाल्याने आकाशातील ते गहिरे सौंदर्य खऱ्या अर्थाने द्विगुणित होत होते. मी घराकडे धावत जायचा विचार आणखी थोडा काळ रोखून धरला. आकाशात चंद्रमा दिसू लागल्यावर निघावे असे ठरवले.

आणि आकाशातील चंद्राच्या प्रकाशात मी माझ्या रोमानी व्हिलाची टेकडी चढू लागलो. माझ्या नीनाला भेटण्यासाठी माझे हृदय उत्सुक झाले होते. त्या उत्कंठतेमुळे माझे हृदय धडधडत होते आणि चढण चढत असता मला भासू लागले, माझे पायही लटपटतात की काय! कधी एकदा माझ्या बंगल्यावर पोहोचतो आणि माझ्या नीनाला मिठीत घेतो असे मला झाले होते. बंगल्यावर पोहोचेपर्यंत माझी बछडी स्टेला झोपली असेल. तिची दाई तिला फार लवकर झोपवते. मी चढण चढत होतो. रस्ता संपता संपत नव्हता. कधीही हा रस्ता एवढा लांब वाटला नाही.

अखेरीस मी माझ्या त्या बंगल्याच्या मोठ्या फाटकापाशी पोहोचलो. फाटकाला भले मोठे कुलूप होते.फाटकाच्या बाजूच्या खांबावर दोन बाजूला दोन असलेल्या त्या सिंहांच्या प्रतिमा जणू काही मला पाहून डरकाळी फोडताहेत असा भास झाला. आतील बागेतील पुष्करणीत पडणाऱ्या पाण्याच्या तुषारांचा ओळखीचा आवाज आला. त्याबरोबरच गुलाब, जाई-जुईच्या वासाचा गोड शिडकावा अंगावर आला आणि आपण आपल्याच घरी पोहोचलोय याची पुन्हा एकदा ओळख पटली.

पण मला मुख्य दरवाजातून शिरायचेच नव्हते. मी डावीकडे वळून लहान खासगी फाटकातून शिरायचे असा विचार केला, तसा मी त्या फाटकापाशी पोहोचलो. त्या फाटकाला कधीच कुलूप नसे. तेथून आत शिरल्यावर पायवाट लागली. त्या पायवाटेवर दोन्ही बाजूंनी पाईनची झाडे लावलेली होती. ही पायवाट माझी फार लाडकी होती. कारण गर्द झाडीमुळे भर दुपारीदेखील तेथील वातावरण अतिशय थंड असे. माझ्या कुटुंबीयांतील कुणी या पायवाटेवर येत नसे. कारण ही पायवाट माझी जणू राखीव मालमत्ता होती, असाच सर्वांचा समज होता. त्या

पायवाटेवर बसून वाचन वगैरेसाठी बाकडीही मी टाकली होती. या पायवाटेशी माझे एवढे घट्ट नाते होते, की मला शोधायचे असल्यास बंगल्यात इतरत्र शोधायच्या आधी नोकर मंडळी माझा तपास इथे घेत. ही पायवाट गोल फिरून बंगल्याच्या मागच्या बाजूला येई.

मी त्या पायवाटेने चाललो होतो. झाडांची सळसळ चालू होती. वातावरणात अतिशय नीरव शांतता पसरली होती. कोकिळ पक्ष्यांचे मंजूळ सुरांचे संगीत चालू होते. झाडाच्या झावळ्यांतून ओघळणारे चंद्राचे चांदणे जमिनीवर निरनिराळ्या रांगोळ्या काढत होते. नारिंगाच्या-जस्मिन फुलांचा वास अंगाभोवती लपेटून जणू मी चाललो होतो. जसजसा माझ्या घराच्या मागच्या दराशी मी येत होतो, तसतसा माझा जीव अधिकच उतावीळ होत होता.

शूऽऽ शूऽऽ ते काय दिसतेय? मी चालता चालता एकदम थबकलो. कसलासा आवाज दुरून येताना जाणवला. मी कानोसा घेतला. आवाज जवळ जवळ येत होता. अरे, हा तर माझा अत्यंत ओळखीचा आवाज होय! तो आवाज माझ्या लाडक्या नीनाचा होता अन् त्या पाठोपाठ तिचा तो साऱ्या आसमंताला मोहवून टाकणाऱ्या त्या हास्याचा खळखळाट. माझे हृदय बंद पडते की काय वाटू लागले. कालच मी– तिचा नवरा मेलेला असताना आज ती हास्यरंगात डुंबून जाऊ शकते? त्या झाडीतून झिरपणाऱ्या चांदण्यात चमकणारा तिचा तो पांढराशुभ्र झगा जवळ जवळ येत होता. मी झाडाच्या झावळ्यांचा आडोसा घेतला, तोच तो एखाद्या रसरशीत मोत्यांच्या ओघळणाऱ्या सरीसारखा हास्याचा खळखळाट ऐकून मला जाणवत होते, माझ्यावर कुणी सपासप तलवार चालवताहेत. मी अपेक्षा केली होती की, माझी नीना काळ्या पेहरावात, मी बंगल्यात बांधलेल्या लहानशा चॅपेलच्या क्रूससमोर गुडघे टेकून माझ्या आत्म्याला शांती मिळण्यासाठी प्रार्थना करीत असेल! त्याच वेळेस माझ्या डोक्यात एक विचार चमकून गेला. माझ्या अकस्मात मृत्यूने, त्याच्या धक्क्याने शेक्सपिअरच्या हॅम्लेटमधील ऑफेलियासारखी तर नाही ना अशी वेडीपिशी अवस्था माझ्या नीनाची झाली असेल! तिच्या भरकटलेल्या मेंदूचा तर हा आविष्कार नसेल!

पण हे काय, ती एकटी नाही. माझा प्रिय मित्र फेरारी तिच्याबरोबर असून हास्यविनोद त्याच्या बरोबरीचे. माझी अपेक्षा होती, माझ्या भावासारखा तो तिचे सांत्वन करीत असेल! तर हे काय मी बघतोय? झाडीतून बाहेर येऊन त्याचा गळा घोटावा असे वाटू लागले; पण मी झाडात लपूनच माझ्या दुर्दैवाचे खेळ पाहणे स्वीकारले.

माझी बायको आणि माझा प्रिय मित्र हातात हात घालून चालत चालत माझ्या अगदी जवळ येऊन ठेपले होते. झाडाच्या झावळीत मी अगदी सुखरूप लपवून घेत माझ्या विश्वासाच्या चिंध्या चिंध्या उडताना पाहत होतो. माझ्यापासून तीन पावलांवर

ते उभे होते. त्याचा हात तिच्या कमरेभोवती होता आणि तिची मान तिने बेफिकीरपणे त्याच्या खांद्यावर टाकलेली होती. तशी तिची ती सवयच होती. हजार वेळा तिने तशी ती माझ्या खांद्यावर टाकली होती. पायवाटेवर मी टाकलेल्या बाकांवर ते दोघे बसले होते. बोलताना त्यांचा प्रत्येक शब्द आणि त्या शब्दाबरोबर त्यांनी सोडलेला उच्छ्‌वासही मला ऐकू येत होता. मला दिसत होती ती तिच्या पांढऱ्याशुभ्र झग्यात, त्यावर तिच्या छातीवर अडकवलेले रसरशीत टपोरे गुलाबाचे फूल. मी दिलेल्या हिऱ्याच्या पिनने ते तिने अडकवलेले होते. चांदण्यात ती अप्रतिम सुंदर दिसत होती. दुःखाचा लवलेशही तिच्या चेहऱ्यावर नव्हता. तिचे बोलणे गोड- अगदी बासरीतून सुटलेल्या नादमधुर सुरांसारखे होते.

"फेरारी राजा, तो मूर्ख कौंट रोमेनी असा मेला नसता तर तू काय केले असतेस?"

"नादान पोरी, इतके दिवस कसे निभावून नेलेस? त्याला कधी तुझ्याविषयी शंका तरी आली का? तो इतका भाबडा होता की, त्याच्याशिवाय तू दुसऱ्या कुणाचा विचार करू शकशील असे जन्मात त्याला कधी वाटले नसते."

"आज तो गेल्यामुळे मला कसे मोकळे मोकळे वाटतेय, पण राजा तुला मी सांगून ठेवतेय. तू मला असे वरचेवर भेटता कामा नये! अरे, कुणी नाही तरी घरातले नोकरचाकर काय म्हणतील? आणि मला पुढचे सहा महिने तरी दुखवटा पाळला पाहिजे. कौंट गेल्यामुळे उद्यापासून त्याची मित्रमंडळी माझे सांत्वन करायला येतील."

ती हे बोलत असताना तिच्या गळ्यातल्या नेकलेसशी त्याचा हात खेळत होता... अन् खेळता खेळता तिचे पेंडट जिथे स्थिर होते तेथल्या जागेचा पुन:पुन्हा तो मुके घेत होता.

हे पाहून माझ्या शरीराचा कण न कण फुलत होता. तरीसुद्धा माझ्या प्रेमाचे किती धिंडवडे निघतात हेच पाहणे मी स्वीकारले होते. मी पाहत असताना माझ्या फांदीवरच्या भाराने फांदी कडकडली. ती घाबरून इकडे तिकडे पाहू लागली.

"कालच तो मेलाय. असे म्हणतात, मेलेल्या माणसाचे भूत काही काळ भूतलावर वावरत असते. फेरारी, आजच आपण या पायवाटेने यायला नको होते. ही पायवाट त्याची फार आवडती होती." थोडा वेळ थांबून एक उसासा टाकत ती म्हणाली, "फेरारी, एक लक्षात ठेव, काही झाले तरी तो माझ्या मुलीचा बाप होता!"

"नीना, मला काय वाटते ते तुला सांगू? त्याने माझ्यापासून चोरलेल्या प्रत्येक चुंबनाचा सूड घ्यावासा वाटतोय मला."

मी ऐकत होतो त्याचे ते तत्त्वज्ञान! नवऱ्याने आपल्या बायकोचे घेतलेले प्रत्येक चुंबन ही त्याने केलेली चोरी. कारण त्यावर खरा पहिला अधिकार तिच्या प्रियकराचा! ग्रेट! सिंपली ग्रेट!!

थोड्याशा विश्रांतीनंतर त्याने तिला विचारले,

"नीना, मला समजले नाही मुळात तू त्याच्याशी लग्नच का केलेस? तसा तो तुझ्यापेक्षा पंधरा-वीस वर्षांनी तरी मोठा होता."

त्याच्या छातीवर आधारलेले मस्तक तिने जरासे उंचावून त्याच्याकडे बघत म्हटले,

"त्याच्याशी लग्न मी का केले? ऐकायचेय? कारण त्या कॉन्व्हेंटमधल्या नन्सचा ससेमिरा चुकवायचा होता. शिवाय तिथले ते चोवीस तास दळभद्री धार्मिक वातावरण. विटले होते मी त्याला. त्यातून बाहेर पडायला लग्नाशिवाय पर्याय नव्हता. तो श्रीमंत होता. त्याने मागणी घातली. मी हो म्हटले. तो माझ्या प्रेमात पूर्ण वेडा झाला होता." त्या वेळेस तिच्या नजरेतून एक मस्तवालपणा झिरपत होता.

"तू त्याच्यावर प्रेम केलेस?"

"हो! साधारणपणे एक आठवडाभर! जेवढा काळ कुणीही आपल्या नवऱ्यावर प्रेम करेल तेवढा काळ मी जरूर प्रेम केले. मला सांग, स्त्री लग्न का करते? सोय, पैसा, समाजात मानसन्मान या तीनही गोष्टी त्याने मला दिल्या."

"माझ्याशी लग्न करून यापैकी काहीही तुला मिळणार नाही."

त्याच्या मिठीतून स्वतःची सोडवूणक करवून घेत आपले केस मागे उडवत हातातील चकाकणाऱ्या हिऱ्याच्या अंगठीशी खेळत ती म्हणाली, "खरंय तुझं म्हणणं. यांपैकी काहीच मला मिळणार नाही. पण मला सांग राजा, मी कधीतरी तुला सांगितलेय का, की मला तुझ्याशी लग्न करायचे. हा तुझा हट्ट का? लग्न न करता तुला हवे ते मी देतेय ना? तू मला माझा प्रियकर म्हणून हवा आहेस; नवरा म्हणून नकोस. तुझ्या मिठीत तासन्तास पडून राहताना जो आनंद मला मिळतो, तो तुझी बायको झाल्यावर मिळणार नाही. आणखी हे बघ, मी आताच जरा स्वतंत्र झाले आहे. जरा भोगू दे ना मौज-मजा काही दिवस. त्यातून मी कौंट रोमानीची विधवा. तो सन्मान माझ्याकडे चालत आला आहे. रोमच्या राजाचे तसेच अन्य सरदारांचे दुखवट्याचे आलेले संदेश काल तू पाहिलेस ना? अजून काही काळ तरी तो सन्मान मी निश्चितच भोगू शकते. तुझ्याशी लग्न केल्या केल्या हे सारे संपून जाईल. आणखी एक सांगून ठेवते, मला गरिबीचा फार तिटकारा आहे. कौंटची एवढी मोठी संपत्ती मला मिळाली आहे, तिच्यात मला वाटेकरी नकोय. म्हणून म्हणतेय राजा पुन:पुन्हा मला लग्नाचा तगादा लावू नकोस अन् मला नाही म्हणायला लावू नकोस."

"नीना." तो तडकून तिला म्हणाला, "हे बघ, तू मला मूर्ख बनवू नकोस. तू खूप मला छळले आहेस. तू जेव्हा लग्न करून आलीस तेव्हापासून मी तुझ्या प्रेमात पडलो आहे. माझ्या प्रेमाची गाथा तुझे लग्न होऊन तीन महिनेही झाले

नसतील तेव्हाच तुझ्यासमोर मी उलगडली होती. तू देखील बोलण्यातून, नजरेतून एवढेच कशाला स्पर्शातून मला उद्युक्त करत होतीस. माझा तू कौंट फॅबिओ नाही करू शकणार आणि तुला सांगून ठेवतो, जर आपल्या बायकोने आपल्याव्यतिरिक्त अन्य कुणाशीही संबंध ठेवू नये म्हणून जर तो पुरेसा दक्ष नसेल, तर मग त्याच्या अशा तिच्यावरील आंधळ्या विश्वासामुळे जर त्याची बायको बदफैली निघाली, तर त्याचा दोष सर्वस्वी त्याच्यावरच येतो. मी सांगतो, नीना तू माझीच आहेस आणि माझीच राहशील.''

या त्याने आवेगाने काढलेल्या उद्‌गाराबरोबर त्याची तिच्यावरची मिठी जास्त घट्ट झाली. तिला करकचून आवळून घेत त्याने तिच्या ओठांचे चुंबन घेतले.

''सोड, सोड. सोड, मला सोड.'' म्हणत त्याच्या मिठीतून स्वतःला सोडवून घेत ती म्हणाली, ''किती रानटी तुझे हे प्रेम, केवढा निर्दयी तू. माझा अपमान करतोस!'' त्याच्या मिठीतून सुटल्यावर मला दिसून आले की, तिच्या छातीवरचे फूल कुस्करले गेले आणि त्याच्या त्या टपोऱ्या पाकळ्या त्यांच्या पायाशी विखुरल्या होत्या.

''वेडा, माझा वेडा फेरारी. अरे, मी तुझीच. अगदी तुझीच.'' असे म्हणून तिने त्याची मान खाली ओढून त्याच्या ओठाचे दीर्घ चुंबन घेतले.

''चल, हवेत गारवा पसरलाय. आपण आत जाऊ या का?'' तिने रुकार दिल्यावर ते आत घराकडे वळले. जाता जाता तिला तो सहज बोलून चुकला ''लाडके, तुला ऐकू येतेय त्या कोकिळांचे मंजूळ कूजन?'' तिने काय उत्तर दिले मला समजले नाही, पण माझ्या डोक्यात काहूर उठले. ते मंजूळ सूर एक का होते? चारही बाजूंनी त्या गोड आवाजाचा शिडकावा होत होता. ती नर आणि मादी एकमेकांना साथ देतात ते. किती अव्याहतपणे चालू असते ते. त्यांच्यात असा माणसात दिसून येणारा बेइमानीपणा असेल का? ती गद्दारी आम्ही माणसेच करू शकतो. नवरा काल मेल्याबरोबर आज प्रियकराच्या मिठीत घुसताना जराही लाज न वाटणारी अवलाद फक्त मनुष्यप्राण्यातच दिसून येईल. त्याच्या पैशाची मी एकटीच मालकीण म्हणून आनंद व्यक्त करणारी हरामखोर जमात फक्त मनुष्यप्राण्याचीच.

ते दोघेही आत गेले. तिचा तो पांढरा झगा दिसेनासा होईपर्यंत मी झाडाआडून पाहत होतो. आता बाहेर येणार नाहीत याची खात्री करून मी बाहेर आलो. ज्या जमिनीवर मी उभा होतो ती जमीन गरगर फिरते आहे, असा मला भास होत होता. मीच का तो समजेना जो थडग्यातून उठला! कुठल्या आशेने मी उठलो होतो? ते काय हे सारे पाहण्यासाठी? सारे विश्व जे परमेश्वराने माणसासाठी निर्माण केले ते सारे मला एका बुडबुड्यासारखे भासत होते. काय या लाखो ताऱ्यांचा उपयोग, चारही बाजूला पसरलेली ही हिरवाई. मनाला शांत करण्यासाठीच ना! मग माझे मन

क्षणाक्षणाने, कणाकणाने उद्विग्न का होतेय, परमेश्वर परमेश्वर म्हणतात त्या परमेश्वराचा काय उपयोग? की एक प्रामाणिक स्त्री निर्माण करता आली नाही. जिच्यावर मी एवढे जिवापाड प्रेम केले ती माझी बायको एखाद्या जहाल सर्पिणीपेक्षाही विषारी निघावी? काय करावे तिचे अन् तिच्या त्या प्रियकराचे, माझ्या मित्राचे?

माझ्या डोक्यात विचारचक्र चालू होते.... माझ्या पेहरावाकडे माझे लक्ष गेले. काय त्या खलाशासारखा मी जीव द्यायला हवा आहे का? का त्या जुने कपडे विकणाऱ्या माणसासारखे बायकोचा खून करायला हवा होता? नाही. तसे मी काही केले नाही व करू शकलोही नाही. माझे रक्त उसळत असतानाही मी थंड डोक्याने पाहत बसलो. मी त्यांचा खून करायला हवा होता का? काय झाले असते त्याने? कौंट रोमानी एक खुनी ठरला असता अन् त्याचे काय? दोन मिनिटांत मृत्यू; बरे झाले. मी तसे काही केले नाही... मला त्या दोघांचा सूड घ्यायचा आहे. सूड घ्यायचा आहे... पण असा नाही... दोन मिनिटांत होत्याचे नव्हते.... असे नाही.... असा सूड की त्यांना जिवंत असताना असे वाटले पाहिजे की त्यापेक्षा मृत्यू का येत नाही? असे हाल-हाल करून मारून मला त्यांचा सूड घ्यायचा आहे.

मी तेथेच चांदण्याखाली पडलो. विचार करत होतो, मला सूड घ्यायचा आहे... पण कसा... माझ्या खिशातल्या त्या दरोडेखोरांच्या हिरे-माणकांच्या दोन कातडी पिशव्यांवरून मी हात फिरवत असता माझ्या लक्षात आले, याच नव्हे तर शवागारातल्या त्या प्रचंड खजिन्याचाही मालक आता मीच आहे. पैशाने काय काहीही होऊ शकते... या खजिन्याच्या आधारे मी माझी योजना मूर्त स्वरूपात कशी येईल याचा शोध घेऊ लागलो.... आराखडा तयार होऊ लागला.... अगदी बारीकसारीक तपशिलासह माझी प्रतिशोधाची योजना तयार होऊ लागली. मला आता त्यात थोडीही चूक होऊ द्यायची नव्हती.

असा विचार मी करत असताच माझी नजर तिच्या छातीवरच्या कुस्करून पडलेल्या पाकळ्यांकडे गेली. त्या पाकळ्या माझ्या हाताच्या ओंजळीत घेतल्या. मला मोह झाला त्या पाकळ्यांचा मंद, मधुर वास घ्यावा. तोच माझ्या लक्षात आले, ती ही फुले जी अगदी दहा मिनिटांपूर्वीपर्यंत त्या छिनाल आणि चवचाल स्त्रीच्या छातीवरती होती, त्याचा कसला वास घ्यायचा? मी ती माझ्या ओंजळीतच ठेवली. मला ती हवी होती. माझ्या खिशातून रिकामे पैशाचे पाकीट काढले व त्यात त्याच्या रिकाम्या कप्प्यात त्या जपून ठेवल्या. कशासाठी? मला माझे उद्दिष्ट साध्य होईपर्यंत त्याची आठवण करून द्यायला.

मी माझ्या खिशातून त्या धर्मोपदेशकाने माझ्या शवपेटिकेत ठेवलेला तो क्रूस बाहेर काढला. माझ्या नजरेसमोर उंच धरून मोठ्या गंभीर आवाजात प्रतिज्ञा केली. 'हे परमेश्वरा, माझ्या ध्येयापासून मला जराही दूर जाऊ देऊ नको आणि मला माझ्या

न्यायप्राप्ती प्रक्रियेत परमेश्वरा तू मला साथ दे. मला ठाऊक आहे की, माझे आनंदाचे दिवस संपले आहेत. माझ्या हातात यापुढे फुलांची माला येणार नाही. येणार असतील तर जड, जाड लोखंडाच्या साखळ्या आणि माझे काम राहणार आहे ते त्या साखळ्या त्या दोघांच्या गळ्याभोवती इतक्या जोरात आवळायच्या की, त्यातून त्यांची सुटका होता कामा नये. तरी परमेश्वरा, या माझ्या कार्यात मला मदत करून हे कार्य माझ्याकडून तडीस ने!'

मी मनाने खूप शांत झालो होतो. डोक्यात गोंधळ नव्हता. आत कार्यपूर्तीसाठी झटपट कामाला लागायचे आहे. पण त्या करिता घाई करून चालणार नाही. शांतपणाने मी आता माघारी फिरलो. त्या पायवाटेने गोल फिरून छोटा दरवाजा उघडून मी बाहेर पडलो व मुख्य फाटकापाशी आलो. दरवाजाजवळ कुणीतरी खुडखुड करत होते. माझा नोकर फाटक बंद करत होता, म्हणजे ते उघडले कुणासाठी होते? माझ्या बायकोने तिच्या प्रियकाराला, माझ्या प्रिय मित्राला बाहेरचा दरवाजा दाखवलेला दिसतोय. मी तसाच झपझप चालत गेलो. मला तो दिसला. त्याला मागे टाकून मी पुढे गेलो. त्याच्या अंगावरून जाताना दोन सेकंद आमची नजरानजर देखील झाली. माझ्या अपेक्षेप्रमाणे मला त्याने ओळखले नाही. मी गावात गेलो व 'माझ्या' दर्जाच्या हॉटेलमध्ये त्या रात्री मी मुक्काम केला.

सात

दुसऱ्या दिवशी पहाटेच उठून मी कामाला लागलो. मी आता मानसिकदृष्ट्या खूपच शांत होतो. माझ्या डोळ्यांपुढे उद्दिष्ट होते. काय करायचे ते ठरले होते. आता फक्त त्याची अंमलबजावणी करायची होती. त्या दृष्टीनेच मी भल्या पहाटेच उठून माझ्या शवागाराचा रस्ता शोधला. बरोबर मी एक लहान दिवा, एक हातोडी आणि काही खिळे घेतले होते. सार्वजनिक स्मशानभूमीवर आल्यावर मी बारकाईने चारही बाजूंना पाहिले. न जाणो, कुणी आपल्याला पाहिल्यास त्याला नको त्या गोष्टीचा पत्ता लागायचा. नशिबाने अवतीभोवती कुणी नव्हते.

ज्या मार्गाने मी बाहेर आलो होतो, त्याच मार्गाने मी शवागारात घुसलो. दोन दिवसांपूर्वीच मी तेथे दिलेली जीवघेणी लढाई आठवली; पण आज मी त्याहीपेक्षा भयानक मानसिक दडपणाखाली होतो आणि ती अस्तित्वासाठीची लढाई किरकोळ वाटू लागली. मी सरळ ज्या शवपेटिकेत खजिना लपवून ठेवला होता, त्या ठिकाणी गेलो. ती उघडून त्यातल्या फक्त चलनी नोटांची बंडले काढली आणि ती सर्व माझ्या शरीरावरच्या कपड्यात खिशात, अगदी अस्तरात लपवून घेतली. नंतर हातोडा, खिळ्यांची ती पेटी होती तशी घट्ट ठोकून ठेवली. ज्या शवपेटिकेत मला ठेवले होते ती पण वाटेत पडलेली दिसली. वाटले, ती पण ठाकठोक करून ठेवावी का? नको म्हटले. माझ्या उद्दिष्टाच्या पूर्ततेसाठी ती तशीच राहू द्यावी, असे वाटले.

करायच्या साऱ्या गोष्टी झाल्यावर, आल्या मार्गाने त्या लहानशा भगदाडातून बाहेर पडून मी येऊन गेल्याचे कुठलेही चिन्ह बाहेर दिसत नाही ना त्याची काळजी घेतली. माझ्या डोक्यात कुठल्याही परिस्थितीत नेपल्स काही दिवसासाठी सोडायचे आणि तेही आजच शवगारातून बाहेर पडल्यावर, म्हणून मी तडक बंदरावर आलो. तेथे आल्यावर मला समजले की, एक छोटी बोट पालेर्मोस जाण्यास निघत आहे. मी विचार केला काय हरकत होती पालेर्मोला जायला? पालेर्मो काय अन् अन्य कुठलेही ठिकाण काय, मला सर्व सारखेच.

बोट लहानशीच होती. मी बोटीच्या कॅप्टनकडे गेलो. प्रवासाचा खर्च काय विचारले. त्याने मागितले तेवढे द्यायचे ठरले. मला काही तो खर्च फार वाटला नाही.

पण नंतर मला समजले, त्याने चांगलेच डुबवले होते. मी एकटाच असाच डेकवर माझ्या कार्यवाहीवर विचार करत बसलो असतानाच कुणाचा तरी हात माझ्या खांद्यावर पडला. मी चमकून मागे वळून पाहिले, तर बोटीचा कॅप्टन हातात एक सिगार घेऊन मला विचारता झाला,

"काय सिनॉर, सिगार घेतील काय?"

"मला सिनॉर म्हणून उल्लेखून एवढा मान द्यायचे काय कारण? मी तर साधा खलाशी." सिगार घेत मी म्हटले.

उत्तरादखल खांदे उडवून तो म्हणाला,

"कारण हात काही खलाशाचे दिसत नाहीत."

माझ्या लक्षात आले, त्याचे म्हणणे सत्य होते. मी एवढा दोन दिवस हे कपडे घालून हिंडलो; पण कुणाच्याही ते लक्षात आले नव्हते. मी पुन्हा तेवढ्याच निष्काळजीपणे विचारले,

"तुम्हाला म्हणायचे तरी काय?"

"काही नाही. तुम्हाला एकच सांगतो, या बोटीवर सिनॉरनी निश्चिंत राहावे. जोपर्यंत या बोटीवर तुम्ही आहात तुम्हाला कसलीही भीती वाटायचे कारण नाही. माझ्या लक्षात आले आहे. सिनॉर कसल्याशा दुःखात, संकटात आहेत. तुमच्या चेहऱ्यावरून सारे जाणवतेय. जीवनात हजार तऱ्हेची दुःखे असतात. प्रेमात निराशा, धंद्यात खोट, प्रेमळ माणसाचा वियोग... अनेक प्रकारची दुःखे असतात आणि ती विसरण्यासाठी माणूस असाच हताश होतो अन् येथून तेथे काही कारण नसताना फिरत असतो. माझ्या बोटीवर सिनॉरना हलके वाटत असेल तर मी तुमच्या हर सेवेला हजर आहे." एवढे बोलून त्याने आपली डोक्यावरची टोपी काढून मला जे अभिवाद केले की त्यामुळे मी एवढ्या दुःखात असूनही मला त्याचे कौतुक वाटले. हस्तांदोलनासाठी हात पुढे केला व त्याने तो फार आदरभावाने स्वीकारला. कॅप्टनला आता विषय बदलायचा होता म्हणून त्याने मला दिलेल्या सिगारबद्दल विचारले,

"सिनॉरना सिगार कशी वाटली?"

"मस्तच." मी.

त्याने आपले पांढरे दात काढून हसून म्हटले,

"अशा माणसाकडून मिळाले हे सांगितले तर आश्चर्य वाटायला नको."

"कोण तू?"

"कार्मेला नेरी."

मी माझे आश्चर्य थोपवू शकलो नाही. मनात आले, माय काव्यगत न्याय हा! ज्याच्या लुबाडलेल्या मालमत्तेचा मी मालक झालो असताना त्यानेच कॅप्टनला भेट म्हणून दिलेली सिगार मी ओढतोय!

“म्हणजे त्या माणसाला ओळखताय तुम्ही?”मी विचारले.

“ओळखतोय म्हणजे चांगलाच ओळखतोय. दोन महिन्यांपूर्वी... बरोबर आजपासून दोन महिन्यांपूर्वी तो या बोटीवर होता. त्या वेळेस बोट बंदराला लागली होती. तो माझ्याकडे आला अन् मला सांगू लागला की, इटालियन पोलीस त्याच्या मागावर आहेत. मी आयुष्यात पाहिले नसेल एवढे सोने तो मला द्यायला तयार होता. अट एकच होती त्याला सुखरूप टर्मिनी बेटावर घेऊन जायचे. तेथून तो त्याच्या माँटमॅगोरी बेटावर जाऊ शकेल. तेथे त्याची लपून बसण्याची जागा आहे. त्याच्याबरोबर त्याची प्रेयसी टेरेसाही होती. त्या वेळेस बोटीवर कुणीही नव्हते. माझे सर्व सहकारी किनाऱ्यावर मौजमजा करायला गेले होते. तो माझ्याजवळ आला अन् मला त्याच्या जवळचे सोनेनाणे दाखवून मला म्हणाला,

“हे सर्व घे अन् मला टर्मिनी बेटावर घेऊन चल. नाही म्हणालास तर या कानापासून त्या कानापर्यंत गळा साफ करीन.”

मी एकदम हसलो. प्रथम टेरेसाला बसायला खुर्ची दिली अन् कार्मेलो नेरीजवळ जाऊन म्हटले,

“उगाच दहशत दाखवण्यात हशील काय? तुला तुझ्या इच्छित जागी जायचे आहे. ते मीच घेऊन जाणार आहे. म्हणजे तू मला ठार मारू शकत नाहीस. तसेच मी गद्दारी करू इच्छित नाही. तुझ्या इच्छित स्थळी घेऊन जायला मला काही जास्त रक्कम नको. वाजवी रक्कम द्या. तुमचे काम होईल.”त्याच वेळेस त्याची प्रेयसी माझ्याजवळ आली अन् माझा हात हातात घेऊन म्हणाली,

“तू खरोखरच सज्जन माणूस आहेस. कुठलीही स्त्री तुझ्या या गुणावर लुब्ध होईल.” असे म्हणून तिने आकाशाकडे बघून देवाचे आभार मानले. मी फक्त हसलो आणि विचारले,

“काय अशी प्रामाणिक स्त्री तुमच्या आयुष्यात आली का?”

“हो... माझी आई.”

माझ्या डोक्यावर कुणीतरी हातोड्याने मारते आहे असे मला वाटू लागले... आई... दोनच अक्षरांचा तो शब्द, पण त्याचा माझ्या आयुष्यात कुठेच ठावठिकाणा नव्हता. मला तिने उराशी जवळ घेतलेल्याची अंधूक आठवणही माझ्याजवळ नव्हती. हृदयात एखादी तरी तिची गोड आठवण हवी होती. त्या बदली स्त्रीकडून मला काय मिळाले? बेइमानी! आज तिचा सूड घ्यायचा हेच माझ्या आयुष्याचे ध्येय बनले आहे. हाय रे नशिबा!

त्याचे शब्द ऐकून मी भारावून गेल्याचे त्याला जाणवले.

“सिनॉरची आई वारलेली दिसतेय.”

“होय. ती माझ्या लहानपणीच गेलीय.” तो काही बोलला नाही. आकाशाकडे

बघून सिगारच्या धुराची वलये सोडून त्याने मला सहानुभूती दाखवली. त्याला त्यातून बाहेर काढण्यासाठी मीच त्याला विचारले,

"तुम्ही त्या कार्मेला नेरीच्या प्रेयसी- टेरेसाबद्दल बोलत होता?"

"ती कोण होती कुणालाच त्याची माहिती नाही. माहिती आहे ती एवढीच की, ती कार्मेलोची प्रेयसी होती. मोठी सुंदर आणि नाजूक. या लाटांवरच्या बुडबुड्यासारखी नाजूक होती आणि तो कार्मेलो! तुम्ही पाहिलंत कार्मेलोला? कसला तो माणूस? जणू जंगलातील एखादे अस्वलच. काळाकभिन्न आणि त्याच्या जोडीला अंगभर केस. अशा त्या अस्वलावर ती भाळली होती. लहानखोर बांध्याची- छोटीशी चिमणीच म्हणा ना. भाळावर अवखळ बटा रेंगाळायच्या अन् डोळे! अगदी जिवाचा ठाव घेणारे. हसताना ती जास्त करून डोळ्यानेच हसतेय असे वाटावे."

"ती कार्मेलोशी प्रामाणिक होती?"

"प्रामाणिक म्हणजे काय म्हणता राव! काही विचारू नका! त्याचं असं झालं, एकदा त्याच्याच गँगमधला एक जण तिच्यावर फिदा झाला होता. सारखा तिच्या पुढे मागे वावरायचा. एकदा एकटी पाहून तिला त्याने मिठीत घ्यायचा प्रयत्न केला. तिने चाकू काढून पार भोसकला की हो त्याला; तो मेला नाही. त्याची उत्तरपूजा कार्मेलोने केली. अशी ती चेहऱ्यावर गोड, साधी पण आतून एक पांढरी पाल होती. ती आत्यंतिक प्रामाणिक होती. तो रानटी दरोडेखोर. त्याच्या डोक्यावर कित्येक हजारांची बक्षिसे लटकवलेली असणार. असा तो आज ना उद्या पोलिसांना सापडणारच आणि मग...? तिचे काय? दुःखाने जर मृत्यू तिच्या वाटेला आला नाही तर ती स्वतः मृत्यू ओढवून घेईल. एखाद्या फुलासारखी नाजूक असली तरी अंतर्यामी फार कणखर आहे ती. स्त्रियांबाबत ही गोष्ट लक्षात ठेवण्यासारखी असते. जेवढ्या त्या नाजूक दिसतात, तेवढ्याच त्या करारी असतात."

कुणीतरी त्याला विचारीत आला व तो ते सिगारचे पाकीट माझ्यासाठी ठेवून गेला. मलाही माझ्या योजनेबाबत चिंतन करायचे होते. माझे विचार त्या सूर्यमालिकेतील लालभडक ग्रहाभोवती फिरत होते. त्याच वेळेस माझ्या डोक्यात एक किडा वळवळू लागला. त्या दरोडेखोराची प्रेयसी त्याच्याशी केवढी प्रामाणिक आहे. ज्याच्या स्वभावाचा कधीच कुणाला पत्ता लागणार नाही, ज्याचे हात अनेकांच्या खुणांनी रक्तरंजित झाले असतील अशा माणसाची ती रखेली आणि.... आणि माझी नीना, माझ्यासारखा समाजात मोठी मान्यता प्राप्त असलेल्या कौंटची लग्नाची बायको. साऱ्या साऱ्या गोष्टी तिने पायदळी तुडवल्या. कार्मेलोने काय केले होते की, त्याच्या पदरी असे माणिक पडावे अन् आमच्या नशिबी असली गारगोटी!

रात्र झाली. कॅप्टनने मला आपली केबिन रात्री झोपण्यासाठी देऊ केली. मी ती आदरपूर्वक नाकारून डेकवरच झोपायचे ठरवले होते. तसा मी झोपलोही. वाटले,

चांदण्याखाली डेकवर मजा येईल; पण कॅप्टनला राहवले नाही. तो त्या केबिनमधून एक चांगला जाडजूड रग घेऊन आला व माझ्या अंगावर घातला.

मी चांदण्याकडे पाहत पडलो होतो. पुनःपुन्हा मी माझ्याच विचाराभोवती गिरक्या घेत होतो. मी विचार करत होतो, काही देशात कसे नवरा-बायकोचे नाही पटले तर घ्या घटस्फोट. झालेल्या अपमानाच्या बदल्यात लहानशा गोष्टीने तडजोड करून घ्यायची. पटत नसेल तर एकमेकांपासून दूर व्हा अन् आपापल्या रस्त्याने चालू लागा. हा नवा पायंडा आला... पण नाही, मी त्यातला नाही. माझ्या स्वभिमानाच्या पताकांच्या झालेल्या चिंध्या चिंध्या वेशीवर टांगलेल्या मी पाहतोय अन् मी गप्प बसू? नाही. हे शक्य नाही. चिंध्या वेशीवर टांगणाऱ्या स्त्रीला शिक्षा झालीच पाहिजे. जगातल्या कुठल्याही कायद्याने ती गोष्ट दुरुस्त होणार नाही. त्या स्त्रीला शिक्षा होणार! त्या शिक्षेची अमलबजावणीही मीच करणार! आणखी एक, या शिक्षेवर अपील नाही.

विचार करता करता मी झोपेच्या स्वाधीन कधी झालो हे मला कळलेच नाही.

दुसऱ्या दिवशी वारा सोयीचा होता. सूर्यास्तापूर्वीच मी पालेर्मोला पोहोचलो. आम्ही धक्क्याला लागतो न लागतो तोच इटालियन पोलिसांची तुकडी घेऊन एक पोलिस अधिकारी बोटीवर येऊन पोहोचला. त्याला कार्मेला नेरीबद्दलची खबर मिळाली होती. अन् त्याला पकडण्यासाठी मोठा फौजफाटा घेऊन तो आला होता. मला कॅप्टनची काळजी होती. पण तो निवांत होता. पोलीस अधिकाऱ्यांचे स्वागत करत तो म्हणाला,

"तुमची काहीतरी चूक होत आहे. तुम्हाला मिळालेल्या खबरेत आणि वस्तुस्थितीत काहीतरी गफलत दिसतेय."

"गफलत कशी? तुमचे नाव आन्द्रे लुझिईनी. बरोबर? तुमच्या या छोट्या बोटीचे नाव लॉरा. बरोबर? तुम्ही या बोटीवरून नेपल्स-पालेर्मोदरम्यान व्यापार करता. बरोबर?" पोलीस अधिकारी. "तुम्ही म्हणताय तो अगदी सत्य आहे. माझे नाव आंद्रे लुझिईनी. माझ्या बोटीचे नाव लॉरा तसेच नेपल्स ते पोलेर्मोदरम्यान या बोटीने मी व्यापार करतो, हेही सत्य आहे. हे पाहा, कार्मेलोच्या डोक्यावर इटालियन सरकारने मोठे थोरले बक्षीस लावले असणार अन् ते लाथाडायला मी काही श्रीमंत लागून गेलो नाही. ते असो. मी सांगून तुमचे काही समाधान होणार नाही. तुम्ही बोटीची झडती ही घेणारच. पण झडती घेणे फारसे आरामशीर काम नाही. त्यासाठी अगोदर थोडा घसा ओला करून घ्या. आणखीही थोडा स्टॉक खाली आहे. निवांत घ्या अन् मग निवांतपणे बोटीची झडती घ्या." कॅप्टन.

ऑफिसर पुरेसा निगरगट्ट होता. फुकटची मिळालेली दारू ढोसून त्याने बोटीची झडती घेण्याचे सोडले नाही. झडतीत कुठेच काही मिळाले नसल्याने त्याने

बोटीवरच्या प्रवाशांच्या साक्षी काढल्या. मलाही विचारणा केली. पण शेवटी हात हलवत जाण्यावाचून त्याला पर्याय नव्हता. ओठावरचे दारूचे थेंब उलट्या मनगटाने पुसत त्याने अखेरीस कबुली दिली, ‘‘आम्हाला मिळालेली एकूण खबर चुकीचीच होती.’’

सारी फौज किनाऱ्यावरून निघून गेलेली पाहून कॅप्टन आन्द्रे लुझिईनी माझ्याकडे आला अन् म्हणाला,

‘‘बसा बोंबलत कार्मेलोच्या नावाने. तो तिकडे मॉंटमॉगेरीच्या कपारीत दडून बसला असेल निवांत आराम करत. यांच्या बापालाही सापडणार नाही.’’

मलाही निघायचे होते. मी त्याचा निरोप घेत म्हटले,

‘‘कॅप्टन, तुमच्या आतिथ्याबद्दल मी खूश आहे. लागली मदत तर भेटा परत.’’

‘‘सिनॉरनी अजून आपले नाव नाही सांगितले.’’

मला याची कल्पना होतीच. माझे नाव मला केव्हा तरी कुणाला तरी सांगावेच लागणार होते. म्हणून त्याचा मी विचार केला होता.

‘‘अरेच्चा, मी तुम्हाला अजून माझे नावच नाही सांगितले का? मी कौंट सीझर ऑलिव्ह; लवकरच मी नेपल्सला परतणार आहे.’’

‘‘तुम्हाला तेथे माझा ठावठिकाणा सहज प्राप्त होईल.’’

आपली हॅट उंचावून आणि माझ्याप्रति आदर व्यक्त करत म्हणाला,

‘‘सिनॉर, माझा अंदाज बरोबर होता. सिनॉरचे हात खलाशाचे दिसत नव्हते.’’

मी त्याच्याशी हस्तांदोलन करून त्याचा निरोप घेऊन बोटीवरून खाली उतरलो. मागे वळून पाहिले तर तो अजून आपल्या उघड्या डोक्याने उभा होता. त्याच्या डोळ्यांत माझ्याबाबत काहीशी कणव वाटत असलेले जाणवत होते. एक बिलंदर पण अंतर्यामी दयाळू असे काहीसे वर्णन त्याचे करता येईल. त्याच्या सत्याअसत्याच्या कल्पना फार भिन्न होत्या. त्याचे असत्य आपल्या प्रेमळ मित्राच्या सत्यापेक्षा फार वेगळे होते.

रस्त्यावर उतरल्यानंतर माझे पहिले काम होते, काही चांगलेसे सूटस् शिवून घेणे. एका शिंप्याच्या दुकानात जाऊन त्याला ४-५ ड्रेसेस बनवून देण्यासाठी माप देऊन आलो. त्याला सांगितले की, येताना एका बेटावर खलाशांच्या नाचाचा कार्यक्रम होता, त्या वेळेस त्यांच्यासारखे कपडे घातले. एका मोठ्या हॉटेलमध्ये कौंट सीझरच्या नावाने तीन स्वीटस् बुक केल्या. दुसरी गोष्ट म्हणजे, माझ्या अंगावरचे पैसे उतरवून एखाद्या बँकेत सुरक्षित ठेवायचे होते. मी एका मोठ्या बँकेत गेलो. मी सिसिली बेटावर नव्यानेच आलो असून बँकेत खाते उघडायचे म्हणून सांगितले. हिऱ्या-माणकाने भरलेल्या चामड्याच्या दोन छोट्या पिशव्याही ठेवायला दिल्या. एवढे पैसे आणि हिरेमाणके पाहून तो हरखून गेला. बँकेत खाते उघडताना कुणाची तरी तेथे ज्याचे खाते असते त्याची ओळख लागते. ही ओळख मी कुठली

देणार? मग त्यातले एक-दोन खडे त्याला देऊन बायकोच्या अंगठीत घाल म्हणून सांगितले. तो प्रथम 'नको, नको' म्हणत होता. पण फारच आग्रह केल्याने त्याने ते घेतले व माझे कामही न सांगता झाले.

उद्या नेपल्समध्ये गेल्यावर दुरान्वयानेही कुणी ओळखायला नको की, मी फॅबिओ रोमानी आहे म्हणून. चुकूनही तशी शंकाही यायला नको होती. माझ्या ओठांवर मी मिशा ठेवत होतो. डोक्यावरच्या केसांबरोबर त्याही पांढऱ्या झाल्या होत्या. मी दाढी वाढवायचे ठरवले. तीही पांढरीच उगवली. शवागारातून बाहेर आल्यावर माझी गालफडे आत जाऊन डोळे खोल गेले होते. मधल्या काळात गालफडे वर येऊन चेहरा गोल दिसायला लागला होता. डोळ्यांतून आता आत्मविश्वास जाणवू लागला होता. थोडा विचार करून त्यावर मी पर्याय काढला होता. डोळ्यांना उजेड सहन होत नाही म्हणून कायम काळा चष्मा वापरायचा. त्यामुळे झाले काय, काळा चष्मा, पांढऱ्या दाढीमिशा व डोक्यावरचे पांढरे केस यामुळे मी चांगलाच पन्नास-पंचावन्नचा दिसू लागलो.

मला माझ्या आवाजाबाबत बदल करणे जरुरीचे होते. माझा आवाज तसा मऊ जरी असला तरी बोलण्याच्या धाटणीत थोडीशी घाई दिसायची. माझे उच्चार स्वच्छ आणि निखळ होते. आणखी एक गोष्ट मला जाणवली ती म्हणजे, माझ्या शब्दाच्या उच्चाराबरोबर थोडेसे हातवारे करण्याची सवय. त्यासाठी बोलणे जरा कठोर ठेवून बोलण्यात मध्ये मध्ये एखाद्या शब्दावर जोर देण्यासाठी थांबून बोलायचे ठरवले. हाताची हालचाल जवळजवळ शून्य राहील इकडे लक्ष द्यायचे ठरवले. हे सारे वाटते तेवढे सोपे नव्हते व त्यास कठोर परिश्रम लागणार, हेही कळत होते. पण त्या बरोबर हेही जाणवत होते की, माझी इच्छापूर्ती करायची असल्यास हेच काय यापेक्षा कठीण परिश्रम करावयास मी तयार पाहिजे.

हे सारे चालू असतानाच जाता जाता एक कामही मी उरकून टाकले. नेपल्समधील एका प्रसिद्ध वृत्तपत्राला एक पेड न्यूज दिली. ती पुढीलप्रमाणे होती.

'असे समजते की, आपल्या देशापासून बराच काळ दूर राहिलेले कौंट सीझर ऑलिव्ह हे लवकरच नेपल्स शहरी कायमस्वरूपी राहण्यास येत आहेत. विद्वत्‌जन आणि श्रीमंत वर्गाला त्यांच्या आगमनाने विशेष आनंद होईल अशी अपेक्षा आहे.'

संपादकाने मी लिहून दिलेली बातमी शब्दशः छापली. एवढेच नव्हे तर माझ्या आगमनानंतरही तशी बातमी छापली जाईल याची खात्री देऊन, आभार मानले.

आता नेपल्सला जाण्यासाठी सर्व पूर्वतयारी झाली होती. मी हॉटेलच्या खोलीतून खिडकीतून दिसणाऱ्या समुद्रावरची संध्याकाळची सौंदर्यप्रभा निरखीत होतो. रात्रीचे आठ वाजले होते. तरी सूर्य मावळण्याच्या मनःस्थितीत नव्हता. वृद्ध माणसाचा स्वभाव मी जो स्वीकारला होता किंवा आवाजात जो रागीट भाव मी

आत्मसात केला होता, तो बऱ्याच प्रमाणात माझ्या व्यक्तिमत्त्वात मूळ स्वरूपात उरल्यासारखे माझे मला जाणवू लागले.

असा मी माझ्याविषयीच्या तंद्रीतच माझ्या खोलीत निवांत स्वरूपात बसलो असतानाच वेटर माझ्याकडे धावत आला आणि म्हणू लागला,

"सिनॉर, अखेरीस त्यांनी त्याला पकडलेच. त्याच्यासारख्या माणसाला पकडणे सोपे काम नव्हते."

"कुणाबद्दल म्हणतोस तू?" मी विचारले.

"कुणाबद्दल म्हणजे कार्मेला नेरीबद्दल. खाली उतरून सिनॉर जरा चौकापर्यंत गेले तर साखळदंडाला बांधून ठेवलेला तो व त्याचे साथीदार दिसतील." तो आला तसाच त्याला बघायला पुनः धावला. माझी उत्सुकता चाळवल्याने मीही पायांत चपला सरकवून त्या दरोडेखोराला पाहण्यास गेलो.

चौकात पोलीस हेडक्वार्टर होते. माणसांचा समुद्र त्या अट्टल गुंडाला पाहण्यास जमला होता.

पोलीस ऑफिसर घोड्यावर स्वार होऊन त्याने अटक केलेल्या गुन्हेगारांबद्दल लवकरच घोषणा करणार असल्याचे दिसून येत होते. मधोमध साखळदंडाने बांधून ठेवलेले नेरी व त्याचे साथीदार होते. त्यांचे हात साखळदंडाने मागे बांधून ठेवले होते तर पाय चामड्याच्या पट्ट्याने बांधले होते. डोक्यावर मातकटलेले केस, डोळ्यात अंगार फुललेला होता. तोडांवर दाढीमिशा वाढलेल्या होत्या. एकूण प्रकरण फारच भयानक होते. मला त्यांना पाहण्यापेक्षा त्याची प्रेयसी पाहण्यात जास्त उत्कंठा होती.

मी तेथे उपस्थित असलेल्या एका पोलीस ऑफिसरच्या हातात पाच फ्रँक्सची नोट सरकवून म्हटले,

"मला नेरीला दोन मिनिटांसाठी भेटता येईल का?"

"ठीक आहे, लवकर आटपा."

मी नेरीच्या जवळ गेलो. अगदी कानात कुजबुजल्यासारखे विचारले,

"तुझा आंद्रे लुझिईनीसाठी काही संदेश आहे का? मी त्याचा मित्र आहे."

"आन्द्रे फार सज्जन माणूस. त्याला सांगा, टेरेसा मेली. मी नाही तिचा खून केला. तिचा तिनेच खंजीर खुपसवून खून करवून घेतला."

"दुसऱ्या कुणाच्या हाताला ती लागू नये म्हणून?"

त्याने होकारार्थी मान हालवली. त्याच्या डोळ्यांत पाणी आलेले जाणवले. तो खरे बोलत असल्याचे जाणवले. माझे काम झाले होते.

मी त्या हेडक्वार्टरपाशी थोडा वेळ रेंगाळलो. मग विचार करून आत घुसलो. मी नवीन घेतलेल्या नावाने तयार केलेले कार्ड तेथील अधिकाऱ्याला दाखवले. त्याने बसायला खुर्ची दिली.

"हे कसे काय जमले?" मी विचारले.

"आम्हाला बातमी मिळाली होती." तो सांगू लागला, "येथल्या कुठल्याशा दरडीत तो लपून बसला आहे. आम्ही दिवस-रात्र पाळत ठेवली. त्याची प्रेयसी बाहेर आलेली दिसली अन् अचानक एके ठिकाणी दिसेनाशी झाली. आम्ही दोन-तीन माणसे त्या पॉईंटला पाठवून गराडा घातला. सकाळी उजाडल्याबरोबर समोर ठाकलो."

"त्याने शेवटची निकराची लढाई वगैरे काही दिली?"

"या. मी तुमचीच वाट पाहत होतो म्हणून शेळीसारखा शरण आला. शेजारी त्याची प्रेयसी मरून पडलेली होती."

"त्यानेच तिचा खून केलाय?"

"तो नाही म्हणतोय. तिनेच त्याचा खंजीर घेऊन आत्महत्या केलीय असा त्याचा दावा आहे."

"आता पुढे?"

"फाशी. त्याशिवाय पर्याय नाही."

"त्याचे साथीदार?"

"त्याच्याबरोबर तीन साथीदारही आम्ही पकडलेत. त्यांचीही तीच गत."

"अन्य साथीदार?"

"म्होरक्या गेल्यावर त्यांना अस्तित्वच नसते. शिवाय त्यांच्या नावाने पकड वॉरंट असते ना! ते देश सोडून दुसरा म्होरक्या शोधतात."

मी हेडक्वार्टरच्या बाहेर पडलो. मला हवी ती माहिती मिळाली होती. माझ्या शवागारातील खजिन्यावर आता माझा पूर्ण अधिकार प्राप्त झाला होता. नेपल्सला गेल्यावर वेळ काढून चोरमार्ग दगडी भिंत तयार करवून बुजवून टाकायला हवा.

आठ

जेव्हा मी नेपल्सला परतलो तेव्हा सप्टेंबरचा तिसरा आठवडा संपत आला होता आणि वातावरणात बऱ्यापैकी गारवा आला होता. कॉलऱ्याचे थैमान बऱ्याच प्रमाणात कमी झाले होते. नागरिकांचे व्यावसायिक व्यवहार सुरू झाले होते. नाच-गाण्यांना तर एकदम एवढा ऊत आला की, शहरात साथीने नुकतेच एवढे थैमान घातले होते, सांगूनही खरे वाटले नसते.

मी शहरामध्ये एके दिवशी सकाळीच प्रवेश केला. आल्या आल्या शहरातील मोठ्या थोरल्या हॉटेलमध्ये सर्व सोयींनी युक्त अशा दोन स्वीट्स घेतल्या. त्याबरोबर मालकास बोलावून सांगितले की, मला कुठेही जायला चार चाकी बग्गी आणि काही घोडे खरेदी करावयाचे आहेत, तसेच मला एक अत्यंत विश्वासू हरकाम्या नोकर हवा आहे. माझ्या श्रीमंतीचे असे बडेजावी प्रदर्शन केल्याने मला एखाद्या बादशहासारखी वागणूक मिळू लागली.

कौंट सीझर ऑलिव्ह म्हणून नेपल्समध्ये आल्या दिवशीच मी माझ्या सूडनाट्याचा पहिला प्रयोग करायला सुरुवात केली. ती एक रम्य संध्याकाळ होती. मावळतीच्या सूर्यामुळे आकाशात रंगीबेरंगी ढग अलगद आकाशातून वाहेत होते. नेपल्सच्या उपसागरावर मंद वाऱ्याच्या झुळुकीने लहान लहान तरंग उठून किनाऱ्यावर अलगद आदळत होते. मी माझे रात्रीचे जेवण घेऊन त्या रमणीय संध्याकाळी माझ्या आवडत्या कॅफेकडे जाण्यास निघालो. माझा दोस्त फेरारी मला तेथे भेटेल असा माझा अंदाज होता.

कॅफेच्या बाजूच्या मोकळ्या बगीच्यात लोकांनी बऱ्यापैकी गर्दी केली होती. कॉफी किंवा दारूचे घोट घेता घेता लोकांमध्ये चाललेल्या गप्पांचा विषय मुख्यत्त्वेकरून येऊन गेलेली कॉलऱ्याची जीवघेणी साथ, हा होता.

मी दुरूनच एकंदर गर्दीचा अंदाज घेता घेता माझ्या तीक्ष्ण नजरेत माझे सावज बरोबर हेरले होते. माझा जीवश्चकंठश्च मित्र तेथे बसलेला मी पाहत होतो. संपूर्ण काळ्या पेहरावात त्याला पाहणे म्हणजे ढोंगी बगळ्याने आणलेला सुतकाचा तो आव होता. त्या रेखीव, गोऱ्यापान चेहऱ्यावर दुःखाची कुठलीही छटा नव्हती. दुरून

मला त्याच्या हातावर लखलखणारी अंगठी दिसत होती. ती मीच त्याला दिलेली होती.

मी हळूहळू त्याच्या दिशेने निघालो. त्याच्या शेजारच्या रिकाम्या टेबलाजवळची खुर्ची ओढून घेत मी बसलो. तो पेपर चाळत होता. पेपर चाळताचाळता त्यानं सहज माझ्याकडे दृष्टिक्षेप टाकला. तथापि, पांढऱ्या केसांच्या या म्हाताऱ्यात इंटरेस्ट वाटावे असे काही नसल्याने तो पुन्हा वाचण्यात गर्क झाला. मी माझी घडीची काठी मिटून घेऊन वेटरला कॉफीची ऑर्डर दिली.

माझी कॉफी आल्यावर त्याला भरपूर मोठी टीप दिली. तसा तो जोरजोरात माझे टेबल पुसू लागला. शेजारच्या टेबलावर रिकामी पडलेली वर्तमानपत्रे माझ्या टेबलावर आणून ठेवू लागला. कॉफीचे घोट घेत घेत मी त्याला विचारले,

"काय रे, तू नेपल्सचाच ना रे ...? मग तुला इथल्या साऱ्या गोष्टी माहीत असतील? मग मला सांगशील. इथले कौंट रोमानी कुठे राहतात?"

"ते वारले. इथल्या कॉलरा साथीला बळी पडले."

एखाद्या विंचवाने डंख मारावा असा फेरारी त्याच्या वाचनातून जागा झाला आणि माझ्याकडे कुतूहलाने पाहू लागला.

"कौंट फॅबिओ निवर्तले! अहो किती लहान होता तो वयाने."

"सिनॉर, सांगितले ना, कॉलऱ्याच्या साथीने त्यांचा मृत्यू झाला आणि साथ बघते का तरुण-म्हातारा, श्रीमंत-गरीब वगैरे."

अचानक समजलेल्या या बातमीच्या धक्क्याने सुन्न होऊन मी डोक्याला हात लावून बसलो.

"म्हणजे मला यायला उशीरच झाला. अरे राजा, तो माझ्या मित्राचा मुलगा होता. फार दिवसांनी नेपल्सला आलो तो त्याला भेटायलाच. फार दिवस झाले त्याला, मी त्याला शेवटचे पाहिले होते, तेव्हा तो तुझ्याएवढा लहानसा मुलगा होता. बरे, त्याचे कुणी नातेवाईक आहेत का? गेले तेव्हा ते विवाहित होते का अविवाहित?"

"सिनॉर, त्यांच्या त्या महालात कौंटेस राहतात. अगदी लहान आणि सुंदर आहेत त्या. त्यांना एक लहान मुलगीही आहे."

एवढ्या वेळेपर्यंत फेरारीची चाललेली चुळबुळ माझ्या नजरेतून सुटली नाही. त्याने आपली टोपी उचलून मला अभिवादन केले आणि बोलू लागला,

"सिनॉर, माफ करा तुमच्या बोलण्यात व्यत्यय आणला. कौंट रोमानींना नेपल्समध्ये माझ्याइतके कुणीच ओळखत नसतील."

त्याच्या त्या नजाकतीने बोलण्यावर जो मी पूर्वी फिदा झालो होतो, तोच आज मला त्याचे सारे बोलणे नाटकी आणि कृत्रिम वाटू लागून त्याच्याविषयीचा राग

जास्तच वाढला. नव्या परिस्थितीशी सामावून घेताना मी जरा गोंधळून गेलो. थोड्या वेळाने भानावर येऊन मी माझी हॅट उंचावत त्याला प्रति अभिवादन केले आणि विचारले,

"आपली ओळख?"

तो आपले कार्ड मला देत म्हणाला,

"मी चित्रकार. फॅबिओचा मित्र."

"अरे वा! मग कामच झाले. माझ्यावर तुमचे फार उपकार होतील जर तुम्ही माझ्या भावना कौंटच्या नातेवाइकांपर्यंत पोहोचवल्यास. मी कौंटच्या वडिलांचा मित्र, अगदी भावापेक्षा जास्तच म्हणा ना. असो. मी माझी ओळख करून देतो." असे म्हणत मी आपले कार्ड त्याला दिले.

माझे कार्ड पाहून तो खूपच प्रभावित झाला. आश्चर्यचकित होऊन तो उद्‌गारला,

"कौंट सीझर ऑलिव्ह! काय योगायोग आहे पाहा. नुकतेच तुमच्या आगमनाविषयीची बातमी पेपरमध्ये वाचली आणि आज आपली भेट झाली. इथल्या जनतेने आपले स्वागत यापूर्वीच करायला हवे होते. असो. हा गिडो फेरारी आपल्या सेवेला कधीही हजर राहील. चला, आपल्या नव्या ओळखीच्या निमित्ताने ड्रिंक घेऊ या." असे म्हणून तो माझ्या टेबलापाशी येऊन माझ्या शेजारच्या खुर्चीवर बसला. बसता बसता त्याने ड्रिंक्सची ऑर्डर देऊन खिशातली सिगारेट केस काढत मला विचारले,

"सिनॉर सिगारेट घेतील?" मी एक सिगारेट घेऊन सिगारेट केस हाताळत त्याला विचारले,

"मोठी छान आहे नाही?" त्यावर माझ्या घराण्याचे चिन्ह व त्याखाली माझे नाव रेखलेले होते.

"हो, माझा दोस्त कौंटचीच आहे. त्याचे काय झाले, कौंट साथीने गेले. त्यांच्या खिशात असलेल्या चीजवस्तू धर्मोपदेशकाने- ज्याने कौंटचे अत्यंविधी केले त्याने कौंटेसला दिल्या."

"मित्राची स्मृती म्हणून त्यांनी तुम्हाला दिली. बरोबर?"

"बरोबर." म्हणत तो हसला.

"कौंट साथीने गेले असे तुम्ही सांगितलेत; पण काय अगदी तडकाफडकी जाणे झाले?"

"अहो, काय सांगायचे? सकाळी सहज फिरायला बाहेर पडले आणि आपल्याच नादात चालत चालत गावात गेले. नंतर धर्मोपदेशकाकडून कळले, त्यांना रस्त्यात कौंट भेटले. बोलता बोलता ग्लानी येऊन पडले. दिवसभर एका हॉटेलच्या समोरच्या बाकावर ठेवले होते. संध्याकाळी सारेच संपले."

"कौंटचा दफनविधी कसा झाला?"

"त्या धर्मोपदेशकानेच उरकले सारे. शव रोमानी कुटुंबाच्या शवागारात ठेवण्यात आले."

"काय तुम्ही होतात त्या वेळेस?"

"हे काय विचारणे झाले? अहो, कौंटचा मी एकमेव मित्र. मी नसेन त्या वेळेस असे कसे होईल?"

माझ्या काळ्या चष्म्यातून मी त्याच्याकडे रोखून बघतोय हे त्याच्या ध्यानात आले नसावे. त्याच्या अंतर्यामी काय चालले हे कळावे म्हणून मी म्हटले,

"म्हणजे तुम्ही त्यांचे खास दोस्त."

"छे छे! तसं नाही. तो माझा मित्र होता एवढेच. पण प्रेम वगैरे नाही. त्याने माझी बरीच चित्रे विकत घेतली अन् आपल्या चित्रांचे एवढे कौतुक करणाऱ्याविषयी आपल्याला त्याच्याविषयी थोडी आपुलकी निर्माण होणारच. एक गोष्ट मात्र खरी, तो मला आवडत होता ते त्याच्या लग्नापूर्वी."

"अच्छा! म्हणजे मित्राची बायको आली मध्ये. बरोबर?"

"बरोबर! लग्नानंतर माणूस पहिला राहत नाही. चला निघू या का? नऊ वाजून गेलेत."

"बरोबर! निघायलाच हवे." मी उठताना गुडघे आखडल्याचे नाटक केले.

"डोळ्यांना उजेडाचा त्रास होतो म्हणून हा काळा चष्मा दिवस-रात्र घालावा लागतो. तुम्ही माझ्या हॉटेलपर्यंत येऊ शकाल? हो, आणखी एक सांगायचे राहिलेच. मला तुमचा स्टुडिओ पाहायला आवडेल. तुमची चित्रेही पाहायला मिळतील. आवडल्यास मी जरूर काही चित्रे खरेदी करायचा विचार करेन."

"तुम्ही देशोदेशीच्या चित्रकारांची चित्रे पाहिली असतील. त्यापुढे माझे काय! काहीतरी रेखाटणे एवढेच. अर्थात, माझा स्टुडिओ पाहायची इच्छा असल्यास मलाही आपले स्वागत करायला आवडेल. पण लवकरच मी पेंटिंगचा उद्योग बंद करीन म्हणतोय."

"का? नातेवाइकांकडून काही घबाड मिळणार की काय?"

"हो, जवळ जवळ तसेच म्हणानात. कारण, सहा एक महिन्यांत मी लग्न करायचा विचार करतोय."

"शाब्बास! अभिनंदन!" माझ्या लक्षात आले, सहा महिन्यांचा अवधी त्याने का सांगितला. माझ्या मृत्यूचे दुःख जगाला निदान सहा महिने तरी माझ्या बायकोला दाखवायचे आहे हे तिने त्याला माझ्या मृत्यूच्या पहिल्याच रात्री सांगितले होते, ते मी झुडपाआडून ऐकले होते. त्याप्रमाणे त्याला अजून पाच-सहा महिने तरी कळ सोसावी लागणार होती.

आम्ही चांदण्यातून माझ्या हॉटेलकडे चाललो होतो. नेपल्सच्या उपसागराच्या किनाऱ्यावर तरुण-तरुणी रंगात येऊन नाचत-गात होते.

तो पटकन मला म्हणाला,

"कौंट, तुम्ही खूप जग पाहिलेत. तुम्हाला कुठल्या स्त्रिया सुंदर वाटल्या?"

"हा हा! काय सांगू सिनॉर तुम्हाला? मला कधीही स्त्रियांबद्दल आकर्षण वाटले नाही. मी जन्मभर माझा व्यवहार वाढवायच्या नादात. त्यामुळे स्त्रियांकडे बघायची मला इच्छाच झाली नाही. दुसरे म्हणजे स्त्रिया बडबड करायला लागल्या की मूर्खासारख्या बोलतात. त्यातून जर त्या सुंदर असल्यास विचारायलाच नको. जेवढी जास्त सुंदर स्त्री तेवढी ती जास्त मूख, हे माझ्या अनुभवातून तयार केलेले समीकरण आहे."

"सिनॉर, खरं सांगू." फेरारी बोलू लागला, "तुम्ही तुमच्या बोलण्यातून मला माझ्या मित्राची आठवण करून देत आहात. तो अशाच मताचा होता. अर्थात लग्न होईतोवर. लग्न झाले अन् सारेच चित्र पालटले. नंतर त्याला जगात तिच्याशिवाय काहीच दिसेचना."

"माझ्या मित्राची सून एवढी सुंदर आहे?"

"सुंदर म्हणजे काय! तिचे अतिशयोक्तीत वर्णन करायचे झाल्यास सूर्याची किरणे आजतागायत एवढ्या सुंदर स्त्रीवर पडलीच नसतील. तुमच्या मित्राची सून म्हणून तरी तुम्ही तिला एकदा तरी भेटायलाच पाहिजे."

"काय कारण तिला भेटायला जायचे! अन् खरं सांगू का, दुःखात असलेल्या व्यक्तीला पाहुण्याचे स्वागत कसे करायचे, हे लक्षातच येत नाही. 'सिनॉर, आत यावे.' माझ्या स्वीटचा दरवाजा उघडत मी त्याला आत घेतले. "सिनॉर, एक एक पेग होऊन जायला हरकत नसावी."मी.

बोलता बोलता तो मला म्हणाला,

"कौंट, आजच्या तुमच्या भेटीचा संदर्भ कौंटेसांना दिल्यास तुमची हरकत नसावी. तरी पण माझी इच्छा आहे, तुम्ही कौंटेसांना एकदा भेटावे हे बरे."

"मघाशीच मी तुम्हाला सांगितले ना, मला बायकांशी संभाषण करून वेळ घालवायला आवडत नाही. अर्थात, तुमचा एवढा आग्रहच आहे तर मी एक गोष्ट करतो. तुम्ही माझा एक निरोप पोहोचता कराल?"

"तुमचा निरोप घेऊन जायला मला जरूर आवडेल."

"फेरारी, तुमचा मित्र कौंट फॅबिओच्या वडिलांनी माझ्यावर एवढे उपकार केलेत की, त्याची परतफेड कधीही मी करू शकणार नाही. त्यांच्या मुलाला भेटायला येताना माझी एक इच्छा होती. एवढ्या प्रवासात आणि एवढ्या व्यवहारात मी खूप मौल्यवान जवाहीर संपादन केले. त्यांतले काही इथे आल्यावर आपली

आठवण म्हणून त्याच्या मुलाला द्यावे. आल्यावर कळले, तो हे जग सोडून गेला. माझ्या डोक्यात एक कल्पना आली. जे मी त्याला देणार होतो ते आता त्याच्या पत्नीला द्यावे. नाहीतरी काय त्याने तिलाच दिले असते. आता तो नाही तर ते जवाहीर तुमच्याबरोबर त्यांनाच पाठवून द्यावे म्हणतोय. तुम्ही जर त्यांना त्या घेतील का विचारून घेतल्यास तुमच्या पुढच्या भेटीत ते मी तुम्हास देऊ शकेन. कराल एवढे माझे लहानसे काम?''

''तुमचा हा निरोप घेऊन जाताना मला विशेष आनंद होईल. सुंदर स्त्रियांना दागदागिन्यांची आवड असतेच. मला खात्री आहे, कौंटेसा तुम्हाला नक्कीच नाराज करणार नाहीत. मी सांगतो त्यांना तुमचा निरोप. चला तर येतो.'' असे म्हणून तो जायला निघाला. त्याला दारापर्यंत सोडून हस्तांदोलन करून आम्ही एकमेकांचा निरोप घेतला.

बाण वर्मी लागला होता. निशाणा चुकला नव्हता. सकाळी मी माझ्या स्वीटमध्ये नाश्ता घेत होतो. दारावर टकटक ऐकू आली. दार उघडले. दारात फेरारी उभा होता.

''काय सकाळी सकाळी? काही विशेष?''

''काय करणार! कौंटेस रोमानींची आज्ञा झाली अन् धावत यावे लागले. आपण पुरुष स्त्रियांचे गुलामच असतो म्हणा ना!''

''आत या, बसा निवांत. तर काय म्हणालात! पुरुष बायकांचे गुलाम असतात? तसे काही नेहमीच नसते. माझेच बघा ना! काय कॉफी घेणार?''

''नको, मी नाश्ता घेऊनच आलो आहे. प्रथम मला कौंटेसांचा निरोप पोहोचता करू द्या. काल मी तुमचा निरोप घेऊन तडकच रोमानी व्हिलावर गेलो. मी तुमचा निरोप दिला. त्यांनी आपले आभार मानून मला सांगितले की, आपण स्वतः येऊन दिल्याशिवाय त्या दागदागिन्यांचा त्या स्वीकार करू शकत नाहीत. सध्या त्या दुःखात असल्याने व्हिलावर कुणाचेही स्वागत करीत नसतात. तथापि, आपण त्यांच्या यजमानांच्या वडिलांचे स्नेही असल्याचे आपल्याला व्हिलावर जायला काहीच हरकत नाही. आपले योग्य इतमामात स्वागत होईल.''

''कौटेसांच्या या प्रस्तावाचा मी आभारीच आहे. तथापि, माफ करा. मला ताबडतोब तरी त्यांचे निमंत्रण स्वीकारता येणार नाही. मी नेपल्समध्ये काही कामासाठी आलो आहे. त्यासाठी काही कामे तातडीने हातावेगळी करायला हवीत. एकदा ती झाली की मनाला थोडासा विरंगुळा म्हणून असल्या गोष्टीकडे पाहू शकेन. ताबडतोब तरी जाणे जमणार नाही. कृपया तुम्ही माझ्या वतीने कौंटेसांची दिलगिरी मागून काम निभावून न्या.''

फेरारी जोरात हसला आणि म्हणाला,

''कौंट, कमाल आहे तुमची. कौंटेसांचे एवढे आग्रहाचे बोलावणे मिळाल्यावर

एखादा धावत सुटला असता. तुमच्या भेटीबाबत तुम्ही चालवलेल्या दिरंगाईवरून स्वच्छ दिसून येते की, तुम्ही खरोखरच स्त्रियांचा द्वेष करता.''

''द्वेष! नाही नाही. द्वेष शब्दात फार कडवटपणा आहे. द्वेष करायला अगोदर त्या व्यक्तीबाबत प्रेम असावे लागते. मला त्यामुळे स्त्रिया द्वेष करण्याच्या योग्यतेच्या वाटत नाहीत. हं! असं म्हणा, त्यांच्याबाबत मी तटस्थ, निरिच्छ असतो. स्त्री म्हणजे परमेश्वराने पुरुषाच्या डोक्यावर लादलेले सुबक, सुंदर आणि वजनाने हलके वाटणारे बोचके असले तरी, खऱ्या अर्थाने तो बोजा एवढ्या वजनाचा असतो की, त्याच्याखाली त्याचे स्वत्वच चिरडले जाते.''

''पण बहुतेक पुरुष त्यांच्यामागे धावतात ना?''

मी माझ्या काळ्या चष्म्यातून रोखून बघत म्हटले,

''धावू द्यात जनावरासारखे. ती तुमचा उपयोग करून घेईल. मग पृष्ठभागावर लाथ मारून हाकलून दिल्यावर बसा हात चोळत.''

''कौंट, मला तुमचे म्हणणे पटत नसले तरी मला तुमच्याशी वाद घालायचा नाही. पण माझ्या मते, सुंदर तरुणीचे हास्य म्हणजे एखाद्या गुलाबावर सकाळी पडलेले कोवळे किरणच.''

''जाऊ दे. याबाबात तुमचे-माझे एकमत होणार नाही. दुसऱ्या कुठल्याशा विषयावर बोलू या. राईट! तुमची चित्रे! तुम्ही काढलेली चित्रे बघायला केव्हा येऊ तुमच्या स्टुडिओत?''

''केव्हाही आलात तरी तुमचे स्वागत करायला मला नक्कीच आवडेल. पण सिनॉर, तुम्हाला एवढी ती खास वाटणार नाही अन् मग तुमची फार निराशा होईल.''

''सिनॉर फेरारी, तुम्ही तुमच्याविषयी उगाच न्यूनगंड प्रदर्शित करता आहात. असो. आज दुपारी ४ ते ५ पर्यंत मला वेळ आहे. दरम्यान तेव्हा मी येऊन जाईन म्हणतोय. तुमच्या कार्डावर दिलेला पत्ताच ना?''

''जरूर या, पण पुन्हा सांगतो, नाराज झाल्यास मला दोष देऊ नका.''

''बरं बरं. बघू या ते नंतर. तोपर्यंत कौंटेसांसाठी मी काढून ठेवलेले दागिने पाहायचे आहेत का?''

''निश्चितच, पण ते फार किमती असतील नाही?''

''खरं आहे तुमचं म्हणणं, म्हणून तर देतोय ना?'' असं म्हणून कोपऱ्यातल्या कपाटातून कोरीव काम केलेली हस्तिदंती संदूक काढून, ती उघडून त्याला आतला खजिना दाखविला. त्यात माणकाभोवती गुंफलेला, हिऱ्याचे पदक असलेला एक नेकलेस होता. बरोबर त्यालाच शोभेसेच ब्रेसलेट होते. केसात अडकवायची पिन होती. एक नील खड्याची अंगठी होती. गुलाबी खड्यातला क्रॉस होता. मोत्याचे

पेंडंट होते जे मला सुरुवातीला शवागारात सापडले होते आणि तेव्हाच मी तिला देण्यासाठी आणले होते. हे सारे पाहून फेरारीचे डोळे विस्फारून गेले होते.

"हे किरकोळच आहे. पण मला खात्री आहे कौंटेसांना हे नक्कीच आवडतील. सिनॉर, माझ्यावर एक उपकार कराल? ही पेटीच कौंटेसांकडे घेऊन जायचे जमेल? माझ्या आगमनाची ही नांदीच म्हणानात."

"तुम्ही घेऊन गेल्यास बरे होईल."

"मी येण्याबद्दल तुम्ही फारच आग्रही दिसताय. कृपया माझ्या वतीने कौंटेसाना सांगा, मला जमेल तसे लवकरात लवकर मी येऊन जाईन. सिनॉर, मी तुम्हाला शब्द देतोय. माझी त्यांच्याशी ओळख करून द्यायला तुम्ही फारच उत्सुक दिसताय. तुम्हाला मी नाराज नाही करणार."

"तसे असल्यास तुमचे दागिने घेऊन जायला मला फारच आनंद होईल. कौंट, हे दागिने ज्या व्यक्तीच्या अंगावर तुम्ही पाहाल तेव्हा म्हणाल, खरेच दागिन्यांचे चीज झाले."

"असू शकेल. पण तुम्हाला यापूर्वीच सांगितलेय की, स्त्रियांच्या सौंदर्याबद्दल मला अजिबात आसक्ती नाही. एवढे जडजवाहीर कौंटेसांना का देताय हेही तुम्हाला माहीत आहेच. त्यांच्या नवऱ्याला द्यायला आणले. तो नाही म्हणून त्याच्या बायकोला द्यायची वेळ आली. असो. सध्या मी जरा एकांताची अपेक्षा करतो. भेटू आपण आज दुपारी ४ ते ५ च्या दरम्यान तुमच्या स्टुडिओत." असे म्हणून त्या दागिन्यांची ती छोटी संदूक किल्लीसकट त्याला देऊन त्याचा निरोप मी घेतला.

मला गावात एक अतिशय श्रीमंत, प्रतिष्ठित रसिक म्हणून मिरवायचे होते. मी येणार याची दवंडी अगोदर पिटली होती. आता आलोय म्हणून प्रसिद्धीस देऊन त्या मार्फत उच्चभ्रूंकडून माझे स्वागत करवून घेऊन त्या साहाय्याने शहरात मान्यवरांच्या ओळखी करून घ्यायच्या. माझ्या उद्दिष्टपूर्तीसाठी त्याची आवश्यकता होती.

माझ्या हॉटेलमालकाने मला जो हरकाम्या दिला होत, तो अपेक्षेपेक्षा हुशार होता. त्याला सांगितले तेवढेच तो ऐकत असे; पण त्या पलीकडले समजलेले तो बोलून दाखवत नसे. मात्र माझ्या सोयीनेच त्याचा वापर करीत असे. त्यामुळे तो माझा अतिशय विश्वसनीय झाला होता. त्याच्या मदतीमुळे माझी कामे कशी संपली ते माझ्या लक्षातच आले नाही आणि बरोबर चार वाजता मी फेरारीच्या दाराशी पोहोचलो.

फेरारीने स्वतःच दार उघडून स्वागत केले. "स्टुडिओ शोधायला त्रास तर नाही ना झाला? माफ करा. जरा सगळ्या वस्तू अस्ताव्यस्त पडल्या आहेत. माझा मित्र गेल्यापासून स्टुडिओकडे माझे लक्षच नव्हते." तो म्हणत होता त्याची सत्यता

पटत होती. बऱ्याच दिवसांत तो स्टुडिओकडे फिरकलाच नव्हता, हे जाणवत होते. तथापि, मी येणार म्हणून थोडीशी आवराआवर करायचा प्रयत्न केला होता, हेही लक्षात येत होते. समोरच्या टेबलावर फ्लॉवरपॉटमध्ये फुलाचा गुच्छ होता. तो माझ्याच बगीच्यातील फुलांचा होता अन् माझ्याच बायकोने तयार करून दिलेला असावा.

त्याने पूर्ण केलेली व अपूर्ण राहिलेली त्याची कामे मी पाहिली. त्यांना कुठल्याही तऱ्हेचा दर्जा नव्हता, हे मी तेव्हाही जाणले होते. पण मित्राला आपली मदत व्हावी केवळ याच दृष्टीने मी ती घेतली होती.

मी काहीतरी बोलायचे म्हणून बोललो,

"सिनॉर, तुम्ही नुसते कृतीने कलाकार नाहीत पण तुमच्या व्यक्तिमत्त्वातून तुमच्यातला कलाकार यथातथ्य जाणवतो." हे निश्चितच औपचारिक बोलणे होते. तरीसुद्धा माझ्या बोलण्याने तो सुखावला. "माझ्या लक्षात येतंय, तुम्ही उगाच माझी तारीफ करताय. ते असो. विसरायच्या आत सांगितलेले बरे. तुमचे काम मी केले बरे."

"कुठले काम?"

"कौंटेस रोमानींचे. मला वर्णन नाही करता येणार. त्यांना केवढा आनंद झाला ते सगळे दागिने पाहून. त्यांचा निर्मळ, हर्षोत्फुल्ल चेहरा पाहताना इतका मनाला आनंद झाला, की सांगता येत नाही."

"अच्छा? ते असो. ज्या कामासाठी आलो ते पाहू. तुमचे ते स्टँडवरचे चित्र मला आवडले. जरा जवळ आणून दाखवता?"

दुरून पडलेल्या उन्हाचे ते एक निसर्गचित्र होते. तसे ते टुकारच होते पण मी त्याचे खूप कौतुक केले आणि ५०० फ्रँक्सला विकत घेऊन टाकले. त्याची आणखी चार-पाच चित्रे मी घेतली.

माझ्या या कृतीने फेरारी चांगलाच रंगात आला. त्याने दोन चषक आणून त्यात दारू भरली. तो भरभरून बोलण्याच्या मूडमध्ये होता. आमचे बोलणे चालू असताच खाली गाडीचा आवाज झाला. त्याच्या चेहऱ्यावर अपेक्षित चलबिचल जाणवली. तो जागेवरून उठला. मी पण उठलो. दारावरची बेल वाजली. माझ्या लक्षात आले, कोण असणार ते. फेरारी पाहुण्यांना आणायला खाली गेला. थोड्या वेळात तो पाहुण्यांना घेऊन येत असल्याचे आणि रेशमी कपड्यांची सळसळ जाणवली. अत्तराचा मंदसा शिडकावा भासला आणि मी पाहत होतो. माझ्यासमोर माझी बायको उभी होती.

नऊ

माझ्यासमोर ते आरसपानी सौंदर्य उभे ठाकले होते. तेच ते जेव्हा मी त्या नन्सच्या घोळक्यात पाहिल्यांदा तिला पाहिले होते, तसेच ते सौंदर्य. दुःखाचे निदर्शक असलेला तो तिचा खांद्यापासूनचा लांबलचक काळा झगा तिने परिधान केला होता आणि जाळीचा बुरखा जो त्याच्याबरोबर असतो, तो आपल्या भुरभुरणाऱ्या केसांवरून मागे टाकला होता. सुतकाचा तो काळा पेहराव तिच्या गोऱ्यापान शरीरावर जास्तच खुलून दिसत होता.

ती दारापाशी उभी राहिली. ओठांवर तेच गोडसे हास्य घेऊन. क्षणभरच तिने कसलासा विचार केला आणि भानावर आल्यासारखे करून मानेला एक गोडसा झटका देऊन मोठ्या अदबीने माझ्यासमोर येऊन आपले दोन्ही हात पुढे करून म्हणाली,

''कौंट सीझर ऑलिव्ह? मी आपल्याला माझी ओळख करून देते. मी कौंटेस रोमानी.''

मी काहीच बोलू शकलो नाही. मनात तिरस्काराचा लाव्हारस उफाळून येत असताना मी काय बोलणार? माझा घसा कोरडा पडला होता. मी फक्त सन्मानदर्शक खाली वाकून स्वागत केले.

''सिनॉर, फेरारीकडून समजले की, आपण आज दुपारी येथे येत आहात अन् मला राहवले नाही. खरोखर आपण जी मला शाही भेट दिलीत त्याबद्दल आपले आभार मानायला हीच चांगली वेळ आहे असे ओळखून मी आपल्याला भेटायला येथे आले. दागिने खरोखरच अतिशय मौल्यवान आणि सुंदर आहेत.''

तिने पुढे केलेले हात मी हातात घेतले. रागाच्या भरात तिच्या हातात असलेली अंगठी, एवढ्या जोरात पिळली की ती तिच्या मासांत रुतली असेल, पण खानदानी ती की, तिने त्याचा लवलेशही चेहऱ्यावर दिसू दिला नाही. भलतेच काय केले वाटून मी पुन्हा भानावर आलो आणि म्हणालो,

''खरे तर आभार मीच मानायला हवेत. एवढ्या तीव्र दुःखात आपण असताना मी ही भेट आपल्याला द्यायला नको होती असे आपल्याकडे पाहिल्यावर वाटू लागले. खरोखर मी आपल्या दुःखात सहभागी आहे. आपले पती जर हयात असते

तर त्यांच्याच हस्ते ते आपल्यापर्यंत आले असते. तेव्हा आपल्याला विशेष आनंद झाला असता. आपल्या पतीच्या ऐवजी माझ्या हातून आपण ही भेट स्वीकारून मला आपण एक प्रकारे उपकृतच केले आहे.''

मी हे बोलत असता तिचा चेहरा उगाचच थोडासा भावुक झाला. माझ्याकडे तिने आपले टपोरे डोळे रोखले अन् अलगद आपला हात माझ्या हातातून काढून घेतला. मी तिला बसायला खुर्ची दिली अन् तीसुद्धा खानदानी नजाकतीत त्यावर बसली. असे असले तरी ती कुठल्याशा विचारातून माझ्याकडे निरखून बघतेय असे मला जाणवत होते.

फेरारी नवीन आलेल्या पाहुण्यांच्या बंदोबस्तात गर्क होता. त्याने आणखी एक चषक आणून त्यात दारू भरली. थोडी फळफाळवळ आणि केक्सही आणले होते. टेबलाची मांडणी करता करता तो खळखळून हसला आणि म्हणाला,

''कौंटेसांनी आणि मी हा बेत तुम्हाला आश्चर्यचकित करण्याकरताच रचला होता. तुम्ही रोमानी व्हिलावर त्यांना भेटायला कधी जाणार हे नक्की होत नव्हते अन् कौंटेसांना तुम्हाला भेटण्याची फार घाई झाली होती, तेव्हा इथे येणार होतातच म्हणून म्हटले त्याचाच फायदा घेऊ या. काय झालात ना चकित?''

''निश्चितच.'' मी जरा कुत्सित तऱ्हेने म्हटले, ''कोण होणार नाही अचानक अशा सौंदर्याच्या दर्शनाने! पण त्याहीपेक्षा अशा तीव्र दुःखामध्ये त्या असतानाही कौंटेसांनी आपला परिचय करून दिला. त्याबद्दल मी त्यांचा फार आभारी आहे.''

माझ्या या उद्‌गारांनी माझ्या पत्नीच्या चेहऱ्यावर एकदम दुःखाची छाया पसरली. ''बिचारे फॅबिओ! तुमचे स्वागत करायला ते नाहीत ही केवढी दुर्दैवाची गोष्ट आहे. आपल्या वडिलांच्या मित्राचे स्वागत करायला त्यांना केवढा आनंद झाला असता? त्यांना आपल्या वडिलांविषयी फार कौतुक होते. खरंच ते गेलेत हे मनाला पटतच नाही. मला समजत नाही या धक्क्यातून मी कशी सावरेन?'' बोलता बोलता तिचे डोळे अश्रूंनी डबडबून गेले होते. अर्थात, त्या अश्रूंवर कुणी कसा विश्वास ठेवावा! स्त्रिया केव्हाही रडू शकतात.

''मॅडम, शांत व्हा!'' मी थंडपणे उद्‌गारलो. ''मलाही त्याच्या मृत्यूचे फार दुःख झाले आहे. पण आपल्यासमोर ते दाखवणे मी उचित समजत नाही. आपण जास्त वाईट वाटून घेऊ नका. साऱ्या दुःखावर काळ हाच एकमेव उपाय असतो. आपण स्वतःला सांभाळावे. आपल्यापुढे मोठे थोरले आयुष्य पसरले आहे. चांगले दिवस निश्चितच पुढे आहेत.''

ती अलगद हसली. ते अश्रू गायब झाले. सूर्याची किरणे आल्यावर दवबिंदू जसे गायब होतात तसे.

''कौंट, तुमच्या सदिच्छेबद्दल मी आभारी आहे. त्या चांगल्या दिवसांची

सुरुवात कौंट आपण रोमानी व्हिलावर आल्यानेच होणार नाही का? तुम्ही येणार ना? तुम्ही याच!''

मी जरा बुचकळ्यात पडलो. मी फेरारीकडे पाहिले.

''कौंट, मॅडमना तुम्ही स्त्री सहवासाबद्दल किती निरिच्छ आहात हे माहीत नाही.''

''सिनॉर, फेरारी म्हणतात ते अगदी सत्य आहे. पण त्या मधाळ हास्याने घायाळ झाल्यावर आपला बचाव कुणी कसा करू शकणार?''

माझ्या बोलण्याचा तिच्यावर व्हायचा तो परिणाम झाला. तिच्या हत्यारांची तिला जाणीव करून दिल्याबरोबर ती म्हणाली,

''म्हणजे तुम्ही येणार तर. सिनॉर फेरारी, तुम्ही कौंटना रोमानी व्हिलावर घेऊन येणार?''

''तुमच्या आग्रहाचा त्यांनी स्वीकार केला ही कौतुकाची गोष्ट. कारण मला ते पूर्ण अशक्य वाटत होते.''

''स्त्री-पुरुषांच्या डावात नेहमी स्त्रियाच जिंकतात. काय कौंट, बरोबर आहे माझे म्हणणे?''

''तुमच्या वादामध्ये मला नक्की काही सांगता येणार नाही. पण तुमच्या एका नजरेच्या इशाऱ्यापुढे मी मी म्हणणारे टिकणार नाहीत, हे मात्र तेवढेच खरे.''

''तर उद्या आपण भेटतोच आहोत. कौंट, मला आपण नाराज नाही करणार. दुपारी जरा लवकरच या म्हणजे माझी मुलगी स्टेलाही भेटेल. बिचारी अगदी बापावर गेली आहे.''

''एखाद्या अस्मान परीचीच भेट- छोटीशीच, पण तेवढीच गोड.'' मी बोललो.

तिने आपला हात माझ्यापुढे धरला. मी त्याचे चुंबन घेत असता तिचे लक्ष माझ्या चष्म्याकडे गेले.

''आपल्या डोळ्यांना काही त्रास होतोय का?''

''होय. त्यांना प्रखर उजेड सहन होत नाही. वयोमानानुसार अशा व्याधी जडणारच.''

''पण तसे आपण वयस्कर दिसत नाही.''

''नाही? त्या पांढऱ्या केसांसकट?''

''पुष्कळ तरुण लोकांचे केस पांढरे असतात आणि खरं सांगू, ते तुम्हाला अगदी शोभून दिसतात.'' असे म्हणत ती अतिशय खानदानी रुबाबात जायला निघाली. मी आणि फेरारी तिला तिच्या बग्गीपर्यंत सोडायला गेलो. फेरारीने तिला वरती चढण्यासाठी हात देऊ केला. तिने तो आपल्या हाताने नाकारून मोठ्या नजाकतीत माझ्या हाताची अपेक्षा केली आणि मीही मोठ्या तत्पतरेने तो दिला व

तिच्या पायाजवळचा घोळ सारखा केला. तिने मान झुकवून आमचा निरोप घेतला. दुपारच्या भर उन्हात आमच्या डोक्यावरच्या टोप्या काढून सन्मानाने तिला विदा केले.

बग्गी दृष्टीआड झाल्यावर मी माझी नजर माझ्या मित्रावर रोखली. त्याचा नाराज चेहरा माझ्या नजरेतून सुटला नाही. मी विचार केला, माणूस पाहा कसा, अंगात सारे जग जिंकण्याची हिंमत असून व त्यासाठी उभे आयुष्य पसरलेले असताना एका यःकश्चित स्त्रीच्या चंचल आविर्भावाने कोसळून पडावा! शी... शी... तसाच दुसरा एक विचार माझ्या मनात येऊन गेला. माझ्या सूडनाट्यासाठी फेरारीची शिकार करणे वाटले त्यापेक्षा सोपे आहे.

"असे म्हणतात, सुंदर स्त्रीच्या एका दृष्टिक्षेपाने पुरुषाच्या शरीरात एक चैतन्य संचारते. सिनॉर, तुमच्या बाबतीत असे उलटेच कसे घडले? का कौंटेसाच्या सौंदर्याने तुमची विचारशक्ती बधिर झालीय की काय? तसे झाल्यास मला आश्चर्य वाटायला नको. कारण हे सत्यच आहे की, कौंटेसा या अत्यंत सुंदर आहेत."

माझ्याकडे चटकन वळून तो उद्गारला,

"जे मी तिच्या सौंदर्याबद्दल बोललो होतो ते सत्यच होते ना? कशाला उगाच काही सांगायचे! स्त्री याबाबत आपली एवढी टोकाची मते, असे असतानाही तिच्या सौंदर्याची आपल्यावरही भुरळ पडलीच ना?"

"भुरळ पडली अन् माझ्यावर? छे! छे! तसे अजिबात नाही, पण एक गोष्ट मान्यच केली पाहिजे की, कौंटेसा फारच सुंदर आहेत."

"मी आपल्याला तेच सांगत होतो. आता पुढली गोष्ट. मी आपल्याला कौंट, कौंटेसांबद्दल एक इशारा देऊन ठेवतो."

"का काय झाले? कौंटसांना काही संसर्गजन्य रोग वगैरे आहे काय?" मी मुद्दाम पेडगावला जात विचारले.

"छे! छे! तसे काही नाही! त्याचे काय आहे, कौंटेसा फार लाघवी स्वभावाच्या आहेत. पुरुषाला हा हा म्हणता आपल्या कब्जात कसे घ्यायचे हे त्यांना फारच चांगले जमते अन् मग त्याला वाटते, कौंटेसा आपल्यावर फिदा आहेत; पण तसे काही नसते. मग काही काळाने त्याला समजून चुकते आपल्याला तिने कसे नाचवले."

मी जोरजोरात हसून त्याच्या पाठीवर थोपवून त्याला दिलासा देण्यासाठी म्हणालो,

"तुमचा हा इशारा माझ्या बाबतीत अगदी अनाठायी आहे. तुम्हाला काय वाटते हे काय माझे वय आहे की एखाद्या तरुणीची भुरळ पाडावी? मी तर तिच्या वडिलांसारखा अन् तरी तुम्हाला असे का वाटावे?"

"ती तर आपल्याला आपण तसे वयस्कर दिसत नाही असे म्हणाली."

"तसे काही नाही. सिनॉर, तुमच्यासमोर मला आपण म्हातारे आहोत असे वाटू नये म्हणून उगाच मला खुलवण्यासाठीच त्या हे बोलल्या."

"चुकलोच म्हणजे मी. त्याचे असे झाले की, कौंटेसा मला माझ्या बहिणीसारखी. फॅबिओ गेल्यापासून त्याच्या गैरहजेरीत कौंटेसांची काळजी घेणे माझे कर्तव्यच आहे ना? त्या पोटी उगाच हे बोलणे झाले. मला माफ करा."

मला त्याला आणखी डिवचायचे नव्हते. म्हणून वैतागल्याचे सोंग आणून विषय बदलायचे म्हणून म्हटले,

"जाऊ दे. सदोदित कौंटेसा कौंटेसाचा कसला जप चालवलाय. दुसरा विषय काढा एखादा बोलायला."

मग उद्या रोमानी व्हिलावर केव्हा, कसे जायचे, त्याने माझ्याकडे किती वाजता यायचे वगैरे तपशील आम्ही निश्चित केला.

नंतर चर्चा नेपल्स आणि नेपल्सवासीयांवर सरकली. माझ्या मित्राचे नैतिकतेबाबत काय विचार आहेत हे जरा तपशिलात समजावे म्हणून तेथील लोकांच्या नैतिक चारित्र्याबद्दल जरा तिरपा शेरा मारला.

आपल्या तोंडातील सिगारेटचे थोटूक फेकून देत तो उद्‌गारला,

"कसली आली आहे नैतिकता? गला सांगा, पुरुषाला एकाच बाईशी बांधून ठेवण्यात कसली आली नैतिकता? केव्हा तरी कोवळ्या वयात भावनेच्या आहारी एखादी तशीच कोवळी मुलगी स्वीकारायची आणि थोड्याच काळात तो जेव्हा उमेदीच्या वयात येतो तो त्याला काय दिसते, त्या कोवळ्या मुलीची एक गलेलठ्ठ बरणी झालेली असते आणि कायदा काय सांगतो, त्याने तिच्याशी एकनिष्ठ राहिले पाहिजे. कायदा नायलाक आहे. अशा परिस्थितीत काय घडते? पुरुष कायदा मोडतो. तो नाटक करतो. आपण बायकोशी प्रामाणिक आहे. ते नाटकच असते. तिकडे लंडनमध्ये; अगदी नैतिकेची राजधानी म्हणून मिरवणारी, तिथे काय चालते? असेच ते लोक चोरून करतात. इथे खुल्लमखुल्ला! नेपल्समधले लोक अशा पुरुषाला नालायक नाही समजत इतके ते येथे सर्वसाधारण आहे."

"आणि स्त्रियांनी काय करावे?"

"हे पाहा, स्त्रियांचे चारित्र्य काचेसारखे असते पण ते कुठपर्यंत? जोपर्यंत तिचा विवाह होत नाही तोपर्यंत. एकदा का लग्न झाले की ती पूर्ण मोकळी. ती जर पुरेशी हुशार असेल, तर एका वेळेस डझनभर प्रियकर सांभाळू शकते. अगदी नवऱ्याला पत्ता लागू न देता. त्याला जर बाहेर लफडी करायची असतील तर तिने काय घोडे मारले?"

"म्हणजे विवाहोत्तर नीतीमत्तेला काहीच अर्थ नाही?"

“छे! आहे हे असे आहे. तुम्ही त्याला काहीही म्हणा, पण हे इतके सर्वसाधारण आहे की, त्याबाबत कुणी चर्चाही करत नाही. समजा, एखाद्या नवऱ्याला वाटले आपल्याला बायकोने फसवले तर तो काय करतो?”

मी बावळटासारखा चेहरा करून विचारले,

“काय करतो तो?”

“तो बायकोच्या प्रियकारला द्वंद्वयुद्धाचे आमंत्रण देतो; परंतु त्या द्वंद्वयुद्धात कुणीच मरत नाही. दोघांना थोडीशी दुखापत होते मग एकमेकांना मिठी मारतात. गळ्या गळे घालून रडतात. दोघे मिळून कॉफी पितात आणि दोघे तिच्या सोयीने तिला उपभोगतात.”

त्याच्या या साऱ्या उद्‌गारांची मला चीड आली. मी त्याच्याकडे पाहिले. दुपारच्या सरत्या उन्हात छाती पुढे काढलेला तो या साऱ्या वक्तव्याचा एक मूर्तिमंत प्रतिनिधी आहे अशा रुबाबात माझ्यासमोर उभा होता. मला त्याच्या सहवासात पुढली दोन मिनिटे राहू नये असे वाटले. सहजपणे निरोप घेतल्याचे नाटक करत म्हटले,

“बराय तर सिनॉर, मी घेतलेली चित्रे घेऊन जाण्यासाठी माझा माणूस येईल.” त्याने हॉटेलपर्यंत येण्याचा विचार बोलून दाखविला पण मीच नको म्हटले.

“हॉटेलवर गेल्याबरोबर माझ्या हरकाम्याने फळा-फुलांनी भरलेली टोपली दाखवली. मी ओळखले होते ती फळे आणि फुले माझ्याच बागेतील होती. त्याने त्या टोपलीला अडकवलेली चिठ्ठी दाखवली.”

‘उद्याच्या भेटीबद्दल आठवण करून देण्यासाठी.’

– कौंटेसा रोमानी

मी प्रचंड चिडलो. फुलांचा गुच्छ केराच्या टोपलीत फेकून दिला व त्याला सांगितले,

“ती फळे उचल व हॉटेल मालकाच्या लहान मुलांमध्ये वाटून टाक.”

दहा

"व्हिला रोमानीवर आपले स्वागत असो."

माझ्या बायकोचे ते स्वर कानी आले व मी काही काळ दिङ्मूढ झालो. मला समजेना, मी स्वप्नात तर नाही ना? जिथे मी उभा होतो ती बाग माझीच म्हणून मला वाटत होती आणि तिथे तर माझे परक्या इसमासारखे स्वागत होत होते. लगेच माझ्या लक्षात आले, माझ्या नाटकातील माझ्या भूमिकेत मी येथे परकाच गृहस्थ आहे. मग या वास्तूचा मालक कोण? माझी बायको, की जी माझ्या नाटकात माझे रोमानी व्हिलावर स्वागत करत आहे.

मी मान झुकवून हसत ते स्वागत स्वीकारले. स्वागत स्वीकारता अवतीभवती काय बदल झाले तेही न्याहाळत होतो. व्हरांड्यात एका कोपऱ्याला माझी वाचायची खुर्ची होती. सकाळी मी तेथेच पेपर्स वाचत असे. ती तेथून गायब झालेली दिसली. व्हरांड्यात जाळीच्या दरवाज्यातून शिरताच उजव्या बाजूला पक्ष्याचा एक पिंजरा होता. तोही दिसत नव्हता. बंगल्याचे फाटक उघडायला आलेल्या माझ्या नोकराच्या चेहऱ्यावर एक अनुत्साही छटा दिसत होती. मुख्य म्हणजे फाटक उघडून आत आल्याबरोबर उड्या मारत माझे स्वागत करणारा माझा लाडका रॉबर्ट कुत्रा दिसला नाही.

मी भानावर आलो. माझ्या नाटकाचा आता नवा प्रवेश सुरू होत होता.

"माफ करावे कौंट, माझ्यामुळे आज आपल्याला नाइलाजाने तर नाही यावे लागले?"

"तसे असते तर मला स्वतःला एक दुर्दैवी असामी म्हणूनच समजावे लागले असते."

माझ्या या बोलण्याने ती नजाकतीत लाजली. तिने आपली नजर खाली वळवली अन् मला ती आतल्या दिवाणखान्यात घेऊन गेली. मोठा थोरला दिवाणखाना होता तो. अगदी ऐसपैस पसरलेला. मोठमोठ्या उमरावांचे स्वागत येथेच करत असे मी. अगदी नाच- बॉल डान्स संगीताचे कार्यक्रम येथेच घडत असत. त्याच्या खिडक्या बाजूच्या बागेत उघडत असल्याने हॉलमधील वातावरण कायम थंड असे.

बाकी सारे जिथल्या तिथे असलेले दिसून येत होते. बाजूला असलेला पियानो उघडाच होता. तर मेंडोलिन बाजूच्या टेबलावर पडले होते. जणू आताच कुणी वाजवता वाजवता बाजूला ठेवले आहे. समोरच मोठी थोरली व्हेनेशियन काचेची फुलदाणी होती. तिच्यात बागेतील फुले खोचलेली होती.

मी खुर्चीवर बसत बसत बोललो,

"अगदी जसे होते तसेच."

मी हे वाक्य बोललो अन् फेरारीने ते वाक्य पटकन उचलले,

"म्हणजे तुम्हाला ते सारे अजून आठवते."

"सिनॉर, मी तुम्हाला सांगितले नाही का? ज्येष्ठ कौंट जेव्हा लहान होते तेव्हा आम्ही त्या समोरच्या मैदानातच खेळत असू. अजून ती दृश्ये डोळ्यांसमोरून हलत नाहीत."

नीना या सर्व बोलण्यात रस आहे दाखवीत होती. तिने कौतुकाने विचारले,

"कौंट, काय आपण माझ्या यजमानांना पाहिलेत?"

"मी शेवटचे रोमानी व्हिलावर येऊन गेलो तेव्हा तो अगदी १०-१२ वर्षांचा असेल. बापाला त्याचा फार लळा होता. मला त्याची आई पण आठवतेय."

"अस्सं! कशा होत्या त्या?"

मनात आले, काय सांगावे त्या शालीन, घरंदाज स्त्रीबद्दल या चवचाल बाईला.

"ते एक खानदानी सौंदर्य होते. विशेष म्हणजे आपण सुंदर आहोत याची तिळमात्र जाणीव त्यांच्या वावरण्यात नव्हती. त्यांना एका गोष्टीची मात्र जाणीव होती की, आपल्या अस्तित्वाने आजूबाजूचे वातावरण अधिक हसरे आणि प्रसन्न होते. मग आपल्या नैसर्गिक आचरणातून ते अधिक हसरे आणि प्रसन्न कसे होईल याचा त्या प्रयत्न करीत. लवकर गेल्या त्या बिचाऱ्या."

"बरे झाले ते. नवऱ्याला कंटाळा यायच्या आत गेल्या हे बरेच झाले." फेरारी.

मला त्याचा मनस्वी राग आला. मी भडकून उठलो, पण थोड्याच वेळात स्वतःला सावरून घेत मी म्हणालो,

"ती जुन्या खानदानी वळणाची एक स्त्री होती. तुम्ही काल सांगितलेल्या आजकालच्या चवचाल स्त्रियांच्या जमान्यातल्या त्या नव्हता. खानदानी स्त्री काय असते हे तुम्हाला कुठे माहीत आहे?"

"कौंट, कृपा करून सिनॉर फेरारीकडे लक्ष देऊ नका. ते असेच मध्येच काहीच्या काही वेड्यासारखे बोलतात. माझे यजमान त्यांच्यावर एवढे प्रेम करीत होते की, त्यांच्या या स्वभावाचा त्यांनाही राग येई. आमच्या कुटुंबाविषयी एवढी माहिती सांगत असताना तुम्हाला माझ्या मुलीशी ओळख करून दिल्यास तुमची हरकत नसेल." आणि नीनाने बेल वाजवून स्टेलाला आणायच्या सूचना दिल्या.

तोपर्यंत मी आणि फेरारी गप्पा मारू लागलो. मघाशी त्याला फटकारल्यानंतर सारवासारव करणे अनिवार्य होते.

तोपर्यंत हॉलच्या दाराचे हॅण्डल हलले आणि... आणि माझी चिमुकली स्टेला उभी होती. मी तिला न पाहून फारसे दिवस नव्हते झाले, पण तिच्यात भलताच फरक जाणवला. मुळात ती तिच्या वयाच्या मानाने जास्तच गंभीर वाटत होती. गोड, खट्याळ हसणाऱ्या त्या डोळ्यात एक करुणेची, भीतीची झापड जाणवत होती.

''ये बेटा स्टेला. हे बघ कोण आलेत!''

स्टेला थोडी घाबरतच पुढे सरकली. निम्म्या अंतरावर आल्यावर फेरारीकडे पाहिले. फेरारीने ओळखले की ती त्याला घाबरतेय. ''ये स्टेला, ये पुढे ये. तू अशी काय माझ्याकडे पाहतेस जणू काही त्या गोष्टीतला मी राक्षस तुला खायला आलो आहे! हे बघ कोण आहेत ते; तुझ्या पपांना ओळखतात.''

वडिलांना ओळखतात म्हटल्यावर ती थोडी आत्मविश्वासाने पुढे आली. मी तिला मांडीवर घेतले. तिच्या केसांशी खेळता खेळता मला एवढे भडभडून आले की, माझे अश्रू चष्म्याच्या बाहेर येतात का काय असे मला वाटू लागले. तिला हृदयाशी घट्ट धरून तिच्या केसांत तोंड लपवून मी माझे अश्रू लपवले.

थोड्या वेळाने मी तिला म्हटले,

''बेटा, स्टेला म्हणजे काय माहीत आहे? स्टेला म्हणजे तारे.''

''माझे पपाही असेच म्हणायचे. तुम्ही माझ्या पपांना पाहिलेत? ते येतील का हो परत?''

अन् मला बोलू द्यायच्या आतच फेरारी बोलू लागला,

''स्टेला, तुला सांगितले ना की, तू वडिलांना त्रास दिलास म्हणून ते तुला सोडून गेलेत तुझ्यावर रागावून. ते अशा जागी गेलेत जिथे तुझ्यासारखी मुले त्यांना अजिबात त्रास देत नाहीत. ते आता कधीच येणार नाहीत.''

आता लक्षात आले, त्या लहानगीच्या डोळ्यांतून भीती का वावरत होती. ती बिचारी स्वतःशीच या वाक्यावर विचार करीत असणार की, असा काय त्रास मी माझ्या वडिलांना दिला की माझे वडील मला कायमचे सोडून जावेत!

पण आज ती माझ्याजवळ होती. माझा आधार तिला वाटत असावा. त्यामुळे आज ती त्या वाक्याने रडली नाही किंवा हिरमुसलीही नाही. उलट अशा क्रुद्ध नजरेने तिने त्याच्याकडे पाहिले की, कुणालाही माझीच आठवण व्हावी. फेरारीच्याही ते लक्षात आले. ''अगदी बापाच्या वळणावर गेलीय. चित्र थोडे अर्धवट आहे ते पुरे करू.'' असे म्हणून त्याने तिचे मानेवरचे केस तिच्या ओठावर मिशीसारखा धरायचा प्रयत्न केला. यासाठी दोघांमध्ये थोडी ओढाताण चालली. मला न राहवून मी त्याला हात झटकून म्हटले,

''सिनॉर, लहान मुलांशी जरा प्रेमाने वागायला पाहिजे. दंडेली नको.''

असे मी म्हणत असताच बाजूच्या खोलीत गेलो. स्टेलाला तिच्या बाईकडे सोपवले.

''आमच्या घराण्याचे जुने मित्र या नात्याने आपण टेबलाच्या मुख्य खुर्चीवर बसावे.'' नीनाने मला विनंती करून प्रमुख खुर्चीकडे निर्देश केला. मी अर्थातच माझ्या पूर्वीच्या सवयीनुसार सहज त्या प्रमुख खुर्चीवर बसलो. उजव्या बाजूला फेरारी तर डाव्या बाजूस नीना बसली होती. माझ्या लहानपणापासूनच बटलर माझ्या मागेच उभा राहून ग्लासेस भरून देण्याचे काम करीत होता. त्याच्या हालचालीत मला थोडासा संदिग्धपणा जाणवत होता. तो माझा ग्लास भरून देताना विशिष्ट कुतूहलाने माझ्याकडे पाहत होता. त्याला माझा संशय आला की काय न कळे.

माझ्या समोरच माझ्या वडिलांचे भलेमोठे पोर्ट्रेट होते. मी त्याकडे पाहत होतो. बऱ्याच आठवणींनी मनात गलबला केला होता. मी रंगवत असलेल्या नाटकात त्यांच्याकडे पाहणे व उसासा सोडणे अनिवार्य होते. तरी आता जो मी उसासा सोडला तो अतिशय नैसर्गिक होता. त्यांचे डोळे माझ्यावर रोखलेले वाटत होते. तसेच त्यातून माझ्याविषयी त्यांना एक प्रकारची कणव वाटत असावी, असे मला जाणवू लागले.

''तुम्हा दोघांत बरेच साम्य वाटते नाही?''

''असं! मला नाही सांगता येत, पण आठवणींची एवढी गर्दी झाली की, मन गलबलून जाते. थोडा गर्विष्ठ माणूस होता.''

''फॅबिओदेखील असेच गर्विष्ठ होते आणि जरा रागीटही.'' माझी बायको चिवचिवली. ती विसरून गेली की, तिच्यासमोर मी कसा बायल्या होतो. मला आता त्या गोष्टीची चीड आणि स्वतःची कीवही येते जेव्हा मला जगात तिच्याशिवाय काही दिसत नव्हते आणि ही म्हणते मी रागीट आणि गर्विष्ठ होतो.

''अस्सं!'' चेहऱ्यावर कुठलेही भाव न दाखवता मी बोललो, ''आश्चर्य आहे. माझी कल्पना होती की, रोमानी आपल्या कुटुंबीयांशी फार प्रेमाने वागत असावेत.''

याच वेळेस माझ्यामागे उभा असलेला बटलर जरा खाकरला. त्याला काही बोलायचे असल्यास त्याची ही पद्धत मला माहीत होती. फेरारी त्याची ओळख करून देताना म्हणला,

''हा गिअॅकोमो. फार जुना नोकर आहे. त्याला विचारा, तुमच्या मित्राबद्दल तो काही सांगू शकेल.''

त्याच्याकडे वळून डोळ्यावरचा चष्मा सारखा करत मी विचारले,

''तुझा चेहरा माझ्या आठवणीत नाही. थोरले कौंट असताना मी आलो तेव्हा तू बहुधा नव्हतास.''

''नाही सरकार.'' आपले वार्धक्याने कृश झालेले हात एमकेकांवर चोळत तो

म्हणाला, ''मी थोरल्या सरकारबाई जायच्या एक वर्ष अगोदर या महालात सेवेला आलो.''

''हं! म्हणून आपली भेट झाली नाही. धाकट्या कौंटना तू मग लहानपणापासून आपल्या अंगाखांद्यावर खेळवले असणार नाही?''

''जी सरकार.''

''तुझे प्रेम होते का रे त्यांच्यावर?''

''सरकार, अशा माणसाकडे सेवा करायला मिळाली हे मी माझे भाग्यच समजतो. एवढा रुबाबदार, दानशूर, चांगला माणूस. पटतच नाही ते गेलेत हे. त्यांच्या मृत्यूची बातमी ऐकल्यापासून सरकार, माझा मी राहिलो नाही. बाईसाहेबांना विचारा फार तर, फार नाराज असतात त्या माझ्यावर.''

''गिअ‍ॅकोमो, तू दिवसेंदिवस एवढा विसरभोळा झाला आहेस! एक गोष्ट चार-चार वेळा सांगितल्याशिवाय सुधरतच नाही तुला. माणसाला कशी एकदा दिलेली सूचना पुरी पडायला हवी.''

आत संभाषणाचा मक्ता माझ्या बायकोकडे सरकला होता. ती निरनिराळ्या विषयाला स्पर्शून जात होती. तशी ती संभाषणचतुर नाही. जसे अन्य स्त्रियांत दिसते तसेच. नुसता सारा खळखळाट. कुठल्याही विषयात खोलात तपशिलात जाण्याची गरजच नाही वाटत त्यांना आणि समोरच्या पुरुषाला आपल्या नखरेलपणातून जिंकण्याच्या हव्यासातून त्या जेवढे बोलतील तेवढा त्यांचा वावदूकपणा जास्तच प्रत्ययाला येतो.

गंमत अशी, की नीनाने जसा संभाषणाचा ठेका आपल्याकडे घेतला होता, तसा फेरारी जास्तच बेचैन होत होता. मी त्याला संभाषणात ओढण्याच्या प्रयत्नांत तिने केलेल्या एखाद्या विधानावर त्याचे मत विचारले, तर तो अतिशय तुसडेपणाने किंवा मूर्खासारखा बडबडे.

''फेरारी, तुम्ही खरंच काही वेळा फारच तुसडेपणाने वागता. कौंट, फेरारी माझी एखाद्या बहिणीसारखी काळजी घेतात ना, त्यामुळे त्यांना काही वेळा माझे बोलणे आवडत नाही व मग असे तिरसटासारखे काहीही बोलतात. कौंट, आपण त्यांचे म्हणणे मनावर घेऊ नका.''

तिच्या या वाक्याने तो चांगलाच भडकलेला दिसला. पण गप्प बसण्याशिवाय त्याच्यापाशी पर्यायच नव्हता. परंतु त्याच्या या सगळ्या वागण्याचा नीना मनापासून आनंद लुटत असलेले जाणवत होते.

थोड्या वेळात आपल्या खुर्चीवरून उठत ती म्हणाली,

''चला, तुम्ही बसा दोघे मद्याचा स्वाद घेत. कारण मद्याचा चषक हातात आला की पुरुषांना त्या वेळेस जरा मोकळेपणाने 'तशा' गप्पा मारण्यात रस असतो. चालू द्यात तुमच्या गप्पा. मी बाहेर व्हरांड्यात कॉफीसाठी तुमची वाट पाहते.''

मी झटकन उठलो अन् तिला व्हरांड्याचा दरवाजा उघडून दिला. ती गेल्यावर मी टेबलापाशी आलो व दोघांचे चषक भरून देत असताना स्वतःशीच जणू; पण ते फेरारीला ऐकू जाईल या बेताने पुटपुटलो, ''खरंच सुंदर, अति सुंदर; तरी केवढी विद्वान!'' व एक चषक फेरारीच्या पुढे करत मी म्हटले, ''सिनॉर, तुमची पंसती... मान लिया!''

''काय तुम्हाला म्हणायचे तरी काय?''

''तुमच्या मनात जे आहे तेच म्हणतोय मी.''

''नाही समजलो मी.''

''तरुण माणसा, शांत हो! शांत हो! कशाला आपल्या मनातल्या भावना लपविण्याचा प्रयत्न करतोस? मी तुमच्या नजरेतून भावना ओळखू शकतो. माझी सहानुभूती आहे तुम्हाला. सिनॉर, तुमच्यासारख्या उमद्या, रुबाबदार गृहस्थावर जर ती लट्टू झाली नाही तर ती एक मूर्ख; पण मला खात्री आहे तसे होणार नाही.

''होय, तुम्ही तिच्यावर प्रेम करताहात आणि मला सांगा, तुम्ही तसे तिच्यासाठी का मरू नये? मला खात्री आहे. सिनॉर, तुमच्या मित्रालाही, स्वर्गात वाटत असेल की, अशी सोन्यासारखी चीज ऐऱ्यागैऱ्याच्या हातात पडण्यापेक्षा ती आपल्या जिवलग मित्रालाच मिळावी. तुमच्या या प्रयत्नांत तुम्हाला यश चिंतण्यासाठी एकेक पेग घेऊ या.''

मूर्ख लेकाचा! माझ्याविषयी त्याला पूर्ण खात्री पटली.

''कौंट, तुमच्या या बोलण्याने मला केवढा दिलासा मिळाला. गेले दोन तास कौंट, माझा मी नव्हतो. एकदा तर वाटले उठावे अन् तुम्हाला गोळी घालावी.''

''तरुण माणसा, प्रेमात पडल्यावर असे होतेच. वाटते, सारे जग आपल्या विरुद्ध आहे. परंतु तुला एक सांगून ठेवतो, माझ्या वयाचा झालास ना म्हणजे स्त्रीच्या मादक हास्यापेक्षा किंवा तिच्या चुंबनापेक्षा पैशांचा छनछनाट जास्त मोहवून टाकेल.''

''तसे जर असेल तर आज मी माझे हृदय तुमच्यासमोर मोकळे करतो. कौंट,मी तिच्यावर अगदी मनापासून प्रेम करतो. तिचा ओझरता स्पर्श अंगावर रोमांच उभे करतो, तिचे नाजूक बोलणे हृदयाला स्पर्शनू जाते. तिचा एक कटाक्ष जिवाचा थरकाप उडवून देतो.''

''भल्या तरुणा, शांत हो शांत हो! प्रेमात जेव्हा रक्त गरम होऊन उसळते तेव्हा डोके शांत ठेवायचे असते. पण गड्या मला खरं सांग, ती तुमच्यावर प्रेम करते?''

''काय सांगू त्याबद्दल! माझी तशी खात्री आहे. पण कौंट, तुम्हाला खरं सांगू? तिला तिच्या नवऱ्याबद्दल प्रेम असलेले मला कधीच वाटले नाही.''

''ते त्यांच्या आविर्भावातून सहज जाणवते.''

"खरेच मला काही वेळा वाटते, एवढ्या सुंदर स्त्रीशी लग्न करायचा त्याला काय अधिकार!"फेरारी.

माझे रक्त उसळून आले. पण स्वतःला शांत करत मी म्हटले,

"गेला ना तो. राहू द्या ना त्याला तिथे सुखरूप!"

"खरे आहे!"

"एवढी मधाळ नजर अवतीभोवती फिरत असतानाही तुम्ही त्याचे विश्वासातले मित्र होतात? तुमच्याविषयी जराही शंका त्यांच्या मनात आली नाही?"

"अर्थातच. त्याला कारण होते. त्याचा त्याच्या बायकोवर नितांत विश्वास होता. पण ते एक असो. कौंट, मला खरं सांगा तुम्हाला कौंटेसाबद्दल अजिबात प्रेमाची भावना निर्माण झाली नाही?"

"सिनॉर, मी तुम्हाला सतत सांगत आलो आहे. मला स्त्रियांत रस जरा कमीच. कौंटेसांबद्दल मला कौतुक आहे. आताच्या त्यांच्या बोलण्यातून विद्वत्ताही प्रतीत होत होती. त्यामुळे मला त्यांच्याविषयी आदरही निर्माण झालाय. पण तुम्ही म्हणताय तसला प्रकार काही नाही. हां! सिनॉर, एक सांगून ठेवतो की, मी कुठल्याही स्त्रीच्याबाबत आपणहून प्रेमात पडणार नाही जोपर्यंत..."

"जोपर्यंत... काय?"

"जोपर्यंत ती माझ्या प्रेमाची याचना करीत नाही. तिने प्रेमाची याचना केल्यास मी नाही म्हणू शकणार नाही."

"नाही. कौंटेसा तसे कधीच करणार नाही."

"नक्कीच नाही. स्त्रिया आपणहून प्रियाराधन कधीच करत नाहीत. चला कॉफी घेऊ या."

फेरारीच्या मनातला तणाव दूर झाला होता व तसा तो त्याच्या चेहऱ्यावरून जाणवत होता. मोकळा झालेला फेरारी पाहून नीनाच्या मनावरचा बोजा हलका झाल्याचेही जाणवत होते. आम्ही व्हरांड्यात पोहोचलो तेव्हा संध्याकाळच्या वातावरणात टेबलावरच्या कॉफीच्या वासाने लज्जत अधिकच वाढली होती. तोच कुत्र्याच्या रडण्याचा दीर्घ सूर ऐकू आला आणि अंगावर काटा उभा राहिला.

मी प्रश्नार्थक मुद्रेने नीनाकडे पाहिले.

"तो आवाज आमच्या कुत्र्याचा, रॉबर्टचा आहे. तो संध्याकाळी असाच सूर काढून रडत असतो आणि सारी संध्याकाळ खराब करतो. त्याला रात्री स्टेलाशेजारी झोपायचे असते. कौंट फॅबिओचा तो फार लाडका होता. ते गेल्यापासून तो असाच वेड्यासारखा करतो."

"मला कुत्री फार आवडतात आणि माझ्यावरही ते फार प्रेम करतात. मला बघता येईला का रॉबर्टला?"

“काही हरकत नाही. सिनॉर फेरारी, जरा रॉबर्टला मोकळे करून आणाल का?”

“कौंटेसा मला माफ करा. तुम्हाला आठवते ना, गेल्या वेळेस माझ्या पायाचा लचकाच तोडायच्या बेतात होता तो. असे करतो, गिअ‍ॅकोमोलाच सांगतो आणायला.”

कौंटेसाने बेल वाजवून गिअ‍ॅकोमोला बोलावून कुत्रा मोकळा करून आणायला सांगितले. तोही जरा नाखुशीनेच गेला.

रॉबर्टने सुटल्याबरोबर मोकळ्या पटांगणात एक गोल चक्कर मारली. नंतर तो तडक आमच्या टेबलापाशी आला. आला तर आला. सरळ दोघांना ओळख न दाखवता माझ्याजवळ आला. त्याने मला ओळखले होते, कारण कुत्री वासाच्या साहाय्याने माणूस ओळखतात. तो मोठ्या उत्साहाने माझ्याजवळ आल्याचे दिसून आले. माझ्या खुर्चीभोवती डौलात शेपटी हलवत, माझ्या पायाला अंग घासू लागला. माझ्या गुडघ्यावर मान टेकून केविलवाण्या नजरेने तो मला जणू विचारत होता- ‘कुठे गेला होतात मला सोडून? हे लोक पाहताय ना मला किती त्रास देत आहेत.’ मी त्याच्या डोक्यावर, पाठीवर थोपटले तसा तो माझ्या पावलांवर डोके टेकून राहिला. मी नीनाला विचारले,

“तुम्हाला कुत्र्याची भीती वाटते?” उसने अवसान आणून ती म्हणाली,

“छे छे! पण हा त्याच्या मालकाशिवाय कुणाशीच एवढा प्रेमाने वागला नाही.”

“त्याचे असे आहे, कुत्र्यांनाही चांगल्या-वाईट माणसाची पारख ताबडतोब होते.”

फेरारी मध्येच बोलला,

“रॉबर्टने मला ओळखलेले दिसत नाही.” त्याचे हे वाक्य संपायच्या आत रॉबर्ट त्याच्याकडे बघून भुंकू लागला. मी लगेच चुचकारले व तो शांत झाला.

थोड्या वेळाने रॉबर्टमुळे निर्माण झालेले नाराजीचे वातावरण स्थिर होऊन संभाषण पूर्ववत सुरू झाले. बराच वेळ झाल्यावर फेरारीला त्याची जागा दाखवायला सांगितले. तेथे त्याच्या साखळीने बांधून थोपटून ठेवल्यावर तो एखाद्या आज्ञाधारक बालकासारखा पडून राहिला. फेरारीला मी म्हटले,

“आता तो त्रास देणार नाही.”

मग माझ्या बायकोचा निरोप घेतला. तिने पुढे केलेल्या हाताचे खाली वाकून चुंबन घेतले. फेरारी मला हॉटेलपर्यंत सोडायला आला. फाटकाला कडी लावून तो आत गेल्याचा अंदाज घेईपर्यंत मी रमत गमत चाललो होतो. तो आत गेल्याची निश्चिती झाल्याबरोबर पश्चिमेच्या बाजूने मी आत जाऊन खिडकीतून दिसणार नाही पण मला आतले सारे दिसेल अशा तऱ्हेने लपून उभा राहिलो. मी ज्या खुर्चीवर बसलो होतो त्या खुर्चीवर बसून नीनाच्या लॉकेटशी खेळत म्हणाला,

“तू त्या म्हाताऱ्यावर अगदी लट्टू झाली होतीस. असे काय दिसले तुला त्यात?”

“तो एक श्रीमंत माणूस आहे. त्याच्याजवळ खूप दागदागिने आहेत.”

“म्हणून काय त्याच्यावर मधाळ कटाक्षांचा नुसता पाऊस पाडायचा? नीना, तुला सांगून ठेवतो तो तुला मिळणार नाही.”

“का? का मिळणार नाही?”

“तो म्हणतो, मी कुठल्याही स्त्रीवर प्रेम करणार नाही जोपर्यंत ती मला मागणी घालत नाही.”

“म्हणजे पूर्ण वेडाच दिसतोय. पण काय रे फेरारी, तुला नाही त्याच्यात आणि फॅबिओत साम्य वाटत?”

“तसे मी तुला मागेच म्हटले होते. पण असतात पुष्कळशी माणसे एकसारखी.”

‘फेरारी, चल आत जाऊ या.’

“चल. तुझ्या त्या प्रत्येक मधाळ कटाक्षाबदली मी तुझी चांगली शंभर शंभर चुंबने घेणार आहे.” असे म्हणून दोन्ही हातांत त्याने तिला उचलले. तिने आपला हात त्याच्या मानेभोवती टाकला होता अन् ते गेले.

मी तेथून गुपचूप निसटून माझ्या हॉटेलवर पोहोचलो.

अकरा

आणि असेच पुढले पाच-सहा आठवडे गेले. या काळात मी नेपल्समध्ये एक श्रीमंत आणि सुसंस्कृत व्यक्तिमत्त्व म्हणून स्वतःला प्रस्थापित करू शकलो. कैक कुटुंबांमधून माझ्याबाबत जी चर्चा होत होती ती मुळात मी कितपत लायकीचा आहे यापेक्षा माझी जीवनशैली, माझे भपकेबाज राहणीमान याबद्दलच होत असणार असा माझा समज होता आणि माझ्या नंतर लक्षात आले की, ते खरेच होते. माझी अतिशय भपकेबाजपणाने सजविलेली बग्गी, त्याचे डौलदार शिसवी लाकडासारखे दमदार अरबी घोडे, त्याचबरोबर माझी छोटी क्रीडानौका, जी नेपल्सच्या उपसागरावर लाटांशी सतत खेळत असे तीही गावकऱ्यांच्या चर्चेचा विषय झाली होती. कारण,तिची आतील सजावट मी इतक्या रसिकतेने केली होती की, ती पाहण्यासाठी सामान्य जन गर्दी करीत होते.

माझे समाजात वावरणेही खूप चर्चेचे झाले होते. कुठल्याही किरकोळ व्यवहारातील माझ्या ढिल्या हाताचा लोकांना वरचेवर अनुभव येत होता व त्याच्या तोंडातोंडी प्रसिद्धीच्या वावड्याही फार उडत होत्या. माझा हरकाम्या व्हिंकेंझो याला तर फार मागणी होती. किरकोळ व्यापारी मी त्यांच्याकडून माल खरेदी करावा म्हणून त्यालाच खरेदी करण्याचा प्रपंच करीत होते. पण तो असा काही बेरका, की ते मिळालेले पैसे कुणाकडून किती त्याचा तपशीलवार हिशोब देऊन म्हणे, "सरकार मी अजिबात आपल्यापाशी कुणाचीही शिफारस करणार नाही." मी पण त्याला माझ्या सामानाच्या खरेदीमध्ये जे कमिशन मिळेल ते त्याने खुशाल घ्यावे; पण दर्जामध्ये कुचराई होणार नाही हे पाहावे, असे सांगितले होते.

माझ्या दिखाऊ श्रीमंतीबरोबर माझ्यावर ओढवलेली आणखी एक आपत्ती म्हणजे मी पूर्ण एकटा असणे. माझ्या पांढऱ्या केसांवरून आणि चेहऱ्यावरील ओढल्या गेलेल्या वयस्कदर्शक चिन्हांवरून मी लग्नाळू वयाचा नाही हे दिसत असूनही खूप स्त्रिया मला जावई म्हणून मिळविण्याच्या प्रयत्नांत असलेले माझ्या निदर्शनास आले. त्याहून मला जास्त वाईट वाटले ते म्हणजे विशीतील पोरी काही कारणाने माझ्याभोवती नुसता पिंगा घालत नव्हत्या, तर निर्लज्जपणे अंगचटीलाही यायला कमी करत नव्हत्या.

माझ्या पार्ट्यांच्या सिलसिल्यामध्ये मी नीना व फेरारीलाही ओढून घेत असे. नीनाने सुरुवातीला आपण सहा महिने दुःखात असल्याने येणे जमणार नाही असा आव आणला होता. मलाही ते खरे वाटतेय हे जाणवून देण्यासाठी माझ्या माहितीतल्या स्त्रियांकरवी गळ घालून समजावण्याचा प्रयत्न केला की, 'किती दिवस आपले तारुण्य व सौंदर्य काळ्या झग्याआड कोळपून टाकणार आहेस?' त्याचा तिच्यावर परिणाम झाल्याचे तिने दाखवून ती नियमितपणे पार्ट्यांस येऊ लागली. पण 'काय करणार, कौंट ऑलिव्ह आमच्या कुटुंबाचे जुने स्नेही. मृत यजमानांना लहानपणापासून ओळखतात म्हणून त्यांच्या आग्रहाने मी हे सारे करतेय,' हे वरचेवर बोलून दाखवीत असे.

फेरारीबाबत म्हणायचे झाल्यास त्याला मी पुरता उपकाराच्या ओझ्याखाली दाबून टाकला होता. त्याची जुगारातली देणी मी त्याच्या नकळत भागवून टाकी. त्याचे माझ्या बायकोबरोबरच्या प्रियाराधनात मी विशेष रस दाखवू लागलो. त्याच्या त्या बाबतीतील फालतू गोष्टीदेखील मी मन लावून ऐकल्यासारखे दाखवी. मला त्याची एका गोष्टीची आवड लक्षात आली होती. माझ्याकडील उंची दारूची चटक त्याला लागली होती. माझ्याकडे आल्यावर मी त्याचे लाड यथेच्छ पुरवून त्याच्या नरड्यात तो गडाबडा लोळेपर्यंत ती कशी ओतली जाईल, हे पाहत असे आणि मग नोकराकरवी गचांडी धरून घराबाहेर काढीत असे. दुसऱ्या दिवशी हे लक्षात आल्यावर तो गयावया करून माफी मागे तेव्हा मी त्याच्याकडे दुर्लक्ष करी.

आता मला माझ्या व्हिलावर केव्हाही जायला पूर्ण मुभा होती. मी तेथे गेलो की, माझ्या लायब्ररीत जाऊन माझीच पुस्तके मी चाळीत असे. माझ्या रॉबर्ट कुत्र्याबरोबर त्या मोठ्या थोरल्या बागेत मी मुक्त संचार करायचो; पण एक गोष्ट मी कटाक्षाने पाळली होती, ती म्हणजे रोमानी व्हिलावर कधीही रात्र काढली नाही. माझ्या बायकोशी वागताना मी एक वयस्कर गृहस्थ- तिच्या सासऱ्याच्या आविर्भावात वावरत असे. विशेषतः फेरारीसमोर तर मी फारच तिऱ्हाइतासारखे वागे. माझ्या या 'द्वैर्थी' वागण्याचा अंदाज तिला ताबडतोब आला आणि तिचे वागणेही त्याच्यासमोर माझ्याशी सुनेच्या नजाकतीत असे. तर त्याची पाठ फिरल्याबरोबर तिच्या नखरेल लीला चालत. तिच्या बोलण्यातून त्याच्याबद्दलच्या कडवट भावना ती प्रच्छन्नपणे प्रकट करीत असे. माझ्या हॉटेलवर रोज न चुकता आपल्या मोलकरणीबरोबर फळा-फुलांची टोकरी पाठवून माझ्या प्रकृतीची चौकशी होत असे. अर्थात, फेरारीला ते सांगण्याचे काहीच कारण नव्हते.

रोमानी व्हिलावर जाण्याचा आणखी एक फायदा होता. माझी स्टेला मला वरचेवर भेटत असे. तिची आया तिच्यावर फार प्रेम करीत असे. मी स्टेलाला छान छान परीच्या गोष्टी सांगत असे. पण तिला गोष्ट सांगताना एका गोष्टीचे ध्यान ठेवावे

लागे. त्या गोष्टीतल्या लहान मुलीचे वडील तिला लहानपणीच सोडून दूर जातात. कथेतही बाबा असेल म्हणजे तिला ती गोष्ट फार आवडे.

नोव्हेंबर महिना सुरू झाला तसे माझ्या लक्षात आले की, अलीकडे स्टेलाची प्रकृती म्हणावी तशी ठीक नसे. ती पांढरीफटक आणि कृश दिसू लागली होती. तिचे डोळेही निस्तेज वाटत होते. त्याबद्दल मी तिच्या आयापाशीही बोललो. तिलाही ते जाणवले होते आणि म्हणून त्याबद्दल ती मॅडमपाशी बोलली; पण नीनाने ते विशेष मनावर घेतले नाही. माझ्या व्हिलावरील पुढच्या भेटीच्या वेळी मी ते नीनाशी बोललो तर तिने 'तसे काही नाही, तुम्ही उगाच काळजी करता,' असे म्हणून मला उडवून लावले. मला तिचे तसे ते वागणे चांगलेच खटकले; पण तिच्या मुलीबद्दल जास्त काळजी दाखवणे, हेही मला सयुक्तिक वाटले नाही.

नोव्हेंबर निम्मा शिम्मा संपत आला होता अन् त्याच वेळेस अशी एक घटना घडली की, मला आता माझी योजना जरा घाईनेच उरकणे भाग होते. हवेत गारठा वाढत चालला होता. नौकाविहाराचे दिवस संपत आले होते आणि मी प्रतिष्ठित लोकांसाठी बॉल डान्सेस व पार्ट्या देण्याला सुरुवात केली होती. अशा तऱ्हेने एका पार्टीची मी आखणी करीत असतानाच एका दुपारी फेरारी माझ्याकडे आला. आज तो जरा उद्विग्नच दिसत होता. काही न सांगता तो माझ्या खोलीत घुसला आणि माझ्या शेजारच्या खुर्चीवर जवळ जवळ आदळलाच.

मी काहीतरी विचारायचे म्हणून विचारले,

''सिनॉर, काही भानगड?'' मला त्याच्या हालचालीतून जरा संदिग्धताच जाणवली. ''आर्थिक भानगड तर नाही ना? तसे असले तर सिनॉर मोकळेपणाने बोला. संकोच मानू नका.''

''कौंट, आपल्या सौजन्याबद्दल खरंच फार आभारी आहे. पण तसे काही नाही.''

''मग काय, दिल की धडकन में कुछ गडबड? कौंटेसांनी तुमचा प्रस्ताव धुडकावला तर नाही ना?''

जरा माझ्याकडे बेपर्वाईत बघून तो म्हणाला,

''कौंट, तसे काही घडण्याची शक्यताच नाही. मला फसवण्याची तिच्यात हिंमतच नाही.''

''सिनॉर, कुठल्याही स्त्रीबाबत अशी खात्री देणे जरा जास्तच नाही का?''

त्यालाही आपण जरा फारच मोकळेपणाने बोललो असे वाटून सारवासारवी करत म्हणाला,

''कौंट, आपण म्हणता ते खरे आहे पण तिच्याकडून मला एवढा चांगला प्रतिसाद मिळतोय, की तशा कशाचा मला विचारच करावासा वाटत नाही.''

''तसे जर असेल तर आज प्रॉब्लेम काय आहे?''

आपल्या हातातल्या अंगठीशी, जी मीच त्याला तेव्हा दिली होती, खेळत खेळत म्हणाला,

"कौंट, काय सांगू तुम्हाला! मला काही दिवसांसाठी नेपल्स सोडून जावे लागत आहे."

नेपल्स सोडून तो जातोय ही गोष्ट मी मोठ्या आनंदाने स्वीकारली. रणभूमी सोडून हा गडी जातोय अन् मला माझी चढाई जिंकायला मोकळे मैदान सोडतोय त्यापेक्षा आनंदाची गोष्ट कुठली?

"बाहेर चाललात? कुठे? अन् किती दिवसांसाठी?"

"रोममध्ये माझा काका मरायला टेकलाय. त्याने मला त्याच्या इस्टेटीचा वारस केला आहे. जरा लोकलाजेस्तव तरी त्या शेवटच्या क्षणी त्याच्याजवळ असणे जरुरीचे आहे. त्यातून त्याच्या वकिलाने कळविले आहे की, शेवटच्या घटकेला मी जवळ असणे जरुरीचे आहे. न जाणो, म्हाताऱ्याचे केव्हा डोके फिरेल अन् माझ्याऐवजी दुसऱ्या कुणाच्या नावाने आपले इच्छापत्र बदलेल. कौंट, फार नाही तरी पंधरा दिवस तरी लागतील परतायला त्या काळात..."

"बोला, बोला सिनॉर, मोकळेपणाने बोला. तुमच्या गैरहजेरीत मी काय करावे अशी तुमची अपेक्षा आहे?"

स्वतःच्या खुर्चीवरून उठून माझ्याजवळच्या दुसऱ्या खुर्चीवर बसत माझा हात हातात घेत म्हणू लागला,

"कौंट, आपण खूप काही करू शकता आणि त्याबाबत निश्चितच मी आपल्यावर विसंबून राहू शकतो. कौंट, माझी एकच विनंती आहे. गैरहजेरीत तिच्यावर आपली नजर असू द्यावी. आपल्याशिवाय अन्य कुणी तिचा संरक्षणकर्ता असू शकत नाही. आपले वय, समाजातील आपले स्थान, शिवाय त्या कुटुंबाशी असलेले आपले जुने नाते या साऱ्या दृष्टीने आपल्यावर टाकलेला विश्वास मला वाटते अनाठायी होणार नाही. तुमची तिच्यावरती पाळत असल्यावर माझी खात्री आहे, दुसऱ्या कुणाची तिच्याकडे बघायची हिंमत होणार नाही. कौंट, त्याचे काय आहे, ती जेवढी सुंदर आहे तेवढीच चंचल आहे. म्हणून काळजी वाटते."

"सिनॉर, काळजी करू नका. भावासारखी- मोठ्या भावासारखी मी तिची काळजी घेईन. तुम्ही जशी तुमचा लाडका मित्र गेल्यावर त्याच्या बायकोची काळजी घेतलीत अगदी तेवढ्याच काळजीने मी तिच्यावर नजर ठेवीन." मी.

माझ्या बोलण्यातील खोच त्याच्या लक्षात आली. त्याचा चेहरा पडला तसे स्वतःला सांभाळून घेत मी म्हटले,

"सिनॉर, मी गंमत केली थोडी. तुम्ही एवढ्या दिवसांत पाहिलेत ना, मला कौंटेसात अजिबात रस नाही. मी तुम्हाला पुन्हा खात्री देतो, मी तिचे पूर्ण रक्षण

करीन. तुम्ही निवांत जा.''

''कौंट, खरंच मी तुमचा फार आभारी राहीन.''

''सिनॉर, अगदी तुमचा तुमच्यावर जेवढा विश्वास असेल तेवढा विश्वास तुम्ही माझ्यावर ठेवायला हरकत नाही. बरे तुम्हाला निघायला केव्हा पाहिजे?''

''काय सांगायचे? अगदी तातडीने निघायला हवे. पण मी उद्या सकाळच्या गाडीने निघेन म्हणतोय.''

''बरे झाले तुम्ही जाताय हे अगोदर सांगितलेत.'' असे म्हणून मी लवकरच बोलावणार असलेल्या पार्टीसाठी निमंत्रण द्यावयाची यादी काढली. त्याकडे बघत मी म्हटले, ''सिनॉर, तुम्ही परत येईपर्यंत साऱ्या पार्ट्या-बिर्ट्या बंद. परंतु सिनॉर, तुम्ही विचार केलात का की, तुम्ही गेल्यावर तुमच्या गैरहजेरीत कौंटेसा थोड्या एकलकोंड्या पडतील.''

''माझ्या ते लक्षात अगोदरच आले होते. पण मुळात मी तुमच्यावर एवढी जबाबदारी टाकतोय. त्यात ही नव्याने भर टाकायला मला संकोच वाटत होता.''

''सिनॉर, तेही मी बघेन. संगीताच्या कार्यक्रमाला वगैरे त्यांना माझ्याबरोबर मला घेऊन जाता येईल. तुम्ही त्याची पण काळजी करू नका.''

''कौंट, खरेच मी तुमचे आभार कोणत्या शब्दांत मानू?''

''आताच सारे काही उरकून टाकू नका. वेळ आली की तशा परतफेडीची आशा करीनच. तेव्हा मात्र मागे सरकू नका. बरे पण जाण्यासाठी तुमची सामानाची बांधाबांध झाली का? कारण उद्या उजाडायला फारसा वेळ उरला नाही. तुम्हाला स्टेशनवर सोडायला येतोच मी.''

मी असे दुसरे आश्वासन दिल्यानंतर विशेष आनंदात त्याने माझा निरोप घेतला. त्यानंतर तो कुठे गेला असणार याची मला कल्पना आली. मनातल्या मनात मी म्हटले, ''घे घे लेका घे भोगून तिला पाहिजे तेवढे. कारण हे एखाद वेळा शेवटचे ठरायचे. ती तुला प्रामाणिक राहण्याची लागेल तितकी आश्वासने देऊ देत; पण लक्षात ठेव, तिने मला जसे फसविले तसेच तुला ती फसवणार आहे. आज जेव्हा तिच्या तू मिठीतून मोकळा होशील त्यानंतर तुला तेथे पुन्हा जागा मिळणार नाही.''

दुसऱ्या दिवशी मी माझा शब्द पाळला आणि फेरारीला भेटायला स्टेशनवर गेलो. तो मला हमालाशी वाद घालताना दिसला. तो उद्विग्न झालेला जाणवत होते. त्याचा त्याच्यावर ताबा नसलेचे दिसत होते. शेवटी तो त्याच्या जागेवर बसला. गाडी सुटायच्या बेतात होती. माझा हात हातात घेऊन तो पुन्हा म्हणाला,

''कौंट, माझा तुमच्यावर विश्वास आहे.''

''काळजी करू नको.'' असे त्याचा हात हातात घेऊन मी पुन्हा आश्वासन दिले अन् गाडी निघून गेली.

मी स्टेशनवरून घरी परतत होतो. मी माझ्या विचारातच होतो. त्याच्या गैरहजेरीत कोणत्या चाली खेळायच्या याचेच विचार चालले होते. तो समोरून व्हिंकेंझो माझ्याकडे धावत येत होता. जवळ आल्यावर त्याने एक चिठ्ठी माझ्या हातात कोंबली. ती चिठ्ठी माझ्या बायकोकडून आलेली होती. त्यावर 'तातडीने' असे लिहिले होते. चिठ्ठी उघडून पाहता त्यात लिहिले होते. 'स्टेला फार आजारी आहे. ती तुमची फार आठवण काढते आहे. कृपया ताबडतोब निघून या.'

मी विचारले.

"ही चिठ्ठी कुणी आणून दिली?"

"गिअॅकोमोने. तो रडतच आला होता. याच्या सांगण्यावरून बेबीला घटसर्प झालाय. काल मध्यरात्रीलाच आजार बळावला. नर्सला दुखणे एवढे सिरीयस वाटले नाही. पहाटेला दुखणे वाढले."

"डॉक्टरांना बोलावणे पाठविलेच असणार?"

"होय, पण गिअॅकोमो सांगत होता..."

"काय सांगत होता?"

"तो सांगत होता की, डॉक्टरांना फारच उशीर झाला होता."

मला काय करावे सुचेना. घशात हुंदका अडकला होता. मी व्हिंकेंझोला सांगितले, "चल गाडीत बस." आणि ड्रायव्हरला सांगितले, "जेवढ्या लवकर रोमानी व्हिलावर जाता येईल ते बघ."

व्हिलावर पोहोचलो तर दिसले की, फाटक उघडेच होते. जणू माझ्याच येण्याची वाट पाहत होते. घरात शिरता शिरता समोर गिअॅकोमो दिसला. मी विचारले,

"स्टेला कशी आहे?" तो काहीच बोलला नाही. फक्त समोरच्या जिन्यावरून उतरत असलेल्या सद्‌गृहस्थाकडे बोट दाखवले. मी तत्काळ ओळखले शेजारीच राहणारे ते एक इंग्लिश डॉक्टर होते. मी त्यांना पुन्हा तोच प्रश्न विचारला त्यावर त्यांनी शेजारच्या खोलीत येण्यास सुचविले. मी आत गेल्यावर त्यांनी दरवाजा लावून घेतला.

"परिस्थिती अशी आहे की..." डॉक्टर मला सांगू लागले, "मुलीकडे संपूर्ण दुर्लक्ष झाले आहे. पोरगी गेले काही दिवस अतिशय अशक्त झाली होती. त्यामुळे रोगासाठी आवश्यक असणारी प्रतिकारशक्तीच ती गमावून बसली होती. मला आजाराची प्राथमिक लक्षणे दिसल्याबरोबर जरी बोलावले असते तरी मी काही करू शकलो असतो. पण नर्स सांगताहेत की, त्यांना मध्यरात्री मॅडमना उठवण्याचे धाडसच झाले नाही. आता दुर्दैवाने काहीच करू शकत नाही."

डॉक्टर बोलत होते व मी सुन्न होऊन ऐकत होतो. मी सारे ऐकून पूर्ण थिजून

गेलो होतो. नर्स मॅडमना रात्री उठवू शकली नाही याचा अर्थ काय! मला त्याचा संपूर्ण अर्थ समजत होता. पोरगी जेव्हा जीवघेण्या आजाराशी झुंजत होती तेव्हा ती तिच्या प्रियकाराच्या- फेरारीच्या मिठीत धुंद अवस्थेत रंग उधळत असणार. रोमला जाण्यापूर्वी निरोप घ्यायला आला असता जाण्यापूर्वी एक आवर्तन पुरे करण्याची गरज दोघांना वाटली असणार. काय म्हणावे या स्त्रीला? शृंगारचाळ्यापुढे मातृत्वाची हाक तिला ऐकू येऊ नये! केवढी ही मातृत्वाची घोर घोर विटंबना!!!

मी सुन्न होऊन ऐकतो आहे हे डॉक्टर पाहत होते. ते पुढे बोलू लागले,

"मुलीने तुमचा नुसता ध्यास घेतला होता. मी सकाळी आल्याबरोबर कौंटेसांना तुम्हाला बोलवण्याबद्दल विनंती केली. तेव्हा त्या काय म्हणाल्या माहीत आहे? 'मुलीच्या आजारपणाचा त्यांना संसर्ग होईल.' फारच आग्रह केल्यावर त्यांनी संमती दिली. अर्थात, त्या जे म्हणाल्या त्यात थोडे फार तथ्य आहे. पण मुलीकडे पाहून माझा नाइलाज झाला अन् तुम्हाला बोलवणे पाठविले."

"डॉक्टर, मी असला भेकड नाही. तुम्ही म्हणता त्याप्रमाणे अशा प्रसंगी रोमन लोक घबराटीचे काहूर उठवितात. पण सगळेच तसे नसतात. डॉक्टर, अशा बाबतीत इंग्लिश लोकांचा धीरोदत्तपणा उठून दिसतो." मी बोललो.

मी केलेल्या इंग्लिश लोकांच्या कौतुकाने डॉक्टर थोडा सुखावला. "तसे असेल तर काही प्रश्नच नाही. तुम्ही ताबडतोब छोट्या पेशंटला जाऊन भेटू शकता. मला जरा अर्ध्या एक तासासाठी दुसरा पेशंट पाहायला जाणे जरुरीचे आहे. मी परत येतोच."

त्यांना हाताने थांबवत मी विचारले,

"डॉक्टर, काही आशा?"

"माफ करा. आता या घडीला मी काहीच करू शकत नाही."

"सर्व उपाय संपले?"

"होय. माणसाच्या हातातले सर्व उपाय संपले. आता परमेश्वरानेच काही किमया केल्यास. आता एवढेच बघायचे की, पेशंटला शेवटच्या क्षणी कमीत मी त्रास होईल. मी नर्सपाशी औषधे देऊन ठेवली आहेत तोपर्यंत मी येतोच." असे म्हणून डॉक्टर निघून गेले.

नर्स स्टेलाच्या खोलीकडे मला घेऊन चालली होती. अलगद पावलाने जिना चढत असताना मी तिला विचारले,

"कौंटेसा? त्या आपल्या बेडरूममध्ये आहेत. त्यांना रोगाचा संसर्ग होईल या भीतीने त्या बाहेरच आल्या नाहीत."

स्त्रीच्या हृदयशून्यतेचा आणखी एक पुरावा.

अगदी चोरपावलांनी आम्ही स्टेलाच्या खोलीत शिरलो. खिडक्यांचे पडदे ओढलेले होते. भडक उजेडाचा पेशंटला त्रास होईल म्हणूनही असेल. तिची आया

तिच्या पलंगापाशी पाय मुरडून बसली होती. माझी चाहूल लागल्यावर तिने वरती नजर करून माझ्याकडे पाहिले. ''आता लेकराला पाहिजे असलेले तिचे पपा मिळाले.'' ती म्हणाली.

आयाचा आवाज ऐकून स्टेला उठली. मऊ मऊ उशांच्या गराड्यात तिला झोपवले होते. त्यामधून जेमतेम बिछान्यावर बसत ती उद्‌गारली, ''पपा.'' ती तिच्या क्षीण होत चाललेल्या त्या मोठाल्या डोळ्यातून मला पाहत होती. तिची जिवणी उघडीच होती. धाप लागल्याने ती तोंडानेच जोरजोरात श्वास घेत होती. तिची ही गंभीर स्थिती मी दिङ्‌मूढ होऊन पाहत होतो. खाली वाकून तिच्याभोवती हात टाकून तिला मिठीत घेण्याचा मी प्रयत्न करू लागलो. तिच्या त्या शुष्क ओठांवर मी माझे गाल ठेवले आणि म्हटले,

''आमच्या स्टेला बेटीला माहीत आहे की, आता शांत पडून राहायचे. असे पडून राहिले की, दुखणे एकदम पळून जाते.'' असे मी म्हणताच बिछान्यावर ती आज्ञाधारक बालकाप्रमाणे पडून राहिली; पण तिची नजर काही माझ्यावरून हलेना. माझ्याकडे बघता बघता ती एकदम बोलून उठली.

''मला सांगा, तुम्हीच माझे पपा ना?'' आणि तिच्या डोळ्यांतून घळघळ अश्रू गळू लागले.

मी काही उत्तर दिले नाही. फक्त तिचा हात हातात घेऊन त्याचा मुका घेत राहिलो. आया आम्हा दोघांकडे पाहत होती.

''बिचारीला तिच्या पपांशिवाय काहीच सुचत नाही. काय चूक तरी त्यात तिची. केवढे त्यांचे तिच्यावर प्रेम होते. माझी खात्री आहे. देव म्हणून खरोखरीच विश्वात काही असेल, तर तो निश्चित तिच्या वडिलांशी भेट घडवून आणेल.'' असे म्हणून गुडघ्यावर बसून परमेश्वराची प्रार्थना करू लागली.

मी बिछान्यावर खाली वाकल्यावर माझे दोन्ही हात धरून ती म्हणाली,

''पपा, माझ्या घशात फार दुखतंय. पपा, काहीतरी करा ना.''

''बेटा, पडून राहिलीस ना की घशातले दुखणे आपोआप कमी होईल.'' ती पडून राहिली. पण थोड्या क्षणात डोळे उघडले. पाहते तो आया रडतेय. ''आया, तू रडतेस का? माझे पपा बघून तुला आनंद नाही झाला?''

मी पुन्हा तिला बजावले,

''बेटा, पडून राहिले म्हणजे घसा दुखणार नाही. पपा, माझी पापी घ्या, म्हणजे मी शांत पडून राहीन.'' मी तिची पापी घेतली आणि पडून राहिली. असेच दहा-वीस-तीस मिनिटे गेली. डॉक्टरही आता आले होते. ते तिच्या पायाशी उभे राहिले.

एकदम अचानक ती जागी झाली. डोळे उघडले. मी विचारले,

''तुझ्या घशात त्रास होतोय का?'' तर ''नाही'' असे म्हणून तिने पुन्हा आपले

डोळे माझ्यावर रोखले. ''नाही. मला आता त्रास होत नाही. आया आता मला पांढरा ड्रेस घालणार आहे. पपा इथे आहेत ना. मला माहीत होतेच शेवटी ते येणारच. मी आणि पपा आम्ही बाहेर जाणार आहोत. होय की नाही पपा?'' असे म्हणून तिला उचलून घ्यावे म्हणून हात पुढे केले.

''तिच्या मेंदूवरचा ताबा गेला आहे. ती भरकटल्यासारखे काहीही बोलते आहे. आता लवकरच सारे संपेल.'' डॉक्टर.

स्टेलाचे त्यांच्या बोलण्याकडे लक्ष नव्हते. माझ्या हातात हात गुंतवून घेत ती म्हणाली,

''मी वाईट मुलगी म्हणून नाही ना मला सोडून गेलात? पण पपा, तो घाणेरडा चष्मा काढून मला दाखवा ना?''

मी तिच्या केसांत स्वतःचा चेहरा लपविण्याचा प्रयत्न करत होतो. कारण डोळ्यांतील अश्रू थांबायला तयार नव्हते. तशाच अवस्थेत मी आयाकडे बघितले. ती डोळे मिटून देवाची प्रार्थना करीत होती. बहुधा ती स्टेलाला खरे पपा भेटू देत म्हणून देवाची प्रार्थना करीत होती. डॉक्टरांचे लक्ष दुसरीकडेच होते. बहुधा शेवटची घटका कधी येतेय याची वाट पाहत होते का, न जाणे.

तेवढ्यात स्टेलाच्या नजरेला नजर लावत मी डोळ्यांवरचा चष्मा काढला. स्टेलाने ओळखले. ''माझे पपा, माझे पपा'' म्हणून माझ्या मानेला मिठी मारली. ग्लानीत ती बडबडतेय म्हणून कुणी तिच्या बोलण्याकडे पाहिले नाही. मी पटकन चष्मा डोळ्यावर ठेवून माझ्या स्टेलाला जवळ मिठीत घेतले. तिचा ध्यास चालू होता. मग तो अचानक थांबला अन् लक्षात आले. सारेच थांबले होते.

बारा

थोड्या वेळाने डॉक्टर माझ्या खांद्याला स्पर्श करीत आपल्या हळुवार आवाजात मला उद्देशून म्हणाले,

"कौंट, हे पाहा, स्टेलाचे दुखणे आता संपले आहे. ती आता त्या पलीकडे गेली आहे. आपल्याला सर्वांना सोडून ती गेली आहे. कौंट, मला तुमचे आभारच मानायला हवेत. तिच्या भ्रमिष्ट अवस्थेत का होईना, मरण्यापूर्वी तिला तुमच्यामुळे तिचे वडील मिळाल्याचा आनंद झाला. आपण ऐकले नाही? केवढ्या आनंदात 'माझे पपा, माझे पपा' म्हणून ती बोलत होती. अर्थात, मी जाणून आहे, या साऱ्या गोष्टीचा तुम्हाला केवढा त्रास होत असेल."

मी तिचे ते कलेवर बिछान्यावर अलगद ठेवले. तिचे अर्धवट उघडे डोळे, माझ्या तळव्याने मिटून घेतले. त्या शुष्क पडलेल्या ओठांचा खाली वाकून मुका घेतला. दोन्ही हातांची छातीवर घडी घातली. त्या चेहऱ्यावर एक समाधानाची आणि अंतर्गत निर्मळ गोडव्याची लहर पसरलेली दिसत होती. तिची आया बिछान्याजवळून उठली, आपल्या छातीवरून तिने क्रॉसच्या चिन्हासारखी हाताने खूण केली. तिच्या डोळ्यांतील पाणी आटत नव्हते. ते ती आपल्या रुमालाने पुसत होती. ती म्हणाली,

"मॅडमना सांगायला हवे." मॅडमवर भडकलेला तो डॉक्टर या बोलण्याने आणखीन भडकला. तिरसटासारखे तो उद्‌गारला,

"होय. सांगायला हवे. अगदी शेवटच्या क्षणीसुद्धा आपल्या लेकराला भेटू नयेसे वाटणाऱ्या त्या तुमच्या मॅडमना सांगायलाच हवे."

"खरे आहे आपले म्हणणे. विचार करण्यासारखी तशीच एक गोष्ट म्हणजे, छोट्या बेबीनेही आजारपणात कधीही आई म्हणून हाक मारली नाही." आया म्हणाली.

प्रचंड दुःखाच्या आवेगाने माझा मी राहिलो नव्हतो. माझे सर्वस्वच हरविल्यासारखे झाले होते. गत आयुष्यातील तोच एकटा जीव. माझ्या नव्या जीवनात तिच्या हृदयातील 'तिचे पपा' म्हणून माझी ठसलेली प्रतिमा कधीही ढासळली नाही आणि म्हणून शेवटच्या क्षणी तिची आंतरिक भावना खरी असल्याचे जेव्हा सिद्ध झाले, तेव्हा तिचे ते क्षीण

होत चाललेले डोळे केवढे लकाकले होते ते मी कधीच विसणार नाही. म्हणूनच तिच्या जाण्याच्या दुःखामध्ये एक क्षीण समाधानाचाही तो एक भाग होता.

स्टेलाच्या आता न घडणाऱ्या भविष्याच्या शक्यतेबाबत मी विचारू करू लागलो. स्वतःला, स्वतःच्या सौंदर्याला व त्यातून निर्माण होणाऱ्या वासनिक जीवनाला आयुष्यातील सारसर्वस्व मानणाऱ्या आईच्या तडाख्यात तिचे जीवन कसे कोळपून गेले असते याचा विचार जेव्हा मी करू लागलो तेव्हा वाटले, स्टेला गेली हे एका अर्थाने बरेच झाले.

मी असा माझ्याच विचारात गढलो असता डॉक्टरांच्या खुणेने जागा झालो व त्यांच्याबरोबर खोलीबाहेर चालू लागलो.

"तुम्ही कौंटेसाच्या कानावर ही गोष्ट घालणार का?"

"त्या उभे करू शकणाऱ्या नाट्यप्रयोगाला मी कितपत तोंड देऊ शकेन याची मला शंका वाटते." मी.

"तुम्हाला वाटते त्या तसा प्रकार करतील?"

"या असल्या प्रयोगात त्या फार दर्दी आहेत."

आम्ही बोलत बोलत जिन्याच्या शेवटच्या पायरीशी आलो. डॉक्टर नीनाच्या खोलीकडे वळले. मी त्या मोठ्या थोरल्या प्रशस्त दिवाणखान्यात फेऱ्या मारत राहिलो. थोड्याच वेळात हुंदक्याबरोबर रडण्याचा आवाज ऐकू आला. काही क्षणात डॉक्टर बाहेर आले.

"कौंट, तुम्ही म्हणालात तसेच झाले. बातमी ऐकल्यावर बेशुद्ध पडण्याचे नाटक झाले. पण त्याचबरोबर ओडीकोलोनची बाटली पण तयार होती. सारे काही अगोदर ठरल्याप्रमाणे झाले. त्या बाहेर यायला घाबरत असल्याचे पाहून त्यांना सांगितले,

"मॅडम, बाहेर यायला हरकत नाही. सारे मी माझ्या देखरेखीखाली निर्जंतुक करवून घेतले आहे. कौंट, मी आता निघतो. तुम्ही पण हॉटेलवर जा आणि एक लहानसा पेग घेऊन झोपून जा. तुम्हाला विश्रांतीची गरज आहे. हो त्यापूर्वी कौटेसांचा तुम्हाला निरोप आहे. त्यांनी तुम्हाला थांबायला सांगितले आहे. ठीक आहे, येतो मी." असे म्हणत त्यांनी माझ्यापुढे हात केला. हस्तांदोलन करून ते निघून गेले.

मी पुन्हा त्या हॉलमध्ये फेऱ्या मारत बसलो. थोड्या वेळात चोरपावलाने गिॲकोमो आला. त्याने एका ताटलीतून एक चिठ्ठी मला आणून दिली. तो नेहमीच्याच एका अविश्वसनीय नजरेने माझ्याकडे बघत पुटपुटला, "आमची बच्छडी बिचारी गेली. वाईट वाईट झाले. परंतु माझी खात्री आहे. आमचे मालक आम्हाला सोडून गेले नाहीत. मी तेवढा मूर्ख नाही."

मी त्याच्या बडबडीकडे लक्ष देण्याच्या भानगडीत न पडता चिठ्ठी वाचू लागलो. 'स्टेलाच्या मृत्यूने मी पार कोसळून गेले आहे. तुम्ही त्याबाबत सिनॉर फेरारीला तार करून कळविल्यास तसेच स्टेलाचा पुढचा विधीही तुमच्या देखरेखीखाली उरकून घेतल्यास माझ्यावर फार उपकार होतील.' चिठ्ठी सुवासिक कागदावर लिहिलेली होती.

मी गिॲकोमोकडे पाहत मुद्दाम थोड्या कोरड्या आवाजात बोललो,

"तुझ्या मालकिणीला सांग, त्यांच्या इच्छेप्रमाणे होईल. समजले का काय सांगायचे ते."

"हो हो." गिॲकोमो आपल्या नेहमीच्या पद्धतीत बोलू लागला,

"माझे मालक मला कधीच मूर्ख समजले नाहीत."

"हे पाहा." मी मुद्दामच होईल तेवढ्या रागीट शब्दात बोललो. "मी फार वेळा तुझ्या मालकाबद्दल ऐकले. कंटाळा आला ते ऐकून ऐकून. तुझे मालक असते तर म्हणाले असते, तू एक ठोंब्या आहेस. तुझ्या मालकिणीला दिलेला निरोप तेवढा तिला सांग."

माझ्या बोलण्याचा त्याच्यावर अपेक्षित परिणाम झाला. त्याचा चेहरा एकदम पडला. ओठ थरथर कापू लागले. पण त्याच्या मालकाबद्दल मी बोललेले त्याला न आवडून की काय, "सरकार, तुम्ही म्हणता तसे माझे मालक मला कधीही बोलले नसते." एवढे मात्र त्याने मला सुनावलेच आणि पुन्हा "मीच वेडा, अगदी ठार वेडा आहे. उगाचच मला दोघांच्यात सारखेपणा वाटतोय." असे पुटपुटत मला म्हणाला, "सरकार, तुमचा निरोप मॅडमना सांगतो." आणि तो खोलीबाहेर गेला. त्याला असे बोलल्याने त्याच्यापेक्षा जास्त घायाळ मी झालो होतो. पण हे बोलणे मला अनिवार्य होते. त्याच्या शोधक नजरेला मी तोतया आहे हे पटले होते आणि त्याला विश्वासात घेऊन माझे खरे रूप दाखविले असते तर न जाणो, माझा जो प्लॅन होता तो मी यशस्वी करू शकलो नसतो. त्यासाठी माझ्यावर अनन्यसाधारण प्रेम नव्हे, भक्तीच करणाऱ्या माणसाला अशा तऱ्हेने निर्घृणपणे दूर करावे लागले.

त्याला निरोप देऊन फेरारीला तार करण्यासाठी रोमानी व्हिलाच्या बाहेर पडलो. बाहेर पडल्यावर बागेत मला स्टेलाचा चेंडू दिसला. तिची आठवण म्हणून खिशात टाकून मी तार ऑफिसकडे जायला निघालो.

स्टेलाच्या मृत्यूच्या बातमीने त्याला धक्का नक्की बसेल; पण तिच्या आईसारखेच त्यालाही दुःख होणार नाही, हे मला माहीत होते. कारण ती मुळात त्यांच्या प्रेमात अडचणच होती. त्यामुळे तिच्या मृत्यूची बातमी ही त्या दोघांच्या बाबतीत दुःखद घटना नसून आपल्याला वासनेचे रंग उधळायला आता कसे मोकळे रान मिळाले, असेच वाटणार.

स्टेलाच्या मृत्यूनंतरच्या सगळ्या विधीची जबाबदारी तिच्या आईने माझ्यावर जी सोपवली ती मी विशेष खुशीने स्वीकारली. कारण पुढच्या गोष्टी माझ्या इच्छेनुसार पार पाडायला मी मुखत्यार झालो. मला माझ्या स्टेलाला त्या कौंट रोमानीच्या शवागारात कुजत ठेवायची इच्छा नव्हती. मला तिला एकदम भूमातेच्या स्वाधीन करायचे होते. ते मला जास्त श्रेयस्कर वाटले. अर्थात तसे करताना कौंटेसांचीच तशी इच्छा आहे असे सांगून त्याबाबत चर्चा होऊ दिली नाही.

सर्वसामान्यांच्या दफनभूमीत एका कोपऱ्याला एका झाडाखाली जागा निवडून तेथे मी माझ्या स्टेलाला भूमातेच्या कुशीत विसावले. भोवताली मी छान वासाची फुलझाडे लावली. त्या जागेवर पांढऱ्याशुभ्र संगमवरी दगडांवर 'स्वर्गातला निखळलेला एक तारा येथे विसावला आहे' असे कोरून घेऊन त्याबरोबर स्टेलाचे नाव, जन्म आणि मृत्यू तारीख वगैरे तपशील कोरून घेतला.

सारे हातावेगळे करून मी हॉटेलवर गेल्यावर व्हिंकेंझोला बोलावून सांगितले की मला एकदम एकांत पाहिजे. कुणीही माझ्यापर्यंत पोहोचता कामा नये. मी खोलीवर नाही असे सांगून साऱ्यांना बाहेरच्या बाहेर पिटाळून लावायचे.

मला समजेना, मी काय करावे? मन कसे सैरभैर झाले होते. माझ्या आणि माझ्या बायकोमधला एकमेव दुवा तुटला होता. या गोष्टीमुळे मी दुःखी झालो होतो का खूश? खूश? नाही, खूश निश्चितच नाही. पण आता मी आखलेला सुडाचा प्रवास निःसंदेहपणे पुरा करायला मोकळा झालो. तिच्या अस्तित्वाने एखाद वेळ मी माझा विचार बदललाही असता म्हणजे मी तिच्या अस्तित्वापेक्षा माझे सूडनाट्य, आत्मसन्मान महत्त्वाचे मानतो? नाही, याचा अर्थ असा की ती जिवंत असती तर सुडाची भावना एखाद वेळ विझली असती. आता ती पूर्ण करायला मी मोकळा झालो, हे मात्र निश्चित.

आत्मसन्मान! बायकोच्या शिंदळकीमुळे पुरुषाच्या पदरी जे येते त्याची भरपाई कशाने होऊ शकते काय? इंग्लंडमध्ये याला छान उत्तर आहे. घटस्फोट! असेल ती एक पद्धत. पण त्याने अपमानित मानहानी स्वीकारायला लागलेल्या नवऱ्याची नुकसानभरपाई होते का? उलट त्या नवऱ्याबद्दल कुत्सित हेटाळणीचे स्वरच जास्त ऐकू येतात आणि ती घटस्फोटित बायको? तिला तर त्यामुळे आपले रंगेल धंदे चालू ठेवायला परवानाच मिळतो. इतके दिवस चोरून चोरून आपल्या प्रियकराला भेटणारी ती, आता राजरोस आपल्या प्रियकराच्या मिठीत पोहोचू शकते.

पूर्वी घटस्फोट हा स्त्रीच्या चारित्र्यावर पडलेला डाग समजला जाई. आता समाज पुरोगामी झाला आहे. या गोष्टीबाबत तो फार उदारमतवादी झाला आहे. आता घटस्फोटित स्त्रीला सभ्य आणि सुशिक्षित वर्तुळात सहज प्रवेश मिळू शकतो. तेथे तिच्या दुर्दैवाच्या फेऱ्याबद्दल तोंडदेखले थोडेसे दुःख प्रदर्शित केले जाते व नंतर

तिच्या शिंदळकीची प्रसिद्धी झालेलीच असल्याने आपल्याला ती कशी मिळेल याची त्या वर्तुळात अहमहमिका सुरू होते.

समाज कसा मजेशीर आहे पाहा! उच्च वर्तुळातील विवाहित स्त्रीकडे पाहताना आपला चष्मा नीटपणे डोळ्यांवर सरकवून हावरट नजरेने तिच्याकडे पाहत म्हणतात, 'ती काय करणार? सोळाव्या वर्षीच तिच्या आई-बापाने तिला उजवून टाकले अन् ती पडली त्या 'नराधमा'च्या (नवरा नेहमीच नराधम असतो) हातात अन् जेव्हा तिला समजायला लागल्यावर जर ती एखाद्या उमरावावर भाळली तर तिचा काय दोष?'

मला विचारल्यास मी दिवसेंदिवस त्या ॲडम आणि इव्हच्या कथेवर पूर्ण विश्वास ठेवत चाललोय. परमेश्वराने त्या दोघांना सांगितले होते, ते दुष्ट फळ खाऊ नका. पण इव्हाच्या नादाने त्याने ते फळ खाल्ले. परमेश्वर ॲडमला म्हणाला, 'तू तुझ्या बायकोचे ऐकलेस. तुझ्या नशिबी आता भूतलावर जाऊन जन्मभर नरकयातना भोगणे अटळ आहे.'

स्त्रीच्या नखऱ्याला भुलून तिच्या शब्दांवर विश्वास ठेवून वागणाऱ्या सर्वच पुरुषांच्या नशिबी हे असेच दुःख कायम लिहिलेले आहे. ती इव्ह लाख म्हणो, त्या सर्पाने ते फळ खायला तिला उद्युक्त केले; अन्यथा तिने ते फळ खाल्लेच नसते. पण ते काही खरे नाही. खोटारडेपणा व फसवणूक करणे हे तिच्या स्वभावातच भिनले आहे. स्त्री पुरुषाला भुलवते व पुरुष त्याला बळी पडतो आणि घडते काय? स्वर्गाचा दरवाजा- ज्याचे वर्णन आपण स्वच्छ विचारसरणी आणि निष्पाप मन असे करू शकू- ते त्याला कायम बंद राहते. जन्मभर त्याची धडपड त्या स्वर्गासाठी असून ते त्याला मिळत नाही. मरेपर्यंत ते त्याला लाभत नाही व त्याला दोषी तोच. बायकोच्या खोटारडेपणाला भुलणे व तिच्या कर्माची फळे याने भोगणे याला पर्याय नाही.

तेरा

स्टेलाच्या मृत्यूला आता दहा-बारा दिवस तरी झाले होते. मी आता एक उपचार म्हणून रोमानी व्हिलावर जात होतो. कौंटेसांनी स्टेलाच्या मृत्यूच्या दुःखानिमित्त सर्वांना व्हिलावर येणे जाणे बंद केले होते. अर्थात, या साऱ्याला मी अपवाद होतो. माझा जरी तेथे वावर होता, तरी तेथे मी एक उपचार म्हणूनच माझे तेथे येणे होतेय हे प्रकर्षाने जाणवून देण्याइतपत मी माझ्या हालचाली सीमित ठेवल्या होत्या. मी बहुधा माझ्या वाचनालयातील अध्यात्मावरील पुस्तके वाचण्यात रस दाखवीत असे. मला तिच्याकडून बोलावणे आले तरी मी तिला त्या मोठ्या हॉलमध्येच भेटत असे व तेथे जाताना माझ्या हातातले पुस्तक घेऊन जाई. तिच्या बोलण्याला प्रतिसाद देताना वाचता वाचता पुस्तकातून डोके वर काढून आवश्यक तेवढे थोडक्यात उत्तर देऊन पुस्तकात पुन्हा डोके खुपसत असे.

त्या दिवशी ती सांगू लागली, 'तिला फेरारीचे पत्र मिळाले होते.' अर्थात मला ते पाहायला मिळाले नाही. तिच्याकडून समजले ते असे- 'स्टेलाच्या मृत्यूने त्याला खूपच दुःख झाले. त्याचा त्याला चांगलाच धक्का बसला आहे.' मलाही त्याचे पत्र आले होते. त्यात त्याने लिहिले होते, 'कौंट, तुमच्या लक्षात आलेच असेल की, कौंट फॅबिओच्या मुलीच्या मृत्यूने मला अजिबात दुःख झाले नाही. मी तुम्हाला खरेच सांगतो, ती जर जगली असती तर मी ज्या गोष्टी विसरण्याचा प्रयत्न करतो त्या तिच्या आस्तित्वाने मला वरचेवर आठवल्या असत्या. तिला मी कधीच आवडलो नाही. तिच्या मृत्यूने आमच्या प्रेमाच्या मार्गातील काटा दूर झाला याचा मला आनंदच होत आहे.'

तो पुढे लिहीत होत- 'माझा काका मरायला टेकला आहे. मृत्यूने आपले दार सताड उघडे ठेवले आहे; पण पठ्ठ्या इथला मुक्काम संपावायला काही तयार नाही. डॉक्टर मला रोज सांगताहेत की, आता फार काळ ताटकळावे लागणार नाही; पण गडी अजूनही त्या सताड उघड्या दारात पाऊल ठेवायला तयार नाही. एव्हाना मी नेपल्सला आलो असतो. तेथे नीनाला भेटायला यायला मी किती उतावीळ झालो आहे हे कौंट, तुमच्या लक्षात आलेच असेल. अर्थात कौंट, नीना तुमच्या ताब्यात सुरक्षित आहे हे मी जाणतोच.'

हा शेवटचा परिच्छेद मी नीनाला वाचून दाखविला. सुरुवातीला तिला फेरारी आपल्याला भेटायला केवढा उत्सुक आहे याने तिच्या गालावर गुलाबी झाकही आली. क्षणार्धात तिच्या लक्षात आले, आपल्यावर पाळत ठेवायला त्याने कौंटना सांगितले आहे. याने ती फार प्रक्षुब्ध झाली. तिच्या आविर्भावावरून ते संपूर्णपणे जाणवत होते. तथापि, स्वतःवर पूर्ण ताबा राखून ती बोलू लागली. "कौंट, आपण मला फेरारीचे पत्र वाचून दाखविल्याबद्दल मी आपली आभारी आहे. मला मात्र त्यातून डोकावलेल्या फेरारीबद्दल कीव वाटते. माझ्या मृत नवऱ्याचा जीवश्चकंठश्च मित्र म्हणून मी त्याच्यावर एखाद्या बहिणीसारखी विसंबले; पण म्हणून काय भावाच्या अधिकारात त्याने माझ्या स्वातंत्र्यावर असे आघात करावेत? नाही, मीच चुकले. माझ्या नवऱ्याच्या मृत्यूनंतर मी त्याला जरा जास्तच मोकळीक दिली."

मनातल्या मनात या दुटप्पी स्वभावावर मी खूप हसलो. पण एक लक्षात आले, आता खेळी एका विशिष्ट टप्प्यावर आली आहे. आता माझ्या चाली भराभर खेळल्या पाहिजेत.

पत्र घडी करून खिशात सरकवत मी मुद्दामच म्हटले,

"मॅडम, मला असे वाटते, फेरारीची तुमच्याबाबत बहिणीपेक्षा जरा वेगळीच अभिलाषा दिसतेय."

स्त्री कशी ओतप्रोत खोटारडेपणाने भरलेली असते याचे एक जिवंत उदाहरण माझ्यासमोर बसलेले मला दिसत होते.

"तसेच जर असेल तर त्याची ती अभिलाषा रसातळाला गेल्यावाचून राहणार नाही" असे म्हणत ती उठून माझ्यालगतच्या खुर्चीजवळ येऊन उभी राहिली. ती अशी माझ्याजवळ येत असताना चित्ता आपल्या भक्ष्यावर चालून जाताना ज्या नजाकतीत चालतो त्याची मला आठवण झाली. तशी ती जवळ येऊन म्हणू लागली,

"कौंट, आपल्याला खरेच वाटते का फेरारीच्या मूर्खपणाची मजल माझ्याशी लग्न करण्याइतपत जाईल?" असे म्हणून विषण्णतेचा मुखवटा घेऊन ती त्या खुर्चीवर जवळजवळ कोसळलीच.

"मला तरी तसेच काहीसे वाटते, कारण जाण्यापूर्वी तसे तो बोलला होता." मी.

"मला हे विश्वासात घेऊन सांगितलेत हे बरे झाले. पण कौंट, माझ्या संमतीशिवाय हे शक्य होईल असे तुम्हाला वाटते?"

मी जरा त्या प्रश्नाने दिङ्मूढ झालो. नवऱ्याच्या मृत्यूनंतर अनंत वेळा मारलेल्या त्या मिठ्या अन् घेतलेली अगणित चुंबने सारे काही स्लेट पाटीवर लिहिलेले ओल्या बोळ्याने सहज पुसून टाकावे इतक्या सहजतेने जीवनातून पुसली जाऊ शकतात हे आज मी नव्याने शिकत होतो. त्याचबरोबर मला फेरारीची कीव आली. पण त्याची

कीव करायचे मला तरी कारण काय? माझ्यासारख्या लग्नाच्या नवऱ्याबाबत ती काय वेगळी वागली!

मी शांत बसलेलो पाहून ती पुढे बोलू लागली. "कौंट सांगा, फेरारीची लायकी तरी आहे का माझा हात मागायची?"

"मला असे वाटते तसे जर फेरारीला वाटले तर मला तरी ते चूक वाटणार नाही. तो तरुण आहे, दिसायला सुंदर आहे हे कुणीही नाकारू शकणार नाही. त्याशिवाय त्याच्या काकाकडून त्याला गडगंज इस्टेट मिळणार आहे. याहून तुम्हाला दुसरे जास्त काय पाहिजे? शिवाय तो तुमच्या नवऱ्याचा जिगरी दोस्त होता." मी.

"तेच तेच तुम्ही शेवटी म्हणालात तेच महत्त्वाचे आहे. तो मला समजा नवरा म्हणून आवडला तरी मला तसा तो आवडत नाही. ते सोडाच तरी तशा तऱ्हेच्या लग्नाबद्दल लोक काय काय म्हणतील याची जोखीम मी घेणार नाही." कौंटेसा.

"मी नाही समजलो तुम्हाला काय म्हणायचे ते." मी.

"कौंट, आपल्या लक्षात नाही आले? फेरारी माझ्या नवऱ्याचा एवढा जिगरी दोस्त आणि अशा माणसाशी नवरा मेल्याबरोबर सहा महिन्यांच्या आत जर मी लग्न केले तर जग खात्रीने म्हणेल की नवऱ्याच्या मरण्यापूर्वीच यांचे काही गुफ्तगू असणार. हे असे माझ्या चारित्र्यावर उडविलेले शिंतोडे मी सहन नाही करू शकणार."

"मला सांगा, फेरारी खरंच तुम्हाला आवडत नाही."

"नाही, अजिबात नाही. तो एक धसमुसळ्या आणि संस्कारशून्य व्यक्ती आहे. तो जेव्हा दारू ढोसतो तेव्हा तो जनावरांपेक्षा बेताल होतो. मला त्या वेळेस त्याची फार भीती वाटते."

मी बारकाईने तिच्याकडे पाहत होतो. बोलता बोलता तिचे डोळे निस्तेज झाले होते. हात थरथर कापू लागले अन् हातात तिने घेतलेले कोशाचे काम हातातून गळून पडले.

"तसे जर असेल तर..." एकेक शब्द मी तोलून मापून बोलू लागलो. "फेरारीबद्दल मला फार वाईट वाटते. तुमच्याबाबत केवढी आशा ठेवून बसला होता तो. ते असो; पण या तुमच्या निग्रहाने एक गोष्ट त्यामुळे नक्की झाली." मी.

"कुठली गोष्ट?"

"कौंटेसांच्या हाताची अपेक्षा करायला आता दुसऱ्या कुणाला आशा आहे."

"माझ्यावर फेरारीने एवढा कडेकोट बंदोबस्त ठेवलाय कळल्यावर दुसरा कुणी या भानगडीत कशाला पडेल. आता एकच पर्याय उरलाय माझ्यासमोर अन् तो म्हणजे नेपल्स सोडूनच मी कुठेतरी जावे."

"का?" मी.

"त्याला टाळण्यासाठी." थोडे थांबून ती पुढे बोलू लागली. "मी सांगते आपल्याला, अहो अलीकडे अलीकडे त्याने मला फार त्रास दिलाय. मी मघाशी बोलले ना, काही वेळेस मला त्याची फार भीती वाटते. तुमच्या संरक्षाणाखाली तसे पाहता मी फार सुरक्षित आहे. पण हे संरक्षण मला नेहमीच मिळणार नाही."

माझ्या लक्षात आले, माझी चाल खेळायची वेळ आली आहे.

"असे का म्हणता? ते तसे तुम्हाला कायमस्वरूपी निश्चितच मिळू शकते. पण ते संपूर्णतः तुमच्यावर अवलंबून आहे."

ती माझ्या वाक्याने भांबावली. खुर्चीवरून ती अर्धवट उठून थोडेसे घाबरत, काळजीच्या स्वरात ती मला म्हणाली,

"कौंट, आपल्याला म्हणायचे तरी काय?" मी समजले नाही.

मी तिच्याजवळ जात हातातून पडलेले कोशाचे काम तिच्या हातात देत थोड्या कोरड्या स्वरात बोलू लागलो. "तुम्ही आताच म्हणालात ना, तुम्हास माझे संरक्षण नेहमीच मिळणार नाही. पण ते शक्य आहे."

"ते कसे?"

"माझी पत्नी होऊन. मी जाणून आहे. आपल्या वयात जरा जास्तच अंतर आहे." मी बोलण्यात व्यावहारिकतेचे वजन देत होतो. "माझे लग्नाचे वयही नाही. दगदग आणि कडवट प्रसंगाने माझे तारुण्य तसे कोळपून गेले आहे. माझी प्रकृतीही तशी ठीक नसते. शिवाय माझ्यात पुरुषात असावे असे सौंदर्यही नाही. पण एक गोष्ट निश्चित आहे- समाजात मला काही स्थान आहे. मान-मान्यता आहे आणि सगळ्यात शेवटी सात पिढ्या बसून खातील एवढी गडगंज संपत्ती आहे. मला मान्य आहे, एखाद्या तरुणासारखे मला प्रणयराधन करता येणार नाही. पण तुमच्यातल्या अंतर्गत सुप्त गुणांना निश्चितच वाव मिळेल याची पूर्ण दखल मी घेऊ शकेन, अशी मी तुम्हाला खात्री देतो."

एवढे बोलून मी शांतपणे तिची प्रतिक्रिया न्याहाळत होतो. प्रथम ती थोडी नाराज झाल्यासारखे जाणवले. पण लगेच तिच्या डोळ्यांत एक लकाकी जाणवली. तिने कसला तरी विचार नक्की केलेला दिसला. ती झटकन प्रसन्न मुद्रेने उठून एक लाघवी हास्य माझ्यावर उधळून आपल्या हातातले ते विणकाम खाली ठेवत माझ्या अगदी जवळ आली. तिचा सुवासिक श्वास माझ्या गालांवर पडत होता. ती आपली मधाळ नजर माझ्यावर रोखत म्हणाली,

"म्हणजे कौंट, माझ्यावर प्रेम नसतानाही आपण माझ्याशी लग्न करायला तयार आहात?" माझी सारी गात्रे तिच्या या मदभऱ्या अदाकारीने पेटून उठली. मनात एक भावना आली अन् वाटले, तिला झटकन हाताने ओढून मिठीत घेऊन

त्या लालचुटूक ओठांचे करकचून चुंबन घ्यावे; पण त्या मूर्ख वासनेला मला पायबंद घालावा लागला. तिने माझ्या खांद्यावर हात ठेवला व नंतर तेथून माझ्या पांढऱ्या केंसांतून हळुवारपणे ती हात फिरवू लागली. विशेष लाडात येऊन बोलू लागली, ''ठीक आहे. तुम्ही माझ्यावर प्रेम करू शकत नाही.'' असे म्हणत ती माझ्या शरीराला शक्य तितक्या घट्ट चिकटत माझ्या कानांत फुसफुसली. ''तर मी तुम्हाला एक सत्य सांगू? माझे तुमच्यावर प्रेम आहे.''

ते बोलणे सत्य नाही हे कुणी दुसऱ्याने मला सांगायला नको होते. त्या मानभावी शब्दांवर विश्वास बसणे शक्यच नव्हते. माझ्या केसांतून हळुवारपणे फिरणारा तो हात खसकन ओढून मी उद्‌गारलो,

''काय तुम्ही माझ्यावर प्रेम करता? ते कसे शक्य आहे?''

संथपणे हसून आपल्या शरीराचा संपूर्ण भार माझ्या शरीरावर टाकून ती उद्‌गारली, ''पण ते सत्य आहे. शंभर टक्के सत्य आहे.'' माझ्या लक्षात आले. तिला बरेच काही बोलायचे आहे आणि त्यासाठी खोटे बोलण्यात तिचीच तिच्याशी शर्यत लागणार आहे. ''मी पहिल्यांदाच आपल्याला जेव्हा पाहिले तेव्हाच माझी मी राहिले नव्हते. माझ्या नवऱ्यावर माझे कधीच प्रेम नव्हते. तुम्ही बऱ्याच प्रमाणात त्याच्यासारखे दिसता तरी. त्यांच्यापेक्षा तुम्ही खूपच वेगळे आहात आणि तुम्ही माझ्यावर विश्वास ठेवा वा न ठेवा, पण मला आजपर्यंत भेटलेल्या व्यक्तींमध्ये तुम्ही एकमेव अशा व्यक्ती आहात ज्यांच्यावर मी मनापासून प्रेम करते.'' असे म्हणत आणखीनच मला चिकटू लागली. मला स्वच्छ कळत होते की, मी तिच्या कमरेत हात घालून तिच्या त्या लालचुटूक ओठांचे चुंबन घ्यावे अशी तिची इच्छा होती. पण उलट मी तिला दोन्ही हाताने तिचे दोन्ही बकोटे धरून माझ्यापासून हातभर अंतरावर धरत विचारले, ''तर मी काय समजू, तुमची माझी पत्नी होण्याची इच्छा आहे?''

''हो हो. मी तुमची पत्नी व्हायला तयार आहे आणि मी तुम्हाला हेही सांगून ठेवते की, मी आपल्याला माझ्यावर प्रेम करायला लावेन.'' असे म्हणत तिने माझ्याभोवती गर्रकन गिरकी घेत माझ्या गळ्यात दोन्ही हात टाकून आपले लालचुटूक ओठ माझ्या ओठाजवळ आणून ती पुटपुटली, ''माझे चुंबन घ्या.''

एका स्वप्नमयी अवस्थेत मी त्या ओठांचे चुंबन घेतले. वाटले, एखाद्या जहरी नागिणीचे चुंबन घेतले असते तर बरे झाले असते. गळ्यातले दोन्ही हात बाजूला करत तिला सोफ्यावर बसवून मी तिला थोडेसे तुटकपणेच विचारले, ''काय तुम्ही खरोखर माझ्यावर प्रेम करता?''

''होय.'' ती.

''आणि मीच तो पहिला मनुष्य ज्याला पाहिल्याबरोबर तुम्ही माझ्या प्रेमात पडलात.''

"होय, ते तुम्हीच होय."

"तुम्हाला फेरारी कधीच आवडला नाही?"

"कधीही नाही."

"आता मी तुमचे चुंबन घेतले तसे त्याने तुमचे चुंबन कधीही घेतले नाही?"

"कधीही नाही. एकदाही नाही."

खोटारडेपणाचा केवढा धबधबा माझ्यासमोर पडत होता आणि तेसुद्धा एवढ्या सराईतपणे की, ऐकणाऱ्याला ते शंभर टक्के खरे वाटावे. एखाद्या जादूगाराने तोंडातून भराभर रंगीबेरंगी रिबिनी झरझर काढाव्यात आणि ते एखाद्या खेडुताने आ वासून त्या रिबिनीच्या ढिगाऱ्याकडे पाहावे, तसा मी त्या खोटारड्या पांढऱ्या पालीकडे पाहत होतो.

ती माझ्या अंगावर रेलून पडून आपल्या हातातल्या अंगठीकडे जी मीच तिला तेव्हा दिलेली होती, हात लांब करत त्यातल्या हिऱ्याच्या खड्याकडे पाहत बोलत होती. बोलता बोलता एकदम उठून बसत माझे चुंबन घेऊन पुन्हा माझ्या अंगावर रेलून पडत म्हणाली,

"कौंट सीझर! किती छान वाटते तमुच्या पुढ्यात असे पडून राहायला!" पुन्हा थोड्या काळजीच्या स्वरात बोलली. " आपलं हे प्रकरण फेरारीच्या कानावर नाही जाऊ द्यायचे हं! निदान सध्यातरी."

"नाही! तो रोमहून परत येईपर्यंत तरी मी सांगणार नाही. कारण तो धाडदिशी येऊन टपकेल अन् सध्या तरी तो आपल्याला इथे यायला नको आहे, कसे?"

ती तिच्या विचारात गुरफटलेल दिसली. ती कसला विचार करत असावी असा याचा अंदाज आला. थोडा वेळ आम्ही दोघेही शांत होतो. माझ्या डोक्यात वादळ सुरू झाले. ती कसला विचार करत असावी? तिला माझी शंका तर नाही ना आली? तोच ज्याला आपण फसविले, ज्याचे अस्तित्वच त्या वेळेस आपल्या कृष्णकृत्याला बाधक झाले होते आणि त्यामुळे तो मेल्यामुळे आपल्याला दुःख होण्याऐवजी आपल्या मार्गातला काटा गेला असे आपल्याला वाटले, असा तो ज्याच्या अंगावर रेलून बसलो आहे तो कौंट सीझर वगैरे कुणी नसून आपला नवराच कौंट फॅबिओ आहे, हे तिला आपल्या स्पर्शावरून वा अन्य काही गोष्टीमुळे वाटले नसावे? अर्थात त्याची सुतराम शक्यता नसल्याचे तिच्या आविर्भावावरून लक्षात येत होते. अन्यथा माझ्याकडे बघून एवढी गोड हसती ना! आलटून पालटून निरनिराळ्या पद्धतीत माझी चुंबने घेतीच ना!

माझ्या छातीवर रेलून निवांत बसलेली ती त्या अंगठीशी खेळत मधूनच आपला हात वरती करून अंगठीतील चकाकणारा हिरा न्याहाळत असता ती पटकन मला म्हणाली,

"कौंट, माझ्यासाठी एक गोष्ट कराल?"

"काय सांगू? विनंती कसली करता! तुम्ही आज्ञा सोडायची अन् बंद्याने बिन तक्रार ती मानायची. बोला काय आज्ञा आहे?"

"तसे जर असेल तर एका मिनिटासाठी तो काळा चष्मा काढाल? मला काही क्षणासाठी तुमचा बिन चष्म्याचा चेहरा पाहायचा आहे. काढाल?"

तिला अंगावरून बाजूला ढकलून बाजूला ताठ उभे राहून तिला म्हटले,

"मॅडम, तेवढे सोडून दुसरे काहीही सांगा. लहानशी उजेडाची तिरीपही डोळ्याला सहन होत नाही. डोळ्याची एवढी आग होते की विचारायची सोय नाही. नंतर कित्येक तास मी त्रास सहन करीत राहतो. मॅडम, मी जसा आहे तसा स्वीकारायची तयारी ठेवा. अर्थात, मी माझा बिनचष्म्याचा चेहरा काही मिनिटांसाठी का होईना एकदा निश्चित दाखवीन. माझ्यावर विश्वास ठेवा."

"पण ते कधी?" तिने कळवळून विचारले.

मी खाली वाकून तिचा हात हातात घेऊन त्याचे चुंबन घेत म्हटले,

"आपल्या विवाहाच्या आदल्या रात्री."

नखऱ्यात आपली मान वेळावून ती म्हणाली,

"म्हणजे इतके दिवस आम्ही थांबायचे काय?"

"इतके दिवस म्हणायचे काही कारण नाही. सध्या नोव्हेंबर चालू आहे. आपली ही अधांतरीची परिस्थिती थोडी कमी करू या. नव्या वर्षाच्या दुसऱ्या महिन्यात केव्हातरी आपला विवाह उरकला तर?"

"माझे हे अचानक आलेले वैधव्य, त्यापाठोपाठ स्टेलाचा मृत्यू." असे म्हणत तिने आपले डोळे एका लहानशा रुमालाने टिपले.

"हे पाहा, फेब्रुवारीत तुमच्या नवऱ्याला मरून सहा महिने होतील. तुमच्या एवढ्या तरुण वयातील विधवेला दुःख प्रदर्शनाला एवढा वेळ पुरेसा आहे. अशा परिस्थितीत तुम्हाला आधाराची गरज आहेच. त्यातूनच तुमच्या कन्येच्या मृत्यूमुळे लादला गेलेला एकलकोंडेपणा शक्य तितक्या लवकर दूर करणे आवश्यक आहे. अशा परिस्थितीत माझी खात्री आहे, समाज तुम्हाला समजून घेईल. काही बोलणार नाही. अन् कुणी बाजारगप्पा उठविल्यास मी आहेच ना, त्या गप्प करायला."

लहानसे विजयी स्मित तिच्या चेहऱ्यावर झळकले. "जशी तुमची इच्छा." म्हणून ती म्हणाली, "साऱ्या नेपल्स शहराला ठाऊक आहे की, आपण स्त्रियांबाबत केवढे निरिच्छ आहात. एवढे असूनही एखाद्या प्रियकरासारखे लग्नासाठी केवढे उतावीळ झालात हे पाहून साऱ्यांना आश्चर्य वाटेल. आपल्या या प्रस्तावाला माझीही हरकत असायचे काहीच कारण नाही." असे म्हणून तिने एक खट्याळ हास्य माझ्यावर फेकले.

मी ते पाहिले पण अत्यंत निरिच्छपणे प्रतिसाद देत मी म्हटले,

"तुमच्या लक्षात आलेच असेल. प्रचलित विचार पद्धतीत मी प्रियकर व्याख्येत बसत नाही. तरी पण एक सत्य आहे. मला हे लग्न शक्य तितक्या लवकर व्हायला हवे आहे."

"का?"

"कारण माझी इच्छा आहे. तुम्ही शक्य तितक्या झटपट माझ्या अन् माझ्याच व्हायला हवे आहे. दुसरे कुणीही मध्ये कसलेही विघ्न आणायला नको."

माझ्या या बोलण्यावर प्रसन्नपणे हसून ती म्हणाली,

"तुम्हाला पत्ताही नाही पण तुमच्यात तो मनस्वी प्रियकर लपला आहे. तुमचे समाजातले स्थान तुम्हाला ते कबूल करू देत नाही की तुम्ही माझ्यावर प्रेम करता; पण मी तुम्हाला ते प्रतिज्ञेवर सांगते की, तुम्ही माझ्या प्रेमात बुडले आहात. अगदी आकंठ."

मी तिच्याकडे थोडेसे उदासपणे पाहत म्हटले,

"तुम्ही म्हणताहात तर तसे असेलही. पण जे काय घडतेय माझ्याकडून त्यात मी अगदी अनभिज्ञ असल्याने त्याला निश्चितपणे काय म्हणतात ते मला माहीत नाही. मला एवढे कबूल आहे की, माझ्यात एक प्रचंड ऊर्मी निर्माण झाली आहे अन् ती मला सांगतेय की तुमच्या सर्वस्वाचा मी स्वामी व्हावे आणि तेही शक्य तितक्या लवकर."असे म्हणत नकळतपणे दोन्ही तळवे एकमेकांत घट्ट पकडले.

तिचे माझ्या हाताच्या हालचालींकडे लक्ष होते का नाही समजले नाही; पण ती म्हणू लागली. "मला खात्री आहे तुमच्या हातात माझे भवितव्य अतिशय सुखरूप राहील. तुमच्या स्वामित्वाने आणि मार्गदर्शनाने ते अधिक प्रतिभाशाली होईल."

"तुमच्या इच्छेप्रमाणे तसे जरूर होईल." असे म्हणून अगदी त्रयस्थाच्या भावनेने मी उद्‌गारलो,

"चला, मला निघाले पाहिजे. खूप उशीर झालाय. माझ्या प्रकृतीमुळे वेळच्या वेळी झोपायलाच हवे."

ती उठली अन् पुन्हा अगदी जवळ येत माझा हात आश्वासकाच्या भूमिकेतून हातात घेऊन बोलली,

"आपली प्रकृती खरेच काळजी करण्यायोग्य वाटतेय. पण मला खात्री आहे की, आपल्या प्रकृतीची काळजीपूर्वक देखभाल केल्यास आपण पूर्ण निरोगी होऊ शकाल."

"तुम्ही म्हणता ते खरे आहे. माझ्या प्रकृतीला योग्य ती विश्रांती आणि सुखदायी वातावरणाची फार गरज आहे. पण या बाबतीत पुन्हा एकदा विचार करण्याची संधी आहे. विचार करा, रोगाने जर्जर झालेला नवरा चालेल का? लग्नापूर्वीच शांतपणे ह्याचा विचार झालेला बरा."

"मी निश्चिंत आहे. या लग्नाचा निर्णय मी घेतलाय. मी पूर्ण विचारांती घेतलाय तसेच तो कुणी माझ्यावर लादलेला नाही, तेव्हा त्याच्या फेरविचाराचे कारणच नाही

आणि नेहमीच तुम्ही आजारी नसता. तुम्ही तर मला चांगलेच सुदृढ दिसता. प्रकृतीच्या थोड्याशा देखभालीने सारे काही ठीक होईल.''

''तुम्ही म्हणताय ते खरे आहे.'' थोडासा ताठ उभा राहून मी बोलू लागलो. ''पण माझी मज्जासंस्था क्षीण झालीय. पण हे काय? तुम्हाला एकाएकी असे झालेय काय?''

ती एकाएकी एकदम निस्तेज झाली. बेशुद्ध पडते की काय मला वाटू लागले. त्यामुळे ती खाली पडेल या भीतीने मी तिला आधार देऊ लागलो, तर माझा हात ढकलून कमालीच्या भयचकित नजरेने ती माझ्याकडे पाहू लागली. थोड्या वेळाने स्वतःला सावरून घेत म्हणाली,

''तसं काही नाही. जरा चक्कर आल्यासारखे वाटू लागले होते पण मी आता ठीक आहे. मला खरे सांगा तुमचा रोमानी कुटुंबाशी काही संबंध? तुम्ही आता जेव्हा ताठ उभे राहिलात तेव्हा तुम्ही अगदी माझ्या नवऱ्यासारखे दिसलात. क्षणभर वाटले मी भूत-बित तर पाहत नाही ना? थोड्या वेळासाठी मी घाबरूनच गेले.''

मी तिला खिडकीशेजारच्या खुर्चीत नीट बसवले. मोकळ्या हवेने तिला जरा बरे वाटले. एका ग्लासात पाणी देत मी म्हटले,

''तुम्ही फार थकलेल्या दिसताय. कसल्याशा अति उत्साहाने हा शीण आलेला दिसतोय. दुसरे म्हणजे रोमानी मंडळींशी माझा काही एक संबंध नाही. काही हालचाली किंवा लकबी एकासारख्या दुसऱ्याच्या असू शकतात एवढेच; पण, असल्या विचारांना फारसा थारा देऊ नये. थोडी विश्रांती घ्या, सारे ठीक होईल.''

आम्ही दोघेही खिडकीतून डोकावणाऱ्या चांदण्याकडे पाहत होतो. मधूनच त्यावरून सरकणाऱ्या ढगामुळे अंधारून जाई. थोड्या वेळात गार वारा सुटला. गारव्याच्या पाठोपाठ सोसाट्याचा पाऊस पडण्याची पूर्वचिन्हे दिसत होती. माझ्या बायकोला त्या थंड वाऱ्याने हुडहुडी भरली.

''ती खिडकी लावून घ्या. मी ठीक आहे. काय मूर्ख मी तरी. थोड्या वेळासाठी का होईना कसली भ्याले होते मी.'' ती.

''माझी भीती वाटली?'' मी. तिने मानेनेच 'हो' म्हटले.

''ही गोष्ट मला काही भूषणावह नाही.'' मी खिडकी बंद करता करता म्हटले. ''मला या गोष्टीचे फार वाईट वाटते. मी काय करावे?'' ती फक्त हसली.

''कौंटेसा, अजून उशीर झालेला नाही. तुम्ही तुमचा निर्णय घ्यायला अजून स्वतंत्र आहात. माझा आग्रह नाही. तुम्ही जो निर्णय घ्याल तो स्वीकारायला मी तयार आहे.''

''माफ करा कौंट. मी घाबरले; पण तुम्हाला नाही. काही तरी भलतेच मनात आले. झाले मी मोकळी, झालेल्या काल्पनिक गोंधळातून. तुम्ही काळजी करू नका. मी पूर्ण ठीक आहे. तुम्ही काही आगळेवेगळे मनात आणू नका. तुम्ही निश्चिंत

असा.'' असे म्हणून माझा हात हातात घेऊन त्याचे चुंबन घेत म्हणाली, ''काही झाले तरी हा हात आता मी सोडणार नाही.''

तो हात अलगद तिच्या हातातून सोडवून घेत वडीलधाऱ्या माणसासारखे तिच्या डोक्यावर थोपटत मी म्हटले,

''ठीक आहे असे असल्यास. पण तुम्ही आता पडा आत जाऊन. तुम्हास खूप शीण आला आहे. तुम्हाला विश्रांतीची गरज आहे. दुसरे म्हणज, आपले सारे हे गुप्तच ठेवायचे ना?''

''सध्या तरी.'' असे म्हणून ती गोड हसली. ''जेव्हा एकदमच सगळ्यांना कळेल तेव्हा खूप मजा येईल. सगळ्या बायका माझा हेवा करतील. आताच जरा जरी कुणाला कुणकुण लागली तरी हस्ते परहस्ते ते फेरारीपर्यंत पोहोचेल आणि मग...''

''माझ्या लक्षात आले. माझ्याकडून तसे काही होणार नाही. बरे तर मी निघतो. विश्रांती घ्या.''

''मला नीना म्हणाल का?''

''बरे नीना, येतो मी.'' मी खोलीतून बाहेर पडलो. बाहेर पडताना तिने मला उडते चुंबन दिले.

मी बाहेर पडलो तेव्हाच जबरदस्त वादळाची चाहूल लागली होती. अंतर्यामीदेखील तसेच काहूर उठले होते. मी कितीही वयस्करपणाचा आव आणला असला किंवा स्त्रियांबद्दलचा तिरस्कार दर्शवित असलो तरी खऱ्या अर्थाने मी तरुणच होतो आणि स्त्रियांबाबत तारुण्यसुलभ भावनेतून मलाही आकर्षण होतेच. अशा वेळी तारुण्याने मुसमुसलेले ते अवघड लोढणे अंगावर खिदळत असताना स्त्रीत्वाबद्दल तटस्थपणाची भावना राखणे, स्पर्शातून अथवा त्या लालचुटूक ओठांचे चुंबन घेताना आतून उठणाऱ्या वासनांचा आगडोंब आवरणे, हे एवढे अवघड काम होते. कारण जरा तोल गेला असता तरी ज्याच्यासाठी एवढी वाटचाल केली, त्याचा क्षणात बोजवारा उडण्याची शक्यता होती. अजूनही आत उठलेले वादळ शमले नव्हते.

त्या गार रोरावणाऱ्या वाऱ्यासोबत थेंबथेंब ठिबकू लागले आणि अपेक्षेप्रमाणे जोरदार पावसाला सुरुवात झाली. त्या जोरदार पावसात मी पूर्णपणे भिजून गेलो आणि... आणि... त्याबरोबर माझ्या लक्षात आले, आतले काहूरही निवले. मला मी सापडलो होतो. आजवर केलेल्या सुडाच्या प्रवासाची दिशा सापडली.

मी हॉटेलवर पोहोचल्यावर व्हिंकेंझो पुढे आला. मी नखशिखान्त भिजलेला पाहून त्याने झटपट कोरड्या कपड्याची सोय केली आणि दारूच्या चषकात पोर्ट वाईनचा पेग ओतला. दारूचा घुटका घेता घेता मी त्याच्या अंगावर एक नाणे फेकले.

"सरकारांना काही हवंय?"

"होय! तुझं मौन. व्हिंकेंझो, तू माझी उत्कृष्ट सेवा करतोस त्याचे हे बक्षीस. तोच खरा सेवक जो मालकाला मध्यरात्री दारूच्या नशेत तो कोलमडत असताना त्याला त्याच्या बिछान्यावर नीटपणे झोपवूनही साऱ्या जगाला शपथेवर सांगतो- 'असा दारूबाबत निरहंकारी माणूस मी जन्मात पाहिला नाही.' व्हिंकेंझो ही बक्षिसी त्यासाठीच तुला दिलीय कारण तुला पूर्ण माहीत आहे की, येथून बाहेर पडल्यावर माझ्याबद्दल काय बोलायचे अन् काय नाही."

थोड्या वेळात मी माझ्या बेडरूममध्ये गेलो. माझ्या बेडरूममध्ये मी व्हिंकेंझोला कधीच येऊ देत नाही. मी आत आल्यावर पहिले काम जर काही करत असे, तर माझा तो काळा चष्मा काढून ठेवून माझे स्वरूप मी आरशात पाही. त्या काळ्या चष्म्याने माझे खरे रूप जगापासून दूर ठेवले होते. माझे रूप आरशात पाहात असताना मनात एक विचार चमकून गेला. नीनाने मला या स्वरूपात पहिल्यास तिला काय वाटेल... गंमत म्हणजे असा विचार तिच्याबद्दल मी करीत असता माझ्या विचाराचा रोख दुसरीकडेच वळला.

आज माझे लग्न ठरले होते. ते माझे दुसरे लग्न होते. गंमत अशी की, माझे हे दुसरे लग्न माझ्या पहिल्याच बायकोशी ठरले होते. प्रथम मी तिच्याशी विवाह संबंधात अडकलो होतो तेव्हाची माझी काय भावना होती... मी आठवू लागलो. तेव्हा ती माझी सर्वस्व होती. आणि आज? एखाद्या नागिणीला ठेचून मारण्यासाठी माझे सारसर्वस्व वाहून टाकीत होतो. माझ्या जीवनाचा आता एकच हेतू- आत्मसन्मान; आणि तो साध्य होणार होता त्या दोघांवर सूड उगवून.

मला आठवतेय, त्या मावळत्या सूर्याला साक्षी ठेवून मी प्रतिज्ञा केली होती. आज मी माझ्या साऱ्या वाटचालीकडे दूरवरून बंदराकडे येणाऱ्या गलबताकडे दुर्बिणीतून पाहावे तसे पाहतो. माझ्या नजरेला आले. चाल मंदगतीही नाही तशी ती द्रुतगतीनेही चालत नाही. आपल्या नित्याच्या गतीने पण निश्चितपणे बंदराच्या दिशेनेच तिची चाल चालली होती.

चौदा

डिसेंबर उजाडला अन् निम्माशिम्मा संपलाही. हवेत गारवा होता, पण थंडी म्हणावी तशी जाणवत नव्हती. चंगळवादी नेपल्सवासीयांवर हवामानाच्या बदलाचा फारसा परिणाम होत नाही. आपल्या बेछूट आणि बेधुंद अवस्थेत गरमगरम कॉफीचे घोट ढोसत पहाटेपर्यंत नाचगाण्यात तरंगत राहणे ही त्यांची नित्याचीच बाब, जी मध्यंतरी कॉलऱ्याच्या साथीमुळे थंडावली होती ती आता पुन्हा दिसू लागली. कॉलऱ्याची साथ ही गोष्ट इतिहासजमा झाली होती. पुन्हा पुढील वर्षी अशी रोगराई उद्भवू नये म्हणून शहरातील स्वच्छता आणि आरोग्यविषयक सुधारणांबाबत जी चर्चा साथ चालू असताना होत असे, ती गोष्ट जनता आता पार विसरून गेली होती. साथीत मेलेल्या आपल्या मृत चाहत्यांच्या बाबत जो हळवेपणा पाहिजे, त्याऐवजी त्यांच्या थडग्याकडे सहलीला जावे अशा तऱ्हेने जात होते. साऱ्या नेपल्सवासीयांना ठळकपणे एकच गोष्ट जाणवत होता... आज आता, लगेच. कालबाबत त्यांची भूमिका 'जुने जाऊ द्या मरणा लागून' अशी होती, तर उद्याबाबत 'आता कशाला उद्याची बात' यामध्ये मोडत होती. भूतकाळ आणि भविष्याकाळाबाबत विचार करायला त्यांना काडीची फुरसत नव्हती आणि त्यात त्यांची चूक म्हणावे असे काय? आपली सारी दुःखे आपण भूतकाळात भोगलेला त्रास, तसदी आणि अपमान यांनी भरलेल्या स्मृतीतून येतात, तर भविष्याविषयीची काळजी आणि शंका यांनी व्यापलेल्या असतात. वर्तमानात जगावे हे खरे, हे जीवनाचे सूत्र त्यांनी मान्य केलेले होते.

शिवाय नेपल्समधील कार्निव्हल उत्सव जवळ येत होता. खरे पाहता, माझ्यासारख्याच्या ते लक्षात यायचे कारण नव्हते. पण माझा हरकाम्या व्हिंकेंझोच्या बदलेल्या वागणुकीतून ते मला जाणवले. त्याला मी उत्सुकतेने विचारले,

"काय रे, काही गडबड दिसतेय?" तेव्हा त्यानेच मला विचारले,

"सरकार, कार्निव्हलमध्ये भाग नाही घेणार?"

"अरे, हे काय वय आहे?" असे मी म्हटल्यावर त्याच्या डोळ्यांत मला नाराजी दिसली. तेव्हा कुठे माझ्या लक्षात आले, स्वारीला स्वतःला भाग घ्यायचा होता आणि मी असल्या फंदात पडणार नाही म्हटल्यावर आपल्यालाही भाग

घ्यायला कसली परवानगी मिळते या कल्पनेमुळे ती नाराजी निर्माण झाली होती. तेव्हा मीच त्याला विचारले,

''काय, तुला जायचे आहे?''

''सरकारांनी परवानगी दिल्यास.'' असे उद्गारल्यावर मला वेठबिगारावरच्या मजुरासारखी त्याची अवस्था पाहून माझी मलाच लाज वाटली.

''केव्हा आहे हा कार्निव्हल?'' मी विचारले.

''सरकारांना ठाऊक नाही. कार्निव्हल २६तारखेपासून सुरू होतो.''

''अरे, कार्निव्हलला माझ्यासारखे लोक कधीतरी जातात का तर त्याच्या तारखा लक्षात ठेवायच्या! बरं. तुला जायचंय तर तू खुशाल जाऊ शकतोस. शिवाय तेथे काही गमतीजमतीसाठी पैसे हवे असतील तर तेही मोकळेपणाने सांग. संकोचू नकोस. अरे, हेच तुझे वय आहे आणि हे बघ पैसे कसे खर्च केलेस हेही सांगण्याच्या भानगडीत पडू नकोस,'' असे म्हणून त्याने ट्रेमधून आणलेला पत्रांचा ढिगारा घेतला आणि अगोदरच पुढे ठेवलेल्या नाश्त्याचा समाचार घेण्यास सुरुवात केली.

सगळ्या तऱ्हेची ती पत्रे होती. नेपल्समधील प्रतिष्ठित स्त्रियांनी काहीतरी निमित्ताने माझ्या सहवासात राहण्याची इच्छा व्यक्त केली होती. तर व्यापाऱ्यांच्या व्यापारविषयक माझ्याकडून काही अपेक्षा होत्या. सारी पत्रे मी न वाचताच बाजूला करीत असताना एक काळ्या किनाऱ्याच्या लिफाफ्याने माझे लक्ष वेधून घेतले. माझ्या लक्षात आले ते कुणाचे आहे ते. सिनॉर फेरारीचे आहे. तो लिहीत होता-

'प्रिय मित्र,

पत्राच्या काळ्या किनारीवरून आपल्या लक्षात आलेच असेल की, बरेच दिवस आपण अपेक्षित असलेली ती गोड बातमी असणार! खरे आहे आपले म्हणणे. अखेरीस आमच्या काकांनी या भूतलावरचा मुक्काम आटोपला घेतला. त्यांच्या स्थावर व जंगम मालमत्तेचा मी एकमेव वारस ठरलो आहे आणि मी नेपल्सला लवकरच येत आहे. अर्थात, येथील किरकोळ कायदेशीर बाबी उरकूनच यावे लागणार आहे. ते सारे पुरे व्हायला, माझी कल्पना आहे त्याला डिसेंबरची २३/२४ तारीख तरी उजाडेल. तेथे येण्याचा माझा निश्चित दिवस व तेथे पोहोचण्याची वेळ मी नंतर तारेने कळवेनच. कौंट, माझी एक विनंती आहे. माझे तेथे येणे कौंटेसास कळू नये अशी माझी इच्छा आहे. तिला एकदम आश्चर्याचा धक्का देण्याचा माझा विचार आहे. माझ्या अचानक येण्याने उसळलेला तो आनंद मला तिच्या मुखड्यावर पाहण्याला मी फार उत्सुक आहे. तेथे आल्यावर कौंट, आम्ही कार्निव्हल उत्सवात भाग घेऊन खूप धमाल

उडवून देऊ. कारण मी तेथे जेव्हा येईन तेव्हा माझा खिसा जरा गरमच असणार आहे. तिच्या प्रेमाने ओथंबलेली ती पत्रे वाचताना लक्षात येते की, ती माझी किती आतुरतेने वाट पाहत आहे ते. आता माझ्याविषयी तिला जास्तच प्रेम वाटणार आहे. तेथे आल्यावर माझे कर्तव्य राहणार आहे ते म्हणजे मी तुमचे कर्ज फेडणार आहे, अगदी व्याजासहित. त्यामुळे माझ्या डोक्यावरचे एक ओझे कमी होणार आहे.'

तुमचा

– फेरारी

मी ते पत्र पुनःपुन्हा वाचले. त्यातील काही वाक्ये मला काट्यासारखी टोचत होती. 'तिच्या प्रेमाने ओथंबलेली पत्रे...' काय बनावट बाई आहे ही. त्याला माझ्याबरोबरच्या वाङ्‌निश्चयाची शंकाही येऊ नये म्हणून गोड गोड मधाळ शब्दांची पेरणी करून त्याला आपल्याला गुंतवून ठेवायचा कसला हा मानभावी स्वभाव.

त्याच्या पत्रावर मी थोडा विचार केला अन् पेपरपॅड पुढे ओढून लिहू लागलो.

'तुम्ही येणार या बातमीने मला खूपच आनंद झाला. त्याचबरोबर तुम्हाला तुमच्या काकांकडून बरीच मोठी इस्टेट प्राप्त झाली याबद्दल तुमचे अभिनंदन. तुमची कौंटेसांना आश्चर्यचकित करून सोडण्याची कल्पनाही मोठी रम्य आहे. माझ्या बाबतीत म्हणाल्यास मी तुम्हाला लहानशी विनंती करू इच्छितो. तुम्ही गेल्यापासून तसा खरा मित्र नव्हताच. त्या गैरहजेरीची पुरेपूर भरपाई करण्याची माझी इच्छा आहे. तुमच्या येण्यानिमित्त २४ डिसेंबर रोजी म्हणजे ख्रिसमसच्या आदल्या संध्याकाळी एक छानदार पार्टी आयोजित करण्याचा मी विचार करीत आहे. त्याला तुम्हास आलेच पाहिजे. पार्टीची वेळ तुमच्या सोयीने ठेवता येईल.'

तुमचे येणे कधी होणार आहे व रेल्वेची येथे येण्याची वेळ तारेने कळवावे, म्हणजे स्टेशनवर गाडी पाठविता येईल. स्टेशनहून तुम्ही हॉटेलवर तडक यावे म्हणजे तुमचे स्वागत करणारा मी पहिला ठरेन. रात्रीचे जेवण झाल्यावर रोमानी व्हिलावर जावे, ही विनंती.'

कळावे,

– सीझर ऑलिव्ह

पत्र बंद करून व्हिंकेंझोला ते पोस्टात टाकावयास दिले. आणि माझा सकाळचा नाश्ता घ्यायला मी सुरुवात केली. नाश्त्यानंतर मला काही तातडीची कामे उरकायची होती.

पहिले, माझ्या प्रियतमेकडे जाऊन ही बातमी सांगायची होती. त्या दिवसानंतर रोज जरी नाही तरी वरचेवर मी जात होतो. जाताना मी कधी रिक्त हस्ते जात नव्हतो. सुंदर फुलांच्या किंवा ताज्या रसरसलेल्या फळांच्या परडीपासून दरोडेखोर कार्मेलो नेरीच्या खजिन्यातील एखाद्या खड्यापर्यंत काहीतरी भेटवस्तू घेऊन जात होतो अन् तीदेखील आपल्या अनुस्यूत अधिकारात स्वीकारून आपल्या मदभऱ्या चुंबनाने त्याची परतभेट करीत असे.

तिच्याकडे नवीन बातमी पोहोचवण्यासाठी जाण्याची तयारी करीत असता तिच्या एकूण व्यक्तिमत्त्वाचा विचार माझ्या मनात चालू होता. जसजसा मी तिचा विचार करीत होतो, तसतसा मी स्वतःच्याच मूर्खपणाबाबत आश्चर्य व्यक्त करीत होतो. असल्या चंचल, नादान स्त्रीवर मी तेव्हा तरी प्रेम कसे करीत होतो? वाटले, तो सुंदर मुखडा आणि तो कमनीय बांधा बाजारात जशी भाजी विकत घेऊ शकतो तसे विकत घेणे शक्य आहे. पण प्रामाणिक हृदय, ते नितळ मन, ती तरल बुद्धिमत्ता की जी स्त्रीला वर उचलून देवता स्वरूपाला नेते, ती विकत घेण्यापलीकडची चीज आहे. हे सगळे डोक्यात आल्याने माझा मलाच तिरस्कार वाटू लागला. मी विचार करीत होतो. कितीही बलवान पुरुष असला तरी त्याची एखादी सुप्त स्वरूपातील कमकुवत जागा असते आणि अशी जागा अशा तऱ्हेच्या दुष्ट स्त्रीला हेरायला वेळ लागत नाही आणि त्या हळव्या जागेवर हल्ला केल्यावर मोठा थोरला फुगादेखील लहानशा टाचणीने फुस्स करून पडतो, तशी त्या पुरुषाची गत होते.

त्या दिवशी रोमानी व्हिलावर जाण्यासाठी मी तयार झालो होतो. माझी गाडी काढली अन् मी निघालो. जाताना टोपलीभर फुले नेण्यास विसरलो नव्हतो. मी आल्याची वार्ता जेव्हा तिला पोहोचविण्यात आली, तेव्हा हॉलमधील गरम शेकोटीपाशी मखमली आरामखुर्चीवर नीना वाचत बसली होती. तिचे केस मानेवर विखुरले होते. पांढराशुभ्र सैलसर अंगरखा पायाखालपर्यंत ओघळत होता. तिचा सारा आविर्भाव एखाद्या वैभवशाली श्रीमंत स्त्रीचा असावा असाच होता.

मी आल्याची वार्ता पोहोचताच ती तशाच नजाकतीत माझ्या स्वागतासाठी आली. त्यात महाराज्ञी आपल्या प्रजेचे स्वागत स्वीकारायला गॅलरीत जशी येते तो दिमाख होता. ती जेव्हा माझ्याजवळ आली तेव्हा आवश्यक त्या सहजतेने माझा हात धरून मोठ्या रुबाबात आपल्या शेजारच्या खुर्चीत मला बसवले. "अतिशय महत्त्वाची बातमी सांगायची आहे. थोडे खासगीत." सांगितल्यावर खोलीतील

दासीला बाहेर जाण्याची तिने खूण केली. तिच्या शेकोटीजवळच्या खुर्चीत ती स्थानापन्न झाल्यावर मी सांगायला सुरुवात केली.

"फेरारी येतोय. त्याचे पत्र आले आहे."

ती सुरुवातीला थोडीशी दचकलीच. पण मान खाली घालून आपल्या भुवयांच्या कमानी वाकवून प्रश्नार्थक मुद्रेतूनच मला जणू विचारीत होती. "ठीक. मग त्याच्याशी माझा काय संबंध?" मी पण तिच्याकडे तिरकस नजरेने पाहत उद्गारलो,

"तो लिहितोय, दोन-चार दिवसांत येतोय." येथे मी किंचित हसून तिच्याकडे पाहत बोललो, "पुढे लिहितोय, माझ्या येण्याने तुम्हाला निश्चितच आनंद होईल."

या वेळेला ती आपल्या मखमली खुर्चीवरून अर्धवट उठली. काहीतरी बोलण्याच्या इराद्याने ओठांची हालचाल केली पण लगेच मटकन खुर्चीत बसली.

मी पुढे बोलू लागलो. "मला असे वाटते, माझ्याशी विवाह करायचा तू जो निर्णय घेतला आहेस त्याने निराशेपोटी तो काही तमाशा करून तुझ्यावर खोटेनाटे आणि नको ते आरोप करून तुझी मनःशांती बिघडवेल असे जर तुला वाटत असल्यास मला वाटते की, प्रकरण थंड होईपर्यंत तू तुझ्या नातेवाइकांकडे काही दिवसांसाठी जावेस."

थोडेसे विचार केल्यासारखे करून आपले निळसर डोळे वर करून ती म्हणाली,

"तुम्ही म्हणता तसे करायलाच हवे. मी सांगितले ना, तो एक गरम डोक्याचा माणूस. काहीतरी करून बसेल. त्याच्यापासून तुम्हाला धोका आहे."

"माझे मी बघून घेतो. शिवाय त्याच्या आरडाओरडीकडे, तो करू शकणाऱ्या तमाशाकडे मला सहानुभूतीतून त्याच्याकडे बघावे लागेल. तुमच्यासारख्या स्वरूपसुंदरीचा हात हातातून निसटल्यावर त्याचे गरम रक्त उसळून येणे अगदी साहजिक आहे." असे म्हणून मी सहानुभूतीदर्शक एक दीर्घ उसासा सोडला.

"अरे, हो. दुसरे म्हणजे तो लिहितो आहे, तुझी दोन-तीन पत्रे त्याला मिळाली आहेत." मी अगदी सहजतेने बोलतोय असे दाखवले तरी माझी तीक्ष्ण नजर तिची हालचाल शोधत होती आणि अपेक्षेप्रमाणे झाले. आपली चोरी पकडली गेल्याचा भाव क्षणार्धात बदलून शहाजोगपणे ती बोलू लागली. "हो. एक-दोन पत्रे मला पाठवावी लागली. त्याचे असे झाले की, फॅबिओने स्वतःला कदाचित अकस्मात मृत्यू आल्यास त्याने आपल्या साऱ्या इस्टेटीचा ट्रस्ट करून माझ्याबरोबर ट्रस्टी म्हणून नेमले असल्याने, त्या संदर्भात मला दोन-तीन पत्रे लिहिणे भाग पडले." सराईत खोटारडेपणाचा पुन्हा एकदा प्रत्यय आला. त्याकडे दुर्लक्ष करून मी विचारले,

"मग काय ठरविलेस तू? इथे राहणार का कुठे जाणार?"

ती तिच्या खुर्चीवरून उठून माझ्या खुर्चीपाशी येऊन पाय मोडून जमिनीवर बसली व माझा हात मोठ्या प्रेमाने हातात घेऊन म्हणू लागली,

''आपली परवानगी असल्यास मी म्हणतेय जेथे माझे शिक्षण झाले त्या कॉन्व्हेंटला मी जावे. इथून साधारण ८/१० मैल आहे ते. तिथे मी अगदी सुरक्षित राहीन. परंतु मला तुमच्याविषयी काळजी वाटते.''

''त्याला मी बघेन.'' नंतर थोड्याशा कुजक्या स्वरात मी विचारले,''त्याला तू तुझ्यावर प्रेम करायला कधी उद्युक्त नाही ना केलेस? मग त्याने तक्रार करायचे काय कारण?

''खरे आहे तुमचे म्हणणे. पण मनाला एक अनामिक भीती वाटते. माझे मन अशा बाबतीत फार हळवे आहे. असो. मग मी कधी निघावं? शक्य तितक्या लवकर निघणे हे बरे. आजच निघण्याचे केल्यास?''

''काही हरकत नाही; शिवाय आणखी एक. माझ्याशी तुझा विवाह ठरलाय हे तेथे सांगितल्यास मला तेथे येऊन तुला केव्हाही भेटता येईल, नाही का?''

''होय. तसे करावेच लागेल. तेथील नियम जरा कडकच असतात. पण त्यांच्या जुन्या विद्यार्थ्यांना थोडी सूट मिळते. शिवाय तेथील नन्सची मी लाडकी होते ना? मला त्या सवलती नक्कीच देतील.''

''तेथे गेल्यावर देवापाशी प्रार्थना कर. तुझ्या पहिल्या नवऱ्यासाठी, तसेच माझ्यासाठीही.''

थोडासा उपहासाचा भाव शब्दांत आणत मी पुढे म्हणालो,

''तुझ्यासारख्या निर्व्याज मनाच्या व्यक्तींची प्रार्थना देवापर्यंत लवकरच पोहोचते म्हणतात.''

''हो. हो. देवापाशी तेथे मी तशीच प्रार्थना करीन.''

मी तिच्या खोटारडेपणाचा आणखी एक प्रत्यय घेऊन तेथून निघालो. ती माझ्याजवळ आली आणि तोंड पुढे करून म्हणाली,

''जाताना चुंबन घ्यायचे विसरलात ना?''

''चुकलो.'' म्हणून चुंबनाचे एक आवर्तन पुरे करून मी निघालो होतो. तिने पुन्हा गोड हसून मला मिठीत घेतले.

''तुझ्या या गोड गोड हसण्याचा मला फार त्रास होतो. माझ्या पूर्वायुष्यात मी एका स्त्रीवर प्रेम केले. ती अशीच गोड हसायची. ती तुझ्यासारखी अजिबात नव्हती. ती एक खोटारडी स्त्री होती. खोटारडेपणा तिच्या रक्तात भिनला होता. तिच्या रोमारोमात तो भिनला होता. मी तिच्यावर कसे प्रेम केले हेच आता मला समजत नाही. तिने माझ्या आयुष्याचे पार वाटोळे केले. तुझ्या त्या गोड हसण्याने मला त्या त्रासदायक गोष्टीची आठवण होते. तेव्हापासून स्त्री जातीवर माझा राग आहे आणि म्हणूनच मी स्त्रियांबाबत निरिच्छ आहे. मी तुझ्याशी लग्न का करतोय तुला माहीतच आहे. तुला संरक्षण मिळावे म्हणून. असो, तुला जाण्याची तयारी करायची असेल

ना? निघतो. काही कमी-जास्त लागल्यास कळव, तसेच पोहोचल्यावर पत्र टाक. तेथे तुझे स्वागत कसे झाले ते कळव.''

मी माझ्या बग्गीतून हॉटेलकडे जाण्यास निघालो. मी हॉटेलवर पोहोचलो. दिवसभराच्या दगदगीने पार थकून गेलो होतो. लगेच जेवण करून मी स्वतःला निद्रेच्या स्वाधीन केले.

सकाळी उठल्यावर व्हिंकेंझोला बोलावून घेऊन सूचना दिली आणि सांगितले आज मला कुणालाही भेटायचे नाही.

मी माझ्या आतल्या खोलीत गेलो. तेथील एका कपाटाच्या चोरकप्प्यातून एक कातडी पिशवी काढली आणि व्हिंकेंझोच्या ताब्यात देऊन त्याला उघडायला सांगितली. त्याने ती उघडून पाहिल्यावर भारीपैकी असलेली दोन पिस्तुले दिसली. त्याने ती हातात घेऊन पाहिली अन् म्हणाला, ''सरकार, फार भारी हत्यारे आहेत. थोडी साफसफाई करायला हवी आहे.''

''मग करून ठेव, कारण लवकरच त्याचा वापर करावा लागण्याची वेळ येईल.''

व्हिंकेझो ती हत्यारे घेऊन जाऊ लागला तसे मी त्याला थांबवले.

''थांब जरा.'' तो मागे वळून माझ्याकडे पाहत राहिला. मी पुढे बोलू लागलो, ''मला असे वाटते, माझ्याशी तू अतिशय प्रामाणिक आहेस.''

''सरकारांना शंका आली?''

''छे छे! तसे नाही. तुझी माझ्यावर फार श्रद्धा आहे ना?'' तो आपल्या निर्व्याज नजरेने बघत राहिला.

''हे पाहा, तुझी माझ्यावर किती श्रद्धा आहे याची परीक्षा घेतल्यास...''

''सरकार, या आधी मी सैन्यात होतो. आदेशाचे पालन कसे करायचे हे तेथे मी शिकलोय. त्यातून माणसाने दिलेले प्रेम व जिव्हाळा याचीही किंमत द्यावयास पाहिजे, हेही मी जाणतो. सरकार आदेश द्या. पठ्ठ्या जिवाची बाजी लावण्यास कमी करणार नाही.'' असे म्हणून तो जवळ आला. मी हस्तांदोलनासाठी हात पुढे करताच खाली वाकून त्याने त्याचे चुंबन घेतले व तो बाहेर निघून गेला.

खोलीत मी एकटाच राहिलो. माझे विचारचक्र त्याच्याभोवती चालू लागले. मी विचार करू लागलो, 'असे काय मी त्याला दिले. त्याच्या कुठल्याही मालकाने त्याला दिले असते त्यापेक्षा तर काही मी जास्त देत नव्हतो. हां! माझ्या नजरेतून त्याला एक जवळीक जाणवली असणे शक्य आहे. मला वाटते, त्याच्या स्वामीनिष्ठेला तेवढेच पुरेसे असणार. तीच गोष्ट गिॲकोमोबद्दल म्हणता येईल. केवढ्या श्रद्धेने माझी आठवण त्याने आपल्या हृदयात जपून ठेवली आहे. काय म्हणावे या गोष्टीला? शिक्षण माणसा-माणसाला आत्मीयता, प्रेम, सहानुभूती, संस्कृतता कमी

करून जास्तीत जास्त आत्मकेंद्रित करते? माणुसकी, सहृदयता वगैरे ज्या गोष्टी असतील त्या साऱ्या अशिक्षित माणसांत यापुढे आम्हाला बघायला मिळणार?'

अशाच त्या बेचैन अवस्थेत खिडकीपाशी खुर्ची घेऊन थोड्याशा विषण्णतेने बाहेर बघत होतो. रस्त्यावरून एक मुलगी मोकळेपणाने नाचत गात जाताना मला दिसली. मुलगी मोठी गोड होती. तसे पाहिले तर म्हणावे तशी ती नाकी डोळी सुस्वरूप अशी निश्चित नव्हती. पण आत्मविश्वास जो तिच्या डोळ्यांतून ओसंडून वाहत होता, त्यातून ती जणू सांगत होती 'भले मी भीक मागत असेन तरी मी लाचार नाही. नृत्यगीतातून मी जनतेचे मनोरंजन करते आहे. त्याचे पैसे मी घेतेय.' बरे ते तिचे नृत्य किंवा संगीत म्हणाल, तर तुम्हाला जरासुद्धा अश्लीलता दिसणार नाही. गाणे संपल्यावर दिमाखात हसून आपल्या जवळचा कटोरा ती भोवती जमलेल्या लोकामध्ये फिरवी. लोकही आपल्या ऐपतीप्रमाणे त्या कटोऱ्यात पैसे टाकीत. मजा म्हणजे तेथे जमलेल्यांत एकाचीही तिची टिंगल-टवाळी करायची हिंमत झाली नव्हती. तिच्याबरोबर एक आंधळा युवक होता. ते युगुल नेपल्सवासीयांच्या ओळखीचे असावे असे दिसले. मला काही वेगळेपण त्या दृश्यातून जाणवले. मी ताबडतोब व्हिंकेंझोला बोलावून काही अधिक माहिती मिळते का याबाबत चौकशी केली. त्याच्याकडून समजले की, त्या मुलीचे त्या तरुणाबरोबर लग्न ठरले होते. त्या वेळेस चांदीचे दागिने घडवणीच्या उद्योगात बऱ्यापैकी कमाई असलेला तो तरुण होता. त्याच्या दुर्दैवाने त्याच्या डोळ्यांत ॲसिड उडून त्याचे डोळे गेले. आज तो दोन्ही डोळ्यांनी ठार आंधळा आहे. खरे पाहता लग्न न झाल्याने ती त्याच्या मार्गातून बाजूला झाली असती तर काही बिघडत नव्हते आणि तिचे ते करणे कोणी चूक मानले नसते. पण तिने त्याचा हात सोडला नाही. त्याला घेऊन ती नेपल्स शहरातून हिंडते आणि संगीत व नृत्याच्या साहाय्याने लोकांचे मन रिझवत दोघांचा प्रपंच चालवते. त्याला आपण तिच्यावर अवलंबून आहोत असे वाटू नये म्हणून त्याला टोपल्यांचे विणकाम शिकविले व त्या टोपल्यांच्या विक्रीतून त्यांच्या चरितार्थाला मदत होतेच. नेपल्सवासीयांच्या हृदयात या प्रणयी युगुलाबद्दल फार आदराचे स्थान आहे.

हे सारे ऐकत असता माझे विषण्ण मन अधिकच सैरभैर झाले. तो आंधळा आपल्या प्रेयसीचे हृदय जिंकू शकतो, जे माझ्यासारख्याला जमू नये? कुठल्या बाबतीत मी कमी पडलो?

दिवस मी या बेचैनीतच काढला. वाचनात गुंतवून पाहिले स्वतःला; पण कशातच मन रमत नव्हते. संध्याकाळ झाली. रात्र कडाक्याची असण्याची कल्पना आल्याने की काय, व्हिंकेंझोने खोलीतील शेकोटीत नवीन लाकडे खुपसून जेवणाचे ताट लावण्याची सूचना दिली. त्याबरोबर एक पत्र मला आणून दिले. नुकतेच कौंटेसा रोमानीच्या कोचमनने आणून दिले म्हणून व्हिंकेंझोने सांगितले.

'माझ्या प्रियकरा,

मी येथे ठरल्याप्रमाणे सुखरूप पाहोचले. माझ्या आगमनाने येथील नन्सना विशेष आनंद झाला. कारण त्यांची मी लाडकी विद्यार्थी होते ना! तुमच्याविषयी येथे सांगितले आहे. तुम्ही याल तेव्हा तुमचे येथे यथोचित स्वागत निश्चितच होईल.

मला तुमची सारखी आठवण येते. तुम्हाला तुमच्या नीनाची आठवण येते का?'

तुमची विश्वासू,

नीना

'तुमची विश्वासू?' विश्वास शब्दाचा अर्थ तरी माहीत आहे का हिला जिने जन्मभर विश्वासघाताशिवाय दुसरा खेळ केलाच नाही कधी. शेकोटीच्या लपकत्या ज्वालांमध्ये मी ती चिठ्ठी भिरकावली तरी मनाला समाधान लाभले नाही. एवढा मी स्वतःवर कधी भडकलो नव्हतो. रात्री बिछान्यावर अंग टाकले तरी मनातली रुखरुख थांबली नाही. केव्हातरी उत्तररात्री डोळा लागला.

सकाळ झाली. नित्याचे व्यवहार सुरू झाले आणि अचानक साडेआठ-नऊ वाजता तार आली. कुणाची आहे हे ओळखणे कठीण नव्हते.

'२४ला संध्याकाळी येत आहे. गाडी संध्याकाळी ६.३०वाजता येते. आपल्या सूचनेप्रमाणे तडक आपल्याकडेच येत आहे.'

— फेरारी

पंधरा

ख्रिसमसपूर्व संध्याकाळ! वातावरणात विशेष गारवा जाणवत होता. त्याच्या जोडीला पावसाच्या सरीही मधूनमधून हजेरी लावत होत्या. परंतु संध्याकाळी पाचनंतर सारे वातावरणच एकदम बदलून गेले होते. दिवसभराच्या झाकोळ्यानंतर सूर्याची किरणे भूतलावर अवतीर्ण व्हायला सुरुवात झाली होती. नेपल्सचा समुद्र एखाद्या स्फटिकासारखा चकाकत होता. वातावरणात आल्हाददायक बदल झाल्याबरोबर रस्त्यावर वर्दळ वाढू लागली. फुले, फळे विकणाऱ्या मुली हातात फुलांचे गुच्छ, हार, माळा तसेच ताजी रसरसलेली फळे घेऊन गीत गात गिऱ्हाइकांना खरेदीसाठी गळ घालत होत्या. त्याचबरोबर नाताळात मित्र-मैत्रिणींना, नातेवाइकांना द्यावयाच्या भेटवस्तूंच्या गाड्या रस्त्याने चालल्या होत्या. काही खिडक्यांतून बेथलहेममध्ये नुकत्याच जन्मलेल्या येशूच्या प्रतिमा टोपल्यांमध्ये मांडलेल्या दिसत होत्या.

आज, अशा प्रसन्न ख्रिसमसपूर्व संध्याकाळी फेरारीला छानशी पार्टी देण्याचा माझा मानस होता. रोमहून येण्याच्या स्वागतानिमित्त आणि 'निरोपानिमित्तही.' माझ्या हॉटेलची सारी यंत्रणा आज मी यानिमित्त कामाला लावली होती. हॉटेलचा हेड शेफ त्याच्या सर्व सहकाऱ्यांना घेऊन भोजन बनवण्यासाठी जोरदार तयारीला लागला होता. हॉटेलच्या मालकाला छानशा जुन्यात जुन्या दारूच्या निरनिराळ्या प्रकारांची यादी करायला सांगत होतो. ती टिपून घेता घेता त्याची तोंडात बोटे घालायची वेळ आलेली दिसत होती. माझे आदेश पाळण्यास्तव नोकर मंडळींमध्ये एकच धावपळ उडाली होती. मुख्य वेटर अतिशय कलात्मकरीत्या टेबल सजविण्याचे काम आपल्या अन्य सहकाऱ्यांतर्फे करीत होता. हॉटेलमध्ये माझ्या कार्यक्रमाशिवाय कशाचीच चर्चा नव्हती.

संध्याकाळी सहा वाजता मी स्टेशनवर फेरारीला आणण्यासाठी गाडी पाठविली आणि मालकाच्या विनंतीवरून कितपत तयारी झाली हे पाहण्यासाठी खाली गेलो. माझ्या राहत्या खोलीमध्ये भोजनाची व्यवस्था करावयाची झाल्यास तेथील सामानाची हलवाहलवी करावी लागली असती आणि ते मला नको होते. म्हणून मी ते खालच्या मजल्यावरील एका हॉलमध्ये योजावयाचे ठरवले. सर्वसाधारपणे विवाहाच्या वेळच्या नाश्त्यासाठी तो हॉल भाड्याने देण्याची पद्धत होती.

माझ्या आजच्या या कार्यक्रमासाठी हॉल अतिशय आलिशान तसेच कलात्मकरीत्या सजविण्याची मी सूचना दिली होती. त्यानुसार ते समाधानकारक झाले आहे की नाही हे पाहण्यासाठीच मालक मला खाली घेऊन आला होता. हॉलच्या भिंतीवरून सोनेरी रंगाचे सिल्क आणि किरमिजी रंगाचे मखमली पडदे सोडले होते. खोलीच्या एका कोपऱ्यात लहानशी कृत्रिम पुष्करणी होती. त्याचे पाणी कारंजातून थुई थुई पडत होते व ते पुन्हा कारंजात येत होते. त्याच्या मंजूळ आवाजाने आसमंत भरून जात होता. त्याचबरोबर दुसऱ्या एका कोपऱ्यात लहानसा बँड स्टँड होता. तेथे तंतुवाद्याच्या संगीताची व्यवस्था केली होती. त्याची गमतीची गोष्ट ही की, हा बँड आणि तेथे वाद्य वाजविणारी मंडळी सहज कुणाच्या दृष्टीस न येता संगीताच्या मंजूळ स्वराने हॉल भरून गेला पाहिजे, अशी व्यवस्था होती. हॉलच्या अगदी शेवटी फ्रेंच खिडकी असून त्यावर पडदा मुद्दाम लावण्यात आला नव्हता. हेतू हा होता की, रात्रीच्या चांदण्यात चकाकणाऱ्या उपसागराचे सहज दर्शन घडावे. खाली फरशीवर मऊ, गुबगुबीत मखमली गालिचा पसरला होता, तसेच खुर्च्यांवरही मखमली मऊ उशा ठेवल्या होत्या. टेबल पंधरा व्यक्तींना बसण्यासाठी सजवले होते व त्यासाठी वापरण्यात आलेली भांडी शुद्ध चांदीची असून व्हेनेशियन ग्लासेसची व्यवस्था होती. एकूण व्यवस्था एखाद्या पौर्वात्य देशातील महाराजाला शेजारच्या राजाने द्यावयाच्या जंगी खान्यासारखी होती. त्यात हलगर्जीपणाने काही बाकी राहिले असे वाटायला नको.

आता माझ्या खोलीत जाऊन स्वत:च्या तयारीसाठी वेळ देणे आवश्यक आहे. तेथे जाऊन पाहतो तो व्हिंकेंझो माझ्या कोटाची कॉलर ब्रशने स्वच्छ करीत होता. त्याने यापूर्वीच मी ड्रेसवर चढवावयाच्या वस्तू गादीवर नीट मांडून ठेवल्या होत्या. त्याचे ते काम मी लक्षपूर्वक पाहत होतो. ते पाहता पाहता क्षणात मी त्याला हाक मारली.

"व्हिंकेंझो."

"जी सरकार."

"आज रात्री भोजनाच्या वेळी तू माझ्या पाठीमागे उभा राहशील."

"जी सरकार."

"तू फेरारीकडे विशेष लक्ष ठेवायचे. महत्त्वाची गोष्ट म्हणजे फेरारीचा ग्लास रिकामा राहता कामा नये."

"जी सरकार."

"दुसरे म्हणजे भोजनसमयी जे होईल त्याने भांबावून जाऊन आरडाओरडा करण्याच्या भानगडीत तू न पडणे. जे होईल ते पुतळ्यासारखे पाहावे."

माझ्या या वाक्याने तो प्रामाणिक नोकर बुचकळ्यात पडला. पण क्षणात त्याच्या लक्षात आले, अशा क्षणी त्याने कसे वागावे आणि लगेच तो उद्‌गारला,

"सरकार, माझ्या लक्षात आले सारे."

हसून त्याच्या खांद्यावर कौतुकाने हात ठेवीत मी विचारले,

"व्हिंकेंझो, माझी पिस्तुले कुठे आहेत?"

"ती मी स्वच्छ- वापरण्याजोगी केली आहेत आणि सरकार, दोन्ही जागच्या जागी कॅबिनेटमध्ये सुरक्षित ठेवली आहेत."

"ठीक आहे, आता मला एकट्याला राहू दे आणि तू खाली स्वागत कक्षामध्ये जाऊन पाहुण्यांचे स्वागत कर आणि मी येतच आहे म्हणून सांग."

मी लगेच माझ्या वयानुसार कपडे करून स्वीटच्या स्वागत कक्षात आलो, तोच माझी गाडी आल्याचा आवाज आला अन् पाठोपाठ सिनॉर फेरारी आल्याची सूचनाही मला मिळाली.

हसत हसत आत आलेला फेरारी आज विशेष खुशीत होता आणि त्यापेक्षा जास्त आकर्षक दिसत होता.

माझा हात विशेष कौतुकाने हातात घेऊन जोरजोरात हलवीत म्हणाला, "आपल्याला भेटल्याने आज मला विशेष आनंद होत आहे. काही माणसे अशी असतात ज्यांच्या नुसत्या अस्तित्वाने आसमंत उजळून जातो. कौंट, या गोष्टीचा मी अनुभव आता घेत आहे असे वाटते."

"मीही अशाच तऱ्हेचे तुमच्याबाबत बोलू शकतो. तुम्ही नेहमीपेक्षा जास्त आकर्षक दिसता."

मोठ्याने हसत हातातले मोजे काढून शेजारच्या खुर्चीच्या पाठीवर आपला ओव्हरकोट अडकवीत माझ्या शेजारच्या खुर्चीत स्थानापन्न होत स्वारी उदगारली,

"कौंट, खिसा गरम झाल्याबरोबर माणसात एक प्रकारचा आत्मविश्वास संचारतो. पण हे काय? आपण भोजनाचा ड्रेस घालून तयार आहात आणि मी आपल्या आदेशाप्रमाणे स्टेशनवरून तडक येथेच आलो. आपल्या माणसाने माझे सामान बाहेरच ठेवले आहे. मी दहा मिनिटात ड्रेस बदलून येऊ शकतो."

"थांबा, एवढी घाई करायचे कारण नाही. आता कुठे सात वाजताहेत. पार्टीची वेळ आठची आहे. तोपर्यंत एखादा पेग रिकामा करता येईल, कसे?" मी.

त्याच्या हातात ग्लास देत मी उद्गारलो,

"फेरारी, तुमचे स्वागत करताना आज मला विशेष आनंद होत आहे."

"हे ऐकून कौंट, मलाही खूप आनंद होतोय. परंतु तिला भेटायला मी विशेष उत्सुक होतो. आपला निरोप नसता तर मी तडक रोमानी व्हिलावर गेलो असतो. अर्थात आपली आजची संध्याकाळही विशेष आहे."

"खरे आहे तुमचे म्हणणे आणि बायरन काय म्हणाला, स्त्रिया चांदण्यासारख्या रात्रीच पाहिल्याने अधिक सुंदर दिसतात. तुम्हाला आश्वासक बातमी म्हणजे माझ्याशिवाय तुमच्या गैरहजेरीत अन्य कुणालाही तिने भेट दिली नाही."

"कौंट, त्याबद्दल मी आपला फार आभारी आहे. ते असो." असे म्हणत ग्लासातल्या दारूचा शेवटचा घोट आवेशात तोंडात ओतत तो पुढे म्हणाला, "कौंट, मला समजू द्या, आजच्या पार्टीला कुणाकुणा खवय्यांना बोलवण्यात आले आहे. खरे पाहत, प्रियाराधनापेक्षा मी पार्टीत जास्त रमतो."

"ओ हो! खरे बोललात तुम्ही, कुठलाही शहाणा माणूस स्त्रियांपेक्षा खाण्यापिण्यात जास्त रस घेतो. हं! तुम्ही विचारता आजच्या पार्टीला कुणाकुणाला पाचारण करण्यात आले आहे? अहो, तुमच्या सन्मानार्थ पार्टी द्यायचे म्हटल्यावर पार्टीला मंडळी बोलावावयाची ती सारी तुमच्या ओळखीचीच असणे आवश्यक आहे नाही का? सुरुवातच करायची झाल्यास ड्यूक फिलिप्पो मारिनो यांचा नंबर पाहिला लागेल."

"अरे बाप रे! तो माणूस तर कडक शिस्तीचा भोक्ता! कौंट, त्यांना विचारलेत ना पार्टीत जरा 'इकडे तिकडे' झाल्यास सांभाळून घ्यायला?"

त्याच्या बोलण्याकडे लक्ष न देता मी म्हटले,

"पुढचा नंबर लागतो सिनॉर फ्रेशेट्टी, मार्केस ज्युलानोचा."

"ज्युलानो? तो एखाद्या डुकरासारखी पीत राहतो. त्याच्यावर लक्ष ठेवायला हवे. दारू ढोसल्यावर तो एवढा बहकतो की मला त्याची भीती वाटते. भोजन पुरे व्हायच्या आत हा एखाद्या वेटरला भोसकून टाकायचा."

"मला माहीत आहे ते." मी शांतपणे उद्‌गारलो, "दारू पोटात गेल्यावर तो तुमचा सख्खा भाऊ शोभतो."

"मान्य आहे. मी जरा जास्त घेतल्यावर माझ्यावरचा ताबा थोडा सुटतो, पण तो म्हणजे जरा भारीच प्राणी आहे."

त्याच्याकडे पुन्हा दुर्लक्ष करून मी पुढे सरकलो.

"कपितानो ल्युजी फ्रेक्शिया."

"तो नंबर एकचा खादाड माणूस बरं. असो. पुढे कोण?"

"क्रिस्पिआनो डुल्शी आणि अंतोनिओ बिस्कार्डी. दोघेही तुमच्यासारखेच चित्रकार." मी.

"ते होय? होता एक काळ ज्या वेळी मी त्यांच्या कलेचा हेवा करायचो; पण ते सारे भूतकाळात जमा झाले. मी ब्रश आणि रंगांना केव्हाच बाय-बाय केलाय. पुन्हा ब्रश हातात न घेण्याचा मी जणू निश्चयच केलाय. बरे आणखी कोण?"

"आहे एक फ्रेंच जोडगोळी. एक मार्क्विस डी अॅव्हाँकूर्ट आणि कपितानो युजीन डी हमाल."

"अरे, बाप रे! हे तर पॅरिसमधले प्रसिद्ध द्वंद्वयोद्धे. त्यांना आजच्या पार्टीला बोलावण्याचे प्रयोजन काय? खरचं आश्चर्यकारक गोष्ट आहे त्यांना आजच्या पार्टीला बोलावण्यात."

"असं काय करता?" मी अगदी शांतपणे उद्गारलो, "तुम्हीच तर एकदा मला त्यांच्याशी ओळख करून दिलीत. मला त्यांच्याविषयी जास्त काही माहिती नाही. पण तुमच्या सन्मानार्थ पार्टी व ते तुमचे मित्र वाटल्याने त्यांना बोलाविले. शिवाय जेवणाच्या टेबलाशी त्यांच्या युद्धकौशल्याचा संबंध काय?"

"तसं नाही, पण ही माणसं अगदी फालतू कारणाने भांडणे उकरून काढतात. अगदी चुकून कुणाची भ्रूकुटी चढलेली पाहिली तर आपल्यालाच समजून तलवार उपसायला तयार."

"जाऊ द्यात. तसा प्रसंग येणार नाही त्याची काळजी घेईन मी. याशिवाय कार्लो आणि फ्रान्सिस्को ही दोघं रास्पेट्टी भावंडं, अगदी जुळे भाऊ. अगदी एक आला तर दुसराही येणार, पण काही कारणाने एक नाही येऊ शकला तर दुसरा पण नाही तसेच शास्त्रज्ञ शेवालिए मान्चिनी, साहित्यिक आणि संगीतकार लुझिआनो सालुस्त्री आणि नंबर एकचा गप्पिष्ट मार्केस इप्पोलियो गाल्ड्रो आणि थोडेसे खट्याळपणे म्हटले, माझा खरा मित्र फेरारी, संपले एकूण एवढेच."

"वा!" बोटांनी मोजून बघत फेरारी बोलला, "यजमान कौंट सीझर धरून पंधरा नाही का? एवढी सगळी समाजातील निरनिराळ्या स्तरांतील मंडळी आणि असा उमदा यजमान त्यांच्यामुळे आजची पार्टी अविस्मरणीयच होणार. पण मला सांगा, ही सारी भव्य पार्टी खास माझ्यासारख्या सामान्य माणसासाठी?"

"अगदी बरोबर; तुमच्यासाठी आणि तुमच्यासाठीच."

खुर्चीवरून ताडदिशी उठून माझ्या खांद्यावर दोन्ही हात ठेवीत तो म्हणाला,

"कौंट, ही सारी पार्टी माझ्यासाठी! मला खूप आश्चर्य वाटते, तुम्ही माझ्यामध्ये एवढा रस घ्यावा याचे!"

"का घेऊ नये? आणि फेरारी..." मी धीम्या स्वरात बोलू लागलो. "तुमच्याविषयी कौतुक असणारा मी एकटाच नाही. आजच्या पार्टीतल्या साऱ्याच जणांचे तुम्ही कौतुकाचे स्थान आहात. खऱ्या अर्थाने तुम्ही जगन्मित्र आहात. तुम्हीच नाही सांगत, तुमचा मित्र फॅबिओ रोमानींना तुमच्याविषयी केवढे कौतुक होते. मला समजत नाही, तुम्ही स्वतःला सामान्य का समजता!"

मी हे बोलत असताना त्याचा हात माझ्या खांद्यावरून खाली गळून पडला.

"फॅबिओ, फॅबिओ! मेला तरी माझ्या आयुष्यातून जात नाही. कौंट, मी आपल्याला सांगून ठेवतो, फॅबिओ एक मूर्ख माणूस होता. तो मूर्ख होता म्हणूनच माझ्यावर प्रेम करू शकला. पण कौंट, मध्यंतरी मला त्याची फार आर्ततेने आठवण आली होती."

"अस्सं? असं काय झालं?"

बोलता बोलता तो एकदम शांत झाला. त्याच्या डोळ्यातील ती मस्तवाल नजर जाऊन तेथे एक तऱ्हेचे कारुण्य मला दिसू लागले.

तो सांगू लागला,

"माझे काका गेलेले मी पाहिले, म्हातारे गृहस्थ होते ते. सारे काही झाले होते. मागे काही पाहण्यासाठी जगावे असे काही उरले नव्हते. तरी पण त्यांना मृत्यूशी झुंजताना मी पाहिले. खरेच जगण्यासाठी केवढी चिवट लढाई! सगळा चेहरा पिवळाजर्द झाला होता. सगळे अवयव मुरगळून गेले होते. तोंडाचा जबडा ओघळला होता आणि डोळे बाहेर येऊन लोंबताहेत असे वाटावे अशी परिस्थिती झाली होती. माझ्या डोळ्यांसमोर ते दृश्य जसेच्या तसे उभे राहते अन् साऱ्या गोष्टींची किळस येते. केवढी ती माणसाची जगण्याची ओढ!"

मी विचार करू लागलो. 'त्या म्हाताऱ्याच्या मृत्यूचा माझ्या मृत्यूशी संबंध काय?' म्हणून मी म्हटले,

"सिनॉर, जाऊ द्यात. तसे ते म्हातारेच झाले होते. तुम्ही जास्त हळवे होऊन मनाला लावून घेऊ नका!"

"वाईट वाटून घेऊ नका! छे छे! मला त्यांच्या मृत्यूने दुःख तर सोडाच; उलट आनंदच झालाय. पण होतंय काय कौंट, त्या म्हाताऱ्याच्या मृत्यूचे ते किळसवाणे दृश्य पुन्हा पुन्हा डोळ्यांसमोर येते अन् त्याबरोबरच फॅबिओचा मृत्यू आठवतो."

"फेरारी, मला समजले नाही, त्या साऱ्या गोष्टीशी फॅबिओचा काय संबंध?"

"तुम्ही म्हणताय ते खरे आहे; पण डोक्यात विचार येतो, जीव जाताना त्या जीर्ण शरीराला केवढा त्रास झाला तर फॅबिओचे काय झाले असेल! बरे तो अंग भाजेल अशा गरम उन्हात मेला. मायेचं असं कुणी जवळ नसताना तो गेला. आम्ही शाळकरी मित्र लहान मुलांसारखे गळ्यात गळे घालून हिंडलो. तो अगदी तरुण होता. माझ्यापेक्षा शरीराने जरा भक्कमच होता. मृत्यू यावा... तो तसा कुणाला चुकत नाही. पण तसा नको, नको अगदी शत्रूलाही नको."

एक तिरस्करणीय कीव माझ्या मनात त्याच्याविषयी निर्माण झाली. तो कृतज्ञ होता; तसा तो भित्राही होता हे जाणवले.

त्याला त्या मनःस्थितीतून बाहेर काढणे जरुरीचे होते. मी त्याला म्हटले,

"सिनॉर, आजच्या या रम्य संध्याकाळी असले विचार मनात आणू नका. हे काय तुमचे चाललेय? तुमच्यासाठी खास पार्टी आयोजिली असताना असले मृत्यूबाबतचे विचार मनात आणता? तुम्हाला अजून पार्टीसाठी कपडेही बदलायचे आहेत."

"कौंट, माफ करा मला. अशा प्रसंगी मी तुमचा मूड खराब करायला नको होता."

"जाऊ दे. ठीक आहात ना आता?"

मी लगेच व्हिंकेझोला बोलावून त्याला दुसऱ्या खोलीत कपडे बदलण्यास

घेऊन जाण्यास सांगितले व मी कामाला लागलो. माझ्या ईप्सित ध्येयाजवळ मी जात होतो. सारे काही माझ्या मनाशी आखलेल्या योजनेप्रमाणे व्हायला हवे होते. त्यासाठी कुठल्याही भावनांच्या गुंत्यात मला अडकायचे नव्हते.

सोळा

रात्री पावणे आठपासून पाहुणे यावयास सुरुवात झाली होती. फक्त रास्पट्टी बंधूंची कमतरता होती. फेरारीही केव्हाच आला होता. आज तो उत्कृष्ट पार्टी-पोषाखात होता. आपण एक रुबाबदार व्यक्तिमत्त्व आहोत, हे त्याच्या आविर्भावातून सहज प्रतीत होत असे. त्याच्या प्रीत्यर्थ ही पार्टी असल्याचे सर्वांनाच माहीत असल्याने तो आत आल्याबरोबर सर्वांनीच त्याचे स्वागत केले. त्याच्या खास ओळखीच्या लोकांनी त्याला आलिंगन देऊन आनंद व्यक्त केला, तर काहींनी फक्त हस्तांदोलनावर भागविले. अपवाद होता, तो फक्त डी मारिनो यांचा. त्यांनी औपचारिकपणे पुढे वाकून अभिवादन करून त्यांच्या रोममधील माहितीच्या दोन-चार लोकांविषयी तितक्याच औपचारिकरित्या चौकशी केली.

फेरारीच त्यांच्या प्रश्नांना उत्तर देत असताना एक चिठ्ठी माझ्याकडे पाठविण्यात आली. त्यावर लिहिले होते 'तातडीचे.' मी ती चिठ्ठी उघडून पाहिली. फ्रान्सिस्को याची ती होती. त्यात लिहिले होते, ''आपण देत असलेल्या सुंदर पार्टीला उपस्थित राहायला आम्हा दोघा बंधूंना फार आनंद झाला असता; पण पूर्वनियोजित अन्य कार्यक्रमास्तव उपस्थित राहता येत नाही. तरी क्षमस्व!''

उरलेले सर्व अतिथी उपस्थित झाले असल्याने पार्टीला नाहक उशीर करण्यात अर्थ नाही, असे वाटल्याने मी पार्टी सुरू करण्याची सूचना दिली आणि थोड्याच वेळात ज्या हॉलमध्ये पार्टी होणार होती त्या हॉलचे दार उघडले जाऊन मुख्य वेटर बाहेर आला व भोजनासाठी चलण्याची विनंती करण्यात आली.

मी पुढे होऊन सर्व निमंत्रितांना घेऊन हॉलमध्ये शिरलो. सर्वच निमंत्रित विशेष खुशीत होते. कारण पार्टीची व्यवस्थाच मोठी भव्य आणि भपकेबाज वाटत होती. त्यापूर्वीच मी निश्चित केलेल्या जागेवर आलेले निमंत्रित बसू लागले. समारंभाला पंधरा जणांना निमंत्रित केले असताना दोन निमंत्रित उपस्थित राहू शकत नसल्याने तेराच अतिथी उपस्थित होते. तेरा आकडा अशुभ मानला जातो हे लक्षात येऊनही मी गप्प बसलो.

सर्व अतिथी खुर्च्यांवर स्थानापन्न होत असताना मंद आवाजात स्वागत संगीत सुरू झाले.

स्वागत असो, स्वागत असो
आजच्या आनंदाच्या समयी
स्वागत असो आपणा सर्वांचे
ती लाल मदिरा ओता त्या सोन्याच्या चषकांत
बलवानांच्या धैर्यधरांच्या नावाने होऊ द्या सुरुवात
आनंदाच्या सोहळ्याला या
स्वागत असो, स्वागत असो
थोपवू नका आता उधाण झालेल्या आनंदाला
जाळून टाका गाडून टाका जीवनातल्या त्या दुःखाला
स्वागत असो, स्वागत असो
मदिरा असते आनंदाची, मौज मजेची सम्राज्ञी
तिच्या प्रत्येक घोटाबरोबर उधळू द्या आनंदाची कारंजी
स्वागत असो, स्वागत असो
आपणा सर्वांचे स्वागत असो...

संगीत समाप्तीनंतर उपस्थितांकडून टाळ्यांचा गजर झाला आणि आपसातल्या गप्पांना सुरुवात झाली.

माझ्याशेजारी बसलेले ड्यूक मारिनो हे पार्टीच्या संयोजनाबद्दल समाधान व्यक्त करताना म्हणाले,

"कौंट, तुम्ही बऱ्याच देशांतून भटकंती केलीय. त्यातून तुम्ही पौर्वात्य देशांत हिंडून आला असणार, असा आजच्या पार्टीवरून अंदाज करता येतो." एकंदर पार्टीचा नूर बघून ते विशेष समाधानी झालेले दिसले.

"या विश्वात डोळे उघडून चाललो तर मानव प्राण्यांत आणि निसर्गात एवढे सौंदर्य दिसते की, अवघ्या दोन डोळ्यांनी काय बघू काय नको आणि किती भोगू अन् किती नको, असे होते. एवढे सारे पाहिल्यावर अन् अनुभवल्यावर कौंट, माणूस एका तत्त्वज्ञानापाशी येऊन ठेपतो. जेवढे सहज मिळेल तेवढ्यावर समाधान माना. जास्तीचा हव्यास करू नकोस." अंतोनिओ बिस्कार्डी म्हणाले.

"तुम्ही चित्रकार आहात; त्यातून सारासार विवेकी. तुम्ही असेच बोलणार!" मार्केस ज्युलानो आपल्या समोरचे सूप घाईघाईने भुरकत म्हणाले,"माझ्या बाबतीत म्हणाल तर मी कधीच समाधानी नसतो. माझा तो स्वभावच नाही. जेव्हा मी फुलं पाहतो तेव्हा विचार येतो, ही सारी घेऊन जाता येईल? एवढेच नव्हे तर, सूर्यास्त पाहत असताना वाटते तो क्षितिजावरून जाऊच नये आणि जेव्हा एखादी कमनीय स्त्री पाहतो तेव्हा वाटते...."

"बोला बोला... एवढी एकच का... पाचशे... हजार-बाराशे का नाही?" हमाल टिंगलवजा उद्गारले. ते पुढे म्हणाले,"मार्केस ज्युलानो, तुम्ही तुर्कस्तानात जन्माला यायला हवे होते. म्हणजे मोठा थोरला जनानखाना ठेवला असतात."

"कपितान हमाल, तुम्ही अगदी खरे बोलतात. जनानखाना ठेवणे केवढी रम्य गोष्ट ती. जिकडे तिकडे पाहाल तिकडे फुलंच फुलं! पाहिजे तेव्हा रम्य शुभ्र घोस! कधी लिली तर कधी साधी भोळी व्हायोलेट आणि कधी..."

"कधी हाताला काटाच लागायचा." लुझिआनो सालुस्त्रिनींनी मध्येच नाक खुपसले.

"अगदी बरोबर! अहो, डेरेदार गुलाबाची अपेक्षा ठेवायची तर काटा हा बोचणारच. त्याची तयारी नको ठेवायला?" शेवालिए मान्चिनी जे आतापर्यंत स्तब्ध होते, त्यांनाही बोलावेसे वाटले. "आपली आजची विवाह पद्धती म्हणजे आई-बापाने आपले लग्न ठरवायचे, ही अगदी भंकस पद्धत आहे."

"आणि म्हणूनच तुम्ही अजून विवाहबंधनात पडला नाही." कुणीतरी चिमटा काढला.

शेवालिएंच्या तोंडावर मिस्कीलपणा व्यक्त झाला. "होय, मी तर ठरवून ठेवलंय, कुठल्याही एका स्त्रीच्या चुंबनावर समाधानी राहायचे नाही. जी स्त्री हाताला लागेल तिच्यावर हा अधिकार गाजवायचा."

उपस्थित सगळ्यांनी 'वाहवा! वाहवा!' म्हणून आवाज उठविला. पण फेरारीला हे मंजूर झाले नसल्याचे दिसून आले. त्याने शेवालिएंच्या म्हणण्याला पुस्ती जोडायचा प्रयत्न केला. "म्हणजे तुमचे म्हणणे विवाहित स्त्रिया सोडून, असेच ना?"

शेवालिएंनी डोळ्यावरचा चष्मा सारखा करून फेरारीकडे खट्याळपणे बघत म्हणाले,

"सर्व म्हणजे सर्वच स्त्रिया. त्यात विवाहित स्त्रियाही आल्याच. मला वाटले, त्यांनाच त्याची खरी गरज. लग्नानंतरच्या पहिल्या महिन्यातच त्यांच्या नवऱ्यांचा त्यांच्यामधला रस संपतो. मग ती बुभुक्षित स्त्री शोधातच असते असा कुणी प्रियकर मिळतो का?"

एवढ्या मोठ्या गहन चर्चेत आपलाही सहभाग असावा या उद्देशाने मी हसून उठलो आणि म्हणालो,

"मान्चिनी म्हणतात ते अगदी खरे आहे. कारण चुकून जर एखाद्या नवऱ्याचा रस आपल्या बायकोत राहिलाच तर तो त्याच्याच बायकोकडून फसविला जाण्याच्याच लायकीचाच असतो." आणि फेरारीकडे वळून म्हणालो,"काय सिनॉर, तुमचेही असेच मत आहे ना?"

माझ्या विधानावर फेरारीने हसून प्रतिसाद दिला, पण तो देताना फेरारीला खूपच अवघडल्यासारखे झालेले दिसत होते.

गप्पांचा रोख आणखी भलतीकडेच जाऊ नये म्हणून बँडला उद्देशून मी खूण केली आणि त्यांनी भारदार वाल्झचे सूर लावले. त्या सुरांनी सारा हॉल भारून गेला. भोजनाचा मनमुराद आस्वाद घेण्यात अतिथी रंगले होते. गप्पा आता रंगत चालल्या होत्या. माझ्या चीफ शेफने बनविलेल्या निरनिराळ्या तऱ्हेच्या पदार्थांवर आणि वरचेवर चषकांत ओतल्या जाणाऱ्या निरनिराळ्या प्रकारच्या मद्याबद्दल व्हिंकेंझोला सांगितलेले काम तो चोख बजावत होता. तो फेरारीचा ग्लास रिकामा राहूच देत नव्हता.

माझ्या डाव्या हाताला बसलेले ड्यूक मारिनो म्हणजे एक आदर्श गृहस्थच. कुठल्याही परिस्थितीत वाहवत जायचे नाही आणि स्वतःचा तोल सुटू द्यायचा नाही या बाण्याने सबंध पार्टीत ते वावरत होते. पार्टीत चाललेल्या ओंगळ गप्पांत त्यांनी कधी भाग घेतला नाही. अश्लील विनोदावर हास्याची लकेरही उमटू दिली नाही. व्हिंकेंझोने छान जुने मद्य त्यांच्या ग्लासात ओतण्याचा प्रयत्न करीत असता ते न घेता आपला पहिलाच चषक संपूर्ण पार्टी संपेपर्यंत सांभाळत होते.

मार्केस ज्युलानो नंबर एकचे गप्पिष्ट. त्यांच्या पोतडीत एवढ्या गोष्टी अन् ते सांगण्याची त्यांची हातोटी एवढी खुमासदा, की त्यांची ऐकणाऱ्याला आपल्यात गुंतवून ठेवण्याची कला आताही दिसून येत होती.

आता पार्टी पूर्ण रंगात आली होती. उत्साह नुसता ओसंडून वाहत होता. साहित्यिक सालुस्त्री बोलू लागले. ''तुम्हाला ठाऊक नाही? अशी एक भाबडी समजूत आहे, अशा आनंदाच्या प्रसंगी जेव्हा मध्येच एकदम शांतता पसरते त्या वेळी आकाशातून जाणारे देवदूत त्या उत्सवी समारंभाच्या जागी उतरतात आणि जमलेल्या लोकांना आशीर्वाद देऊन जातात.''

''ही गोष्ट फार जुनी अगदी ख्रिस्तापूर्वीची आहे.'' शेवालिए मान्चिनी बोलू लागले, ''तरीसुद्धा ती एक तद्दन खोटी गोष्ट आहे. देवदूत वगैरे सारे बकवास! असल्या गोष्टी बायका व मुलांसाठी असतात. आपल्यासाठी स्त्री ही देवदूतच.''

''तुम्ही म्हणता ते सारे खरे. असल्या गोष्टी बायका-मुलांसाठी.'' हमाल बोलले. ''पण तुमच्या विधानाला लहानशी दुरुस्ती. तुम्हाला स्त्री देवदूतासारखी वाटत असेल पण माझ्या मते, स्त्री ही एक सैतानाची जात. जाऊ द्या. ती देवदूत असो व सैतान, आपण आज तिच्या नावाने एकेक पेग घशाखाली उतरवू या.'' असे म्हणून त्यांनी मान्चिनींकडे बघून ग्लास घशात रिकामा केला. त्यांनीही हमाल यांचे अनुकरण केले.

''मला यापेक्षा काही वेगळेच वाटते.'' कपितानो फ्रेक्शिया आपल्या संथ पण धीरगंभीर आवाजात बोलू लागले, ''मला असे जाणवतेय, काहीतरी अनिष्ट गोष्ट घडलीय. आपल्या यजमानांच्या लक्षात ती गोष्ट येऊनही आपल्या रंगाचा बेरंग होऊ नये म्हणून ते बोलले नसावेत.''

"अनिष्ट?" सर्वांनी एकच गलका केला. "असे काय अनिष्ट घडले? सांगा सांगा! आम्हाला कळू द्यात."

फ्रेक्शिया थोड्याशा निवांतपणे नुकताच समोरच्या डिशमध्ये पडलेल्या पदार्थाचा स्वाद घेत म्हणाले, "तसे पाहता अनिष्ट वगैरे काही घडले नाही हं! त्यातून कुणाला दोष द्यायचा असेल तर तो रास्पेट्टी बंधूंनाच द्यायला हवा. पण मला समजत नाही, या अंधश्रद्धांना आपल्या मनात स्थानच का द्यावे? चला होऊन जाऊ द्या सुरुवात आणि येऊ द्या उधाण त्या आनंदाला." असे म्हणून त्यांनी घशाखाली पेग रिकामा केला.

"अच्छा! तर तुमचे म्हणणे काय ते समजले. रास्पेट्टी बंधू वजा जाता पार्टीला आपण तेरा जण आहोत." सालूस्त्री.

सालूस्त्रींच्या वक्तव्याबरोबर पार्टीचे वातावरण एकदम बदलून गेले. प्रत्येक जण पुन:पुन्हा आकडेमोड करून त्या दुर्दैवी आकड्याजवळ येत होते. जमलेले निमंत्रित काही सामान्यजनांपैकी नव्हते. चांगले सुशिक्षित, तर काही उच्च विद्याविभूषित होते. तथापि, अंधश्रद्धा इतकी रक्तात मुरलेली दिसून आली की, सारे अतिथी बेचैन झाले होते. अपवाद होता तो फक्त फ्रेक्शिया आणि मार्क्विस डी ॲर्व्हांकूर्ट यांचा. फेरारीवर तर याचा फारच विपरीत परिणाम झाला होता. पिऊन पिऊन धुंद झाल्यामुळे सारासार विवेकबुद्धी सर्वसाधारण सामान्य परिस्थितीत असू शकते, ती पण गहाळ झाल्याने त्याचा स्वतःवरचा ताबा सुटला होता. आपल्या हातातील मद्याचा चषक घशामध्ये एकदम ओतून त्यातील सारे मद्य त्याने एका घोटामध्ये संपवून टाकले आणि आपल्या थरथरत्या हाताने समोरची डिश जोरात पुढे ढकलली.

मी मनाशी निर्णय घेतला, पार्टीचा अगदी अखेरच्या क्षणी बोजवारा उडायला नको. काहीतरी प्रयत्न केला पाहिजे. मी बोलायला उठलो. "मित्र हो, आपले मित्र सालूस्त्री यांनी जे वक्तव्य केले ते या पूर्वी माझ्या लक्षात आले होते. जेव्हा रास्पेट्टी बंधूंची ते येऊ शकत नसल्याबद्दलची चिठ्ठी जेव्हा मला मिळाली, तेव्हाच माझ्या लक्षात आले होते की, पार्टीला आपण सारे मिळून तेरा जण होतोय. पण मी विचार केला, आपण सारे शिकले सवरलेले, पुरोगामी विचारसरणी स्वीकारलेली माणसे, अंधश्रद्धांच्या भाकडकथांतून मुक्त झालेली असणार. आपणा सर्वांना माहीत आहे तेरा आकडा अपशकुनी का मानला जातो? येशू ख्रिस्तांच्या जीवनातील लास्ट सपरप्रसंगी भोजनाला तेरा माणसे होती. तथापि, आजच्या आपल्या पार्टीमध्ये आपण कुणीही येशूच्या किंवा निम्न स्तरावरील ज्युडासच्याही दर्जाचे असू शकत नाही. या अंधश्रद्धा आता स्त्रियांसाठी आणि मुलांसाठीच उरल्या आहेत. त्यातून आज ख्रिसमसपूर्व संध्याकाळी मनात या अंधश्रद्धेचा अंकुरही उद्याच्या आपल्या आनंदावर विरजण घालू शकतो. तेव्हा झटकून टाका मनाचा तो दुबळेपणा आणि

होऊन जाऊ द्या सुरुवात पुन्हा त्या पार्टीच्या जल्लोषाला.''असे म्हणून मी तो चषक सर्व अतिथींच्या आरोग्याच्या नावे उंचावला.

काही जणांनी माझ्याजवळ येऊन माझ्या भाषणाबद्दल अभिनंदन केले. त्यांच्या ज्ञानाचा, पुरोगामित्वाचा उल्लेख केल्यामुळे त्या अंधश्रद्धेला चिकटून राहणे त्यांना जड गेले असावे.

आतापर्यंत गप्प बसलेले मार्केस ज्युलानो एकदम खवळून उठले. ''कसले लावले आहे खूळ अंधश्रद्धांचे! या अंधश्रद्धांना घाबरून जाण्याइतके अडाणी आम्ही उरलो नाही. ते काही नाही; भरा ते ग्लासेस आणि आजच्या यजमानाच्या आरोग्याच्या नावे उतरवा घशाखाली.'' असे म्हणून त्यांनी तीन वेळा ग्लास उंचावला आणि इतरांनीही त्यांचे अनुकरण केले. मी वाकून त्यांच्या सदिच्छांचा स्वीकार केला. पार्टीला पुन्हा रंग चढू लागला.

सतरा

पार्टीला पुन्हा रंग चढू लागला आणि थोड्याच वेळापूर्वी आलेले अंधश्रद्धेचे मळभ नुसते दूर झाले एवढेच नाही, तर आता ते आले होते असे तर नवीन आलेल्या एखाद्या पाहुण्याला सांगितले असते तरी ते त्याला खरे वाटले नसते.

भोजन आता संपले होते आणि अतिथींसाठी डेझर्ट टेबलावर आले होते. त्यासोबत खास मागे ठेवलेले उंची मद्यप्रकार एकापाठोपाठ अतिथींच्या रिकाम्या ग्लासमध्ये भरले जाऊ लागले. त्याचबरोबर शँपेनचा अगदी उंची प्रकार मुद्दाम एवढा वेळ मागे राखून ठेवला होता. ती आता अतिथींच्या ग्लासात ओतली जाऊ लागली. तो प्रकार असा होता की, ती चवीला अतिशय मधुर पण तितकीच परिणामाला जबरी.

पार्टीत आता गलबला वाढू लागला होता. मंडळींच्या जिभेवरचा ताबा सुटू लागलेले पूर्ण जाणवत होते. चित्रकार अंतोनिओ बिस्कार्डी तसेच क्रिस्पिआनो डुल्शी सर्वसाधारणपणे मुखदुर्बळच म्हणता येईल, अशांच्या जिभांवर रसवंती फुलू लागली होती. कपितानो फ्रेक्शिया हे मार्क्विस ॲव्हाँकूर्टबरोबर द्वंद्वयुद्धाबद्दल नुसते बोलत नव्हते तर डेझर्टबरोबर दिलेला चाकू डिशमध्ये आलेल्या पीच फळावर तो चालवून दाखवण्यात गुंतले होते. साहित्यिक सालूस्त्री खुर्चीवर रेलून आपल्याच कविता, मधूनच शेजाऱ्याकडे वळून बघत त्याला बारीक आवाजात बोलून दाखवत होते. पण त्यांच्या लक्षात येत नव्हते की, त्याचे त्यांच्याकडे लक्षच नाही. शेवालिए मान्चिनींचे लांब नाक... ते एकाएकी स्वतःशीच हसता हसता लाल झाले होते. एकूण टेबल पूर्ण रंगात आले होते. पूर्ण भानावर होते दोघेच जण- एक ड्यूक मारिनो, ते उंची मद्य त्यांनी आदरपूर्वक नाकारले हाते. दुसरा होतो तो मी. पुढचे नाटक रंगवायला मी शुद्धीवर असणे अनिवार्य होते. त्यामुळे मद्याचे सर्व प्रकार माझ्या चषकात ओतले जायच्या अगोदरच मी नाही म्हटले.

शेजारी बसलेला फेरारी थोडा बाजूला सरकून जवळ बसलेल्या डी. हमाल यांना कुठल्याशा स्त्रीबाबत ओंगळवाणे वर्णन करीत होता. माझ्या लक्षात आले तो कुणाबाबत बोलतोय ते. त्याच्या खांद्यावर थोपटून त्याचे बरळणे थांबविले आणि

...एवढा वेळ छातीशी घट्ट धरून ठेवलेले पत्ते उघड करण्याची वेळ आली आहे, असे मला जाणवले. मी बोलायला उभा राहिलो; पण माझ्याकडे कुणाचेच लक्ष जात नाही असे दिसून आल्यावर फेरारीने डेझर्टमधला चाकू टेबलावर जेव्हा दणदणा वाजवायला सुरुवात केली, तशी एकदम शांतता पसरली. मी बोलू लागलो.

''मित्रहो, मी आता जे बोलायला उभा आहे ते एखाद वेळ तुम्हास असे वाटण्याची शक्यता आहे की, मी काहीतरी बोलून तुमच्या या उत्साहावर विरजण घालायलाच उभा आहे. तर मंडळी, तसे काही नसून हा आनंद, हा उत्साह द्विगुणित करण्याचाच माझा प्रयत्न राहील. आज मी आपल्याला जे निमंत्रित केले आहे, त्याचे कारण म्हणजे आपले सर्वांचे प्रिय मित्र सिनॉर गिडो फेरारी यांचे जे नुकतेच रोमहून आपल्या नेपल्स शहरी झालेल्या आगमनाप्रीत्यर्थ त्यांचे स्वागत करणे होय.'' (येथे टाळ्यांचा जोरात कडकडाट झाला.) फेरारीने सिगारेटचा एक झुरका घेऊन लहानसे स्मित करून मान वाकवून आभार मानले. मी पुढे सुरुवात केली. ''या आमच्या तरुण गृहस्थाला काही घरगुती कारणासाठी काही आठवड्यांकरिता रोमला जावे लागले. मला खात्री आहे त्याच्या लक्षात आलेच असेल, त्यांची या काळातील अनुपस्थिती त्यांच्या येथील मित्रांना केवढी जाणवली ते.

येथे एक गोष्ट जाहीर करताना मी माझा सन्मान समजतो की, ते येथून गेले त्यापेक्षा कितीतरी पट श्रीमंत होऊन ते परतले आहेत. मी समजतो की या तऱ्हेने त्यांच्या गुणांचे चीज करून नियतीने त्यांना न्यायच मिळवून दिला आहे.'' या ठिकाणी उपस्थितांनी टाळ्यांचा पुन्हा एकदा गजर केला आणि त्याच्या आरोग्यासाठी चषक उंचावले गेले. या सगळ्याचा फेरारीने अतिशय संयमित स्वरूपात आणि नम्रपणे स्वीकार केला. तो आपल्या मखमली उशीवरच्या खुर्चीवर मागे डोके रेलून अतिशय गंभीरपणे बसला होता. त्याच्या एका हातात शँपेनचा चषक असून ओठात सिगारेट धरली होती. आपला सुंदर मुखडा थोडासा एका बाजूला कलता करून त्याने आपली नजर खिडकीतून दूरवर चांदण्यात चकाकणाऱ्या त्या नेपल्सच्या उपसागरावर स्थिरावली होती.

मी पुढे सुरुवात केली- ''सिनॉर फेरारीच्या या कौतुक सोहळ्याला मी आपल्याला निमंत्रित केले आणि आपणही तेवढ्याच उत्साहाने माझ्या निमंत्रणाला साथ देऊन समारंभाला उपस्थित राहिलात त्याबद्दल मी आपले आभार मानतो.''

''मंडळी, या प्रसंगाचा फायदा घेऊन आज मला आपल्या उपस्थितीत एक गोष्ट जाहीर करावीशी वाटते. अर्थात ती गोष्ट माझ्या व्यक्तिगत संबंधातील आहे. मी आज जे जाहीर करणार आहे त्याने आपणा सर्वांना आश्चर्याचा धक्का बसण्याची शक्यता फार आहे. मी तसा मितभाषी असून, स्वभावतःच रुक्ष आणि थोडासा तिरसट प्रवृत्तीचा म्हणूनच ओळखला जातो.''

'असे मी म्हणतच नाही, नाही तसे काही नाही.' अशा आवाजाबरोबरच माझ्याबद्दल काहींनी गौरवोद्‌गार काढले.

मी वाकून त्या कौतुकाचा स्वीकार करीत म्हणालो, "माफ करा. नसेन मी कदाचित तसा, पण एका गोष्टीबाबत तुम्ही माझ्याशी निश्चित सहमत व्हाल की, असा काही मी गृहस्थ नाही की माझ्यावर एखादी स्त्री लुब्ध व्हावी." मी असे म्हणत असता सगळ्यांच्या उत्सुकतामिश्रित आश्चर्याच्या नजरा एकमेकांकडे वळल्या. फेरारीही तोंडातली सिगारेट काढून खुर्चीवर ताठ बसून माझ्याकडे बघू लागला.

मी पुढे बोलू लागलो. "मी तसा म्हातारा म्हणता येत नसलो तरी अधमुऱ्या किंवा लौकिक अर्थाने ज्याचे लग्नाचे वय केव्हाच उलटून गेले आहे असा, त्यात भर म्हणजे दृष्टीत खोड असलेला. अशा माझ्याकडे कुठलीही स्त्री जाता जाता दुसरा दृष्टिक्षेपही टाकणार नाही अशी परिस्थिती असत, मान्चिनींच्या शब्दांतच सांगायचे झाल्यास जणू एखादी स्वर्गातली परीच वाटावी अशा एका स्त्रीने माझ्यावर लुब्ध होऊन लग्नासाठी मला गळ घातली आहे. मंडळी, अशा सुंदरीच्या विवाहबंधनात मी पडत आहे, हे आजच्या पार्टीच्या निमित्ताने मी जाहीर करीत आहे."

खुर्चीवर ताठ बसून माझे भाषण उत्सुकतेने ऐकत असलेला फेरारी मध्येच माझे बोलणे तोडण्याच्या बेतात होता. पण त्याने तो विचार सोडून दिलेला दिसला. तथापि त्याचा चेहरा फारच पडलेला दिसला. फेरारी हा एकमेव अपवाद वगळता सारे जण या बातमीने खूश झालेले दिसले. तर काही निमंत्रितांनी तर माझ्या निर्णयावर निरनिराळ्या टिपण्या करायला सुरुवात केली.

"चला कौंटना बाय-बाय करू या. स्वर्गातली परी आता त्यांच्या वाट्याला आली असता आता कशाला ते आपल्याकडे बघतील!" एक जण.

"आजच्यासारखी पार्टी पुन्हा आपल्याला कशाला देतील!" दुसऱ्याने री ओढली.

"कौंट, मला आश्चर्य वाटते की, एवढे चांगले स्वातंत्र्यात स्वच्छंदपणे बागडत असताना तुम्हाला ते स्वातंत्र्य एका स्त्रीच्या पायावर उधळून द्यावेसे वाटावे!" तिसरा एक.

टेबलावर दोन्ही पंजे उलटे ठेवून त्यावर भार देत थोडासा पुढे वाकत मी सारे शेरे हसत हसत स्वीकारीत होतो.

मी पुढे बोलू लागलो,"आपणा सर्वांना ज्ञातच आहे. स्त्रियांविषयी मी तसा निरिच्छच म्हणता येईल असा आहे; पण एखादी रूपसुंदरी आपणाहून मला भुरळ पाडण्याचा प्रयत्न करते, आपल्या जवळचे सारे सर्वस्व मला अर्पण करते, अशा वेळेस परमेश्वराने माझ्यावर केलेल्या त्या कृपाप्रसादास मी लाथाडून टाकणे मला

शक्यच नव्हते.

फार काय सांगू, तिला नाकारण्याचे मला काहीच कारण दिसले नाही. माझी खात्री आहे, माझी जीवनाची साथीदार जी मी निवडली आहे, ती माझ्या जीवनप्रवासात नक्कीच चांगली साथ देऊन माझे जीवन उजळून टाकेल! तेव्हा मी आपणास विनंती करतो की, भरू द्या तुमच्या समोरचे ते चषक अन् माझ्या पत्नीच्या आरोग्यासाठी रिकामे होऊ द्या तुमच्या घशात.''

ज्युलानो एकदम उसळून उभे राहिले व त्यांनी हातातला चषक उंच धरला. त्या बरोबर सगळ्यांनी त्यांचे अनुकरण केले.

माझ्या शेजारी बसलेले ड्यूक अत्यंत हळुवारपणे स्वतःचा आब राखीत बोलले, ''कौंट, आम्हाला फार बरे वाटेल जर आपण आपल्या वाग्दत्त वधूचे नाव सांगितल्यास. आम्हास त्यांच्या नावाने टोस्ट करता येईल.''

''मी तेच विचारणार होतो.'' आपल्या जड झालेल्या वाणीने फेरारी बोलता झाला. त्याचे ओठ शुष्क झाले होते. त्याला बोलायला जड जात होते हे स्पष्ट दिसत असून तो पुढे बोलला,''बहुधा त्या आमच्या माहितीतील नसाव्यात.''

त्यावर थंडपणे त्याच्यावर नजर रोखून मी बोललो,

''आपणा सर्वांनाच त्या माहितीच्याच आहेत. तेव्हा होऊन जाऊ द्यात टोस्ट माझी वाग्दत्त वधू कौंटेसा रोमानी यांच्या नावाने.''

''हरामखोर.'' एखाद्या वेड्या पिसाटासारखा फेरारी चवताळून उठला. हातातला शँपेनचा काठोकाठ भरलेला चषक त्याने जोरात माझ्या अंगावर भिरकावला. मिनिटात सारा गोंधळ उडाला. टेबलाभोवतालचे सारे आपापल्या जागा सोडून आमच्याभोवती जमले. मी माझ्या जागेवर शांतपणे उभा होतो. खिशातला रुमाल काढून माझ्या कपड्यावरचे शँपेनचे ओघळ पुसत होतो. माझ्या पायाशी चषकाचे फुटलेले तुकडे विखुरले होते.

''काय तुम्ही वेडे का काय फेरारी?'' त्या शेजारीच बसलेल्या डी हमाल यांनी त्याचा एक हात घट्ट पकडून विचारले, ''तुमच्या लक्षात येते का तुम्ही काय करून बसलात?''

एखाद्या वाघासारखा तो त्याच्याकडे आणि माझ्याकडे पाहत राहिला. कपाळाच्या शिरा तट्ट फुगून उभ्या राहिल्या होत्या. जणू कुठून दुरून पळून आल्यासारखी त्याला धाप लागली होती. मला उद्देशून तो पुन्हा चवताळून बोलू लागला. ''थांब, तुझा मुडदाच पाडतो.'' असे म्हणून माझ्यावर उसळून धावायचा प्रयत्न केला; परंतु डी ॲव्हाँकूर्ट यांनी एखाद्या कैद्याला पकडावे तसे घट्ट पकडून ठेवले. ''शांत व्हा फेरारी, काय झाले असे तोल सुटायला? आजच्या आपल्या पार्टीच्या यजमानांचा अपमान करायला उद्युक्त झालात असे काय झाले?''ॲव्हाँकूर्ट.

"त्या त्या हरामखोरालाच विचारा मी का चिडलो ते. त्याला सारे माहीत आहे." दोघांच्या हाताच्या कचाट्यातून सुटका करून घेण्याचा प्रयत्न करीत असता तो बोलला.

साऱ्यांच्या नजरा माझ्याकडे वळल्या.

"छे! छे! कौंटनी काहीही कारण देण्याची गरज नाही." कपितानो फेक्शिया.

"मित्र हो." माझी बाजू मांडू लागलो. "मला माहीत नाही सिनॉर का भडकले ते. कदाचित माझ्या वाग्दत्त वधूबाबत त्यांची भाबडी अभिलाषा असू शकेल."

"भाबडी अभिलाषा काय! बदमाश कुठला." फेरारी.

"सिनॉर, हे काय मांडलेत? तुम्ही जरा भानावर याल का? एवढा चांगला मित्र! केवळ एका स्त्रीसाठी झगडा उकरून काढलात? लागेल तितक्या स्त्रिया तुम्हास मिळू शकतील; पण असा मित्र केवळ दुर्मीळच."

मी पुन्हा शांतपणे माझ्या कपड्यावरचे डाग रुमालाने पुसत म्हटले,

"मंडळी, सिनॉर फेरारींनी आता प्रदर्शित केलेला गहजब मी समजू शकतो. ती एक नैराश्यापोटी उद्‌भवलेली प्रतिक्रिया होय. ते तरुण गृहस्थ असून त्यांचे रक्त अजून गरम आहे. सबब त्यांनी केलेल्या साऱ्या तमाशाबद्दल मी त्यांना माफ करू शकतो, जर त्यांनी झाल्या प्रकाराबद्दल दिलगिरी प्रदर्शित केल्यास."

"अशा तऱ्हेची एवढी अवमानकारक वागणूक मिळूनही मनाचा एवढा मोठेपणा. क्वचितच कुठे असे बघायला मिळेल!" साऱ्या प्रकाराने संतापलेले डी. हमाल.

फेरारीने आलटून-पालटून साऱ्यांवरून नजर फिरवली. त्या पकडून ठेवणाऱ्या दोघांच्या हातातून सोडवून घेत तो टेबलाजवळ आला. रिकाम्या ग्लासात पाणी ओतून ते गटगटा प्याला. माझ्याजवळ येऊन म्हणाला, 'माझ्या बाजूचे कुणी नाही हे मला दिसतेय.' असे म्हणत माझ्या अगदी जवळ येऊन म्हणाला, 'खोटारड्या-दुतोंडी, तू तिला माझ्या जवळून पळवलीस. हरामखोरा, मी तुला सांगून ठेवतो, मी तुझा मुडदा पाडीन एवढे लक्षात ठेव."

"ठीक आहे. त्याला माझी तयारी आहे. पण त्यापूर्वी मित्रा, मला एक सांग, मी तुझे काय वाकडे केले ते? जी स्त्री माझी वाग्दत्त वधू आहे तिला तुझ्याबद्दल काडीइतकी आत्मीयता नाही- प्रेम तर दूरची गोष्ट. तिनेच मला तसे सांगितले. तू म्हणतोस तसे जर काही असते तर मी या भानगडीत पडलोच नसतो."

"फेरारी, लाज वाटली पाहिजे तुमची तुम्हाला. कौंट एवढ्या शालीनतेने वागत असता तुमची कसली ही त्यांच्याशी वर्तणूक! माझ्यासारखा माणूस असल्या माणसाशी संबंधही ठेवणार नाही."अॅव्हॉंकूर्ट.

"मी पण." ड्यूक मारिनो.

"आणि मीसुद्धा."मान्चिनी.

"फेरारी, माझे ऐका, कौंट म्हणतात तसे माफी मागून चूक दुरुस्त करून घ्यावी, हे चांगले." सालूस्त्री.

तथापि फेरारीचा चेहरा जास्तच काळवंडत गेला. त्याचे ओठ निळे पडले होते. डोळ्यांतून सूड ओकत होता. तो अचानक वेड लागल्यासारखा विकृत हसला आणि गंभीरपणे अगदी माझ्याजवळ येऊन डावा हात माझ्या खांद्यावर ठेवीत माझ्या नजरेत नजर घालून अतिशय खालाच्या आवाजात तो बोलू लागला.

"काय म्हणतोस? तिला माझ्याविषयी अजिबात आत्मीयता नाही काय? आणि तुझ्याविषयी तिचे प्रेम वाहून जातेय काय? तिने आपले सारे सर्वस्व तुला अर्पण केले आहे नाही का? आणि तुझे म्हणणे काय मी जो काही तमाशा केला त्यासाठी मी तुझी माफी मागावी? चोर, दगाबाज, ही घे माझी माफी." असे म्हणून त्याने जोरात माझ्या तोंडात उजव्या हाताने ठोसा मारला. ज्या हाताने त्याने ठोसा मारला, त्या हातात हिऱ्याची अंगठी होती. ती मीच त्याला तेव्हा दिलेली होती. त्या अंगठीचा ठोसा माझ्या गालफडावर बसून तेथे बारीक जखम होऊन रक्त ओघळू लागले. झाल्या प्रकाराने साऱ्या उपस्थितांत एक रागाचा भाव निर्माण झाला. साऱ्यांना माझ्याकडून प्रतिक्रियेची अपेक्षा होती.

खिशातून शांतपणे रुमाल काढून त्याने रक्त टिपून घेत मी बोलू लागलो. "या साऱ्या गोष्टीला एकच पर्याय उरतो आणि तो स्वीकारण्याची फेरारीनीच माझ्यावर वेळ आणून ठेवली. काय मार्क्विस, पुढच्या व्यवस्थेची मी अपेक्षा करावी काय?"

"निश्चित." मार्क्विस यांनी प्रतिसाद दिला.

फेरारीने रागाने अवतीभोवती पाहिले आणि फ्रेक्शिया यांच्याकडे वळून म्हणाला,

"फ्रेक्शिया, तुम्ही माझे प्रतिनिधी होऊ शकाल?"

कॅप्टन फ्रेक्शियांनी खांदे उडवून म्हटले, "सिनॉर, खरे सांगू, माझी सदसद्विवेकबुद्धी मला अशा संपूर्ण चुकीने वागलेल्या तुमच्यासारख्या माणसाची पाठराखण करायला अजिबात परवानगी देत नाही. तथापि डी.अॅव्हाँकूर्ट जे म्हणतील ते मला मान्य आहे." असे म्हणून दोघे एका बाजूला गेले. तोपर्यंत फेरारीने सबंध पार्टीत त्याच्या गप्पांमध्ये सहभागी झालेले त्याच्या शेजारीच बसलेल्या डी. हमाल यांच्याकडे वळून त्यांनी त्याचे प्रतिनिधित्व करण्याची विनंती केली. तथापि इतर सर्वांप्रमाणे त्यांनी नकार दिला.

आपण पूर्णपणे एकाकी पडलो आहोत या भावनेने व्यथित झालेला फेरारी एखाद्या जखमी वाघासारखा दिसू लागला. तेवढ्यात मार्क्विस त्याच्याजवळ आले. काही क्षण दोघांत चर्चा झाली आणि फेरारी तेथून पाय आपटीत निघून गेला. तो बाहेर जाऊन त्याच्या पाठोपाठ दरवाजा बंद झाल्याबरोबर माझ्या पाठीमागे सर्व पार्टीभर उभ्या राहिलेल्या व्हिंकेंझोला मी आदेश दिला, "हे पाहा, त्याच्या मागावर जा. पण त्याला तू दिसता कामा नये."

व्हिंकेंझो गेल्याबरोबर डी. अ‍ॅव्हाँकूर्ट माझ्याजवळ येऊन बोलू लागले,

"कौंट, तुमच्या लक्षात आलेच असेल, येथील कुणीही फेरारीचे प्रतिनिधित्व घ्यायला तयार नसल्याने दोन प्रतिनिधी आणायला ते गेले आहेत." सर्वच उपस्थित मंडळींनी मला सहानुभूती दाखवली व ते माझ्या बाजूने आहेत याची त्यांनी ग्वाही दिली.

मी शांतपणे खुर्चीवर बसून विचार करीत होतो. माझ्या योजनेप्रमाणे सारे जुळून येत आहे.

मार्क्विस मला पुढे म्हणाले,

"मी आणि फ्रेक्शिया यांनी काही गोष्टी ठरविल्या आहेत. आता जवळ जवळ मध्यरात्र होत आली आहे. आपण त्यासाठी सकाळची सहाची वेळ ठरविल्यास तुमची काही हरकत आहे?"

मी वाकून संमती दर्शविली.

"दोघांच्यात अपमानित व्यक्ती तुम्ही आहात. तेव्हा त्यासाठी शस्त्राची निवड करण्याचा अधिकार तुमचा राहील. त्यासाठी तुम्ही काय सुचविणार?"

"पिस्तूल." क्षणाचाही विलंब न लावता मी उत्तर दिले.

"आता कार्यक्रमासाठी योग्य जागा? व्हिला रोमानीच्या टेकडीच्या मागील बाजूस मोकळी जागा आहे. तेथे वर्दळही नसल्याने कुठलाही अडथळा होण्याची शक्यता नाही."

मी पुन्हा वाकून संमती दर्शविली.

"तर ठरले." मार्क्विस यांनी पुन्हा साऱ्या गोष्टीची उजळणी केली. वेळ सकाळी सहाची. हत्यार- पिस्तूल, जागा- रोमानी व्हिलाची मागची बाजू, अंतर- दुसरे दोन प्रतिनिधी येथे आल्यावर.

मी या सर्व पूर्वतयारीबाबत पूर्ण समाधान व्यक्त केले आणि उरलेल्या समुदायाकडे वळून म्हटले,

"मंडळी, आपली पार्टी असल्या अनपेक्षित गदारोळात संपन्न होत असल्याबद्दल मला माफ करा. तसेच माझ्याबद्दल उदारता व सहृदयता दाखविल्याबद्दल मी आपला शतशः आभारी आहे. मला नाही वाटत ही आपली अखेरची मुलाखत ठरेल. पण समजा तसेच झाले तर आपणा सर्वांच्या सुखद स्मृती घेऊन परलोकात जाईन. समजा, परमेश्वरकृपेने उलटच घडल्यास आपण पुन्हा माझ्या विवाहप्रसंगी निश्चितच भेटू. तेव्हा पार्टीच्या आनंदाच्या उधाणाला कशाचेही गालबोट लागणार नाही. तोपर्यंत गुडनाईट."

मी माझ्या खोलीत जायला निघालो. सर्व उपस्थितांनी पुन्हा साऱ्या गोष्टीबद्दल सहानुभूती दर्शवून मला पाठिंबा असल्याचे सुचविले. मला विशेष कौतुक वाटले

ते ड्यूक डी. मारिनो यांचे. माझा निरोप घेताना ते म्हणाले,

"कौंट, अगदीच जर कुणी तयार झाले नसते, तर तुमचे प्रतिनिधित्व करायला मी तयार झालो असतो."

त्या सर्व घोळक्यातून सुटून मी माझ्या खोलीवर आलो. मला विश्रांतीची अतिशय गरज होती. पण त्यापूर्वी माझे डोळे लागले होते व्हिंकेंझोकडे. पलीकडे मार्क्विस आणि कॅप्टन फ्रेक्शिया यांनी मागविलेल्या कॉफीचा आवाज ऐकू येत होता.

टेबल साफ करणारी वेटर मंडळी झालेल्या प्रकाराबद्दल त्यांच्यात चर्चा करीत होती. टेबलावर तेरा जण होते. एक दगाबाज होता आणि एक मरणार होता. कोण जाणे कोण मरणार याबद्दल माझ्या मनात काही एक किंतू नव्हता. मला खात्री होती, विश्वातील साऱ्या बऱ्यावाईट शक्ती माझ्या बाजूने या सूडनाट्यात उभ्या आहेत.

"तिला तुझ्याबद्दल काडीइतकी आत्मीयता नाही. प्रेम तर दूरचीच गोष्ट." हे मी म्हटल्यावर फेरारीचे डोळे कसले आग ओकत होते ते पुन्हा पुन्हा माझ्या डोळ्यांसमोर येत होते. केवढा दुखावला गेला होता तो आणि ते पाहताना मला एका गोष्ट सारखी जाणवत होती. तिच्याकडून दुखावला गेलेला तो पाहिलाच नाही. तिने माझ्याशीही अशीच दगाबाजी केली नव्हती का?

मला सकाळी निघण्यापूर्वी माझी निरवानिरव करावयाची होती. मनात पुन्हा आले, त्याची काही गरज नाही. पण उपचार म्हणून काही गोष्टींची आवश्यकता असते. खिशातून पेन काढून समोरच्या नोटपॅडमधील कागदावर काही सूचना लिहिल्या. त्यावर सील करून ते ड्यूकना देण्याबाबत सूचना दिल्या.

मी खिडकीपाशी गेलो. रात्र अजून तरुण होती. चंद्र चांगलाच वर येऊन चमकत होता. चंद्रकिरणांच्या प्रकाशात पोलादी पांघरूण घेऊन लांबलचक पसरलेला नेपल्सचा उपसागर दिसत होता. काही बोटी किनाऱ्याला लागलेल्या दिसत होत्या. पहाटेची चाहूल लागली नव्हती; पण उजाडणारा दिवस बेथोव्हेनमध्ये जन्माला येणाऱ्या बाळाचा दिवस होता तो.

अठरा

व्हिं केंझोची वाट पाहत मी डोळे मिटून पडलो. दरवाजा उघडल्याच्या आवाजाने मी डोळे उघडून पाहू लागलो. तो व्हिंकेंझोच होता. डोक्यावरची हॅट हातात घेऊन माझ्याजवळ आला.

''काय बातमी आणलीस?'' मी कौतुकाने विचारले.

''आपली आज्ञा तंतोतंत पाळण्यात आली असून फेरारी या क्षणाला त्याच्या स्टुडिओत आहे.''

व्हिंकेंझोने घडल्या प्रसंगाचे संपूर्ण चित्र माझ्यापुढे रेखाटले. तो सांगत होता. ''फेरारी येथून निघाल्यावर त्याने घोडागाडी घेऊन थेट रोमानी व्हिला गाठले. मी गाडीमागे लटकून गेलो. गाडी रोमानी व्हिलावर पोहोचली, तसा तो धावत फाटकापाशी गेला. फाटकावरची बेल जोरजोरात सहा ते सात वेळा वाजवली. मिट्ट अंधारात कुणाचीच चाहूल नव्हती. मी त्याला दिसू नये या बेताने झाडाआड लपून उभा होतो. त्याने पुन्हा बेल वाजावण्याचा प्रयत्न केला. शेवटी गिॲकोमो हातात कंदील घेऊन बाहेर आला. तो फारच घाबरलेला दिसत होता. त्याचे सारे अंग भीतीने थरथर कापत होते. त्यामुळे त्याच्या हातातला दिवा वाकडा तिकडा हिंदकळत होता.''

''मला कौंटेसांना भेटायचे आहे!'' फेरारी बोलला.

'कौंटेसा? कौंटेसा नाहीत! त्या गेल्या.' गिॲकोमो.

एखाद्या गव्हाच्या पोत्यासारखे त्याला गदागदा हलवून तो बोलू लागला. ''सांग, खोटरड्या सांग, कुठे आहे ती. सांग, नाहीतर तुझी मुंडीच मुरगळून टाकतो.''

सरकार, त्या गरीब बापड्याला त्या रानवटाच्या हातातून सोडवावे असे फार वाटले, पण तुमची आज्ञा होती ना? ''सरकार, देवाची शपथ घेऊन सांगतो मी, कौंटेसा बंगल्यात नाहीत. त्या कॉन्व्हेंटमध्ये गेल्या आहेत. दोन दिवसांपूर्वीच गेल्या आहेत.''

सिनॉर फेरारीने त्याला जोरात ढकलून दिले. तो तडमडत बाजूला दगडी

पायवाटेवर पडला. त्याचा दिवा हातातून सुटून तोही बाजूला पडला. त्याच्या फुटलेल्या काचेचे तुकडे चारही बाजूला विखुरले गेले.

फेरारी पुन्हा गाडीत बसून निघाला आणि एका दारूच्या गुत्याजवळ आला. तो आत गेला आणि दोन माणसांना घेऊन बाहेर आला. फेरारी अजून शांत झाला नव्हता. त्या दोघांशी बाहेर येऊन काय बोलणे झाले ते मला काही ऐकू नाही आले, पण शेवटी त्याचे एवढे बोललेले ऐकू आले की, ते दोघे फेरारीसाठी प्रतिनिधी म्हणून उपस्थित राहण्यास तयार होते व फेरारीच्या सूचनेप्रमाणे ते आपल्या हॉटेलकडे यायला निघाले. मी आता वर येताना ते मार्क्विस यांच्याबरोबर बोलत असताना पाहिले.''

''छान! फेरारीचे पुढे काय झाले?'' मी.

''पुढे सांगण्यासारखे फारसे नाही. तेथून तो थेट आपल्या स्टुडिओत गेला. तो फार थकलेला दिसत होता. त्याला हॉलमध्ये नीट चालताही येत नव्हते. तो हवेत बुक्क्या उंचावून कुणाला ती दम दिल्यासारखा बरळत होता. मी जेव्हा त्याला सोडले तेव्हा त्याच्या खोलीतून रडण्याचा आवाज ऐकू आला.''

''संपले सारे?''

''होय सरकार. संपले सारे.''

त्याच्या सर्व वर्णनावरून काही काळजाला स्पर्शून जातील अशा गोष्टी असल्याने काही काळ मी सुन्न होऊन बसलो होतो. थोड्या वेळाने मी बोलू लागलो, ''व्हिंकेंझो, तू मोठे छान काम केले आहेस. तुझ्या लक्षात आले ना, फेरारीने माझा केवढा अपमान केला आहे? त्या अपमानाची निष्कृती एकाच मार्गाने होऊ शकते आणि त्याचीही व्यवस्था करण्यात आली आहे. बरे एक सांग, ती हत्यारे साफ करून ठेवली आहेस ना?''

कपाटातून ती चामड्याची बॅग काढत असताना तो मला म्हणाला,''सरकार, उद्या ख्रिसमस आहे.''

''मला ते पूर्ण ठाऊक आहे, पण तू पाहतो आहेस ना! उद्याचा प्रसंग माझ्यावर लादला गेला आहे. त्याला समोरे जाणे अनिवार्य आहे.''

''परमेश्वर आपले रक्षण करो!''

माझ्यासाठी केलेल्या प्रार्थनेबद्दल मी मान वाकवून आभार मानून झोपायच्या खोलीकडे वळलो. मला झोपायला पाहिजे होते, कारण सकाळी पाच वाजता उठणे आवश्यक होते. त्यामुळे मिळेल तेवढी झोप घेतली तरच मी 'त्या' प्रसंगी ताजातवाना राहीन, याची मला खात्री होती.

मी उद्याच्या प्रसंगाचा विचार करीत असता झोप कधी लागली ते कळलेच नाही. दारावर टकटक झाली अन् मला जाग आली. व्हिंकेंझोने आणलेल्या गरम गरम कॉफीने दिवसाला सुरुवात झाली. कॉफीचा घोट घेत घेत मी विचारले,

“किती वाजले? उशीर झाला का?”

“सरकार, पाच वाजायला अजून पंधरा मिनिटे बाकी आहेत. पण सरकार, हे काय? काल आपण पार्टीचे कपडे न काढताच झोपलात?”

“अरे, किमान थोडीशी तरी झोप आवश्यक होती. कपडे बदलता बसलो असतो तर आणखी उशीर झाला असता.” असे बोलून मी त्याला जायला सांगितले आणि निघण्याच्या तयारीला लागलो. तयारी करीत असताना थोड्या वेळाने घडणाऱ्या घटनेबाबत विचारचक्र चालू होते. त्या वेळी उपस्थित राहणाऱ्यांपैकी डी अॅव्हाँकूर्ट किंवा कॅप्टन फ्रेक्शिया यांच्याशी फॅबिओ रोमानी म्हणून जेव्हा मी वावरत होतो, तेव्हा माझी काही ओळखपाळख नव्हती. तसेच फेरारीचे दोन साथीदार किंवा सर्जन जे उपस्थित राहणार आहेत त्याचा आणि माझा परिचय असायचे कारण नव्हते. माझ्या चष्म्याच्या साहाय्याने माझ्या व्यक्तिमत्त्वात खूपच फरक पडला आणि त्यामुळे फेरारीसकट मला कुणी ओळखू शकले नाही. अर्थात, चष्म्याच्या साथीला वाढलेली दाढी आणि डोक्यावरचे पांढरे केस हेही कारणीभूत होते. ‘नेमबाजीच्या वेळी चष्म्याची अडचण होते म्हणून चष्मा काढला तर माझे खरे रूप कुणाच्या लक्षात येणे शक्य आहे का,’ हा विचार माझ्या डोक्यात चालू होता. चष्मा काढल्याने फेरारीने ओळखल्यास काय फरक पडेल, याबाबत जेवढा विचार करू लागलो तेवढी माझी अनिश्चितता जास्त वाढू लागली अन् तेव्हाच्या परिस्थितीनुसारच निर्णय घ्यावा, असे ठरविले.

माझ्या डोक्यात हे विचारचक्र चालू असता व्हिंकेंझो माझा घालावयाचा कोट घेऊन आला, तसेच मार्क्विस बाहेर वाट पाहत असून, घोडागाडीही उभी आहे, हेही त्याने सांगितले.

“सरकार, मी आपल्याबरोबर यावे का?” व्हिंकेंझोने आपली इच्छा प्रकट केली.

“मार्क्विस यांची हरकत नसल्यास तू येऊ शकतोस. पण मला एक आश्वासन दे. तेथे जे होईल ते मुकाट्याने पाहायचे. गडबड घोटाळा करून अडथळा आणायचा नाही.”

त्याने तसे आश्वासन दिल्यावर त्याला माझ्याबरोबर यायची परवानगी दिली व तो पिस्तुलांची चामड्याची बॅग घेऊन निघाला. मी भेटल्यावर माझ्याशी हस्तांदोलन करता करता डी. अॅव्हाँकूर्ट यांनी विचारलेच,

“काय याच्यावर विश्वास ठेवावा का?”

“अगदी बिनधोक.” मी उद्‌गारलो.

आम्ही गाडीत बसता बसता फ्रेक्शिया म्हणाले,

“कौंट, तुम्ही बिलकुल ठीक मनःस्थितीत दिसताय. फेरारी मला तसा दिसला नाही. आतून चांगलाच ढासळलेला वाटला.”

गाडी सुरू होणार त्याच बेताला हॉटेलचा मालक गाडीजवळ आला आणि म्हणाला, ''हे सारे सरकार, कॉफीपुरतेच आहे ना?''

''सरकार, आपण परत याल तेव्हा कॉफी तयार असेल.'' असे म्हणून तो हसला आणि आम्हीही हसून साथ दिली व गाडी पुढे जाऊ दिली.

''त्याला हे द्वंद्व खरंखुरं वाटत नसावं,'' मी.

''तोच नाही, तर अनेकांना तसेच वाटते. ज्यांनी अशी बनावटी द्वंद्वे पाहिली आहेत त्यांना खरीखुरी द्वंद्वे कशी असतात हे माहीत नसते. त्यामुळे तुमचा मित्र म्हणतो तसेच बहुतेक वेळा घडते. म्हणजे काय होते, तलवारबाजीत दोघांनी उगाच थोडासा ओरखडा काढून थोडे रक्त सांडायचे आणि दोघांनी समजायचे आपण आपला आत्मसन्मान राखला. मग दोघांनी कॉफी पिऊन हातमिळवणी करायची. डी. अॅव्हॉंकूर्ट यांना असल्या गोष्टीचा इतिहास पूर्ण माहीत आहे.'' फ्रेक्शिया म्हणाले.

''असली द्वंद्वे म्हणजे नुसता पोरकटपणा.'' तोंडातील सिगारेट काढून मार्क्विस उद्‌गारले. ते पुढे बोलू लागले,''माझ्या बाबतीत मी ठरविले आहे- स्वतःला असे मूर्ख बनवू द्यायचे नाही कौंट. हल्ली असल्या द्वंद्वात तलवारीलाच प्राधान्य असते. भ्याडांची अशी समजूत आहे की, तलवारीने ठार मारणे एवढे सोपे नसते. त्याकरिता माझ्यापुरते मी ठरवले आहे की, जो माणूस माझा अपमान करेल त्याने जिवंतच राहता कामा नये. मग त्यासाठी द्वंद्वयुद्ध क्रीडाकौशल्याचा मी अभ्यास केला आणि तुम्हाला सांगतो, तलवारीने समोरच्याला अगदी सहज सफाईने त्याला कमीत कमी त्रास होईल या पद्धतीने मी मारू शकतो.''

''डी. हमाल तुमचे शिष्य ना या क्षेत्रातील.''

''दुर्दैवाने हो म्हणावे लागते. त्यांच्या हालचालीत सफाई नाही. तो प्रतिस्पर्ध्याला ठार मारू शकतो. पण ते काय मारणे झाले! एखाद्या खाटकाने पशू मारावा तसे. समोरचा माणूस एका घावात ठार झाला पाहिजे. दुसऱ्या घावाची गरज पडता कामा नये. मला वाटते, फेरारीबरोबरचे जे दोन प्रतिनिधी आहेत, ते त्याच लायकीचे द्वंद्वयुद्धी आहेत.''

फेरारीच्या माणसांचा उल्लेख झाल्याबरोबर माझ्या तंद्रीतून मी खाडदिशी जागा झालो.

''कोण, कसली माणसे आहेत ती?''

''कुणी कपितानो शिबॅट्टी म्हणून एक आहे आणि दुसरा कॅव्हिलिए दुरासी. झकास दारूडे आणि दारू पिऊन शिवीगाळ करणारी मवाली माणसे आहेत ती.'' मार्क्विस यांनी माहिती पुरविली.

आमची गाडी शांतपणे चालली होती. आमची संभाषणे बंद झाली होती. गाडी आता व्हिला रोमानीला वळसा घालून एका मोकळ्या जागी आली. त्या मोकळ्या

जागेच्या जरा पलीकडे एकदम खोल दरी आहे. त्यामुळे तेथे वर्दळ अजिबात नव्हती. आमची गाडी थांबल्याबरोबर ड्रायव्हरशेजारी बसलेल्या व्हिंकेंझोने एकदम खाली उडी मारून गाडीचे दार उघडून आम्हाला खाली उतरायला मदत केली. गाडी नंतर एका झाडाखाली लावण्यात आली.

आम्ही येण्यापूर्वी फक्त सर्जन तेवढेच आले होते. ते एक जर्मन गृहस्थ असून एक हसतमुख व्यक्तिमत्त्व असल्याचे जाणवत होते. आमच्या एकमेकांच्या ओळखीची औपचारिकता संपल्यावर माझ्याकडे वळून म्हणाले,

"कौंट, माझ्या तुम्हाला शुभेच्छा. रात्री पुरेशी झोप घेऊन आलात ना? कारण झोप चांगली झाली की शरीरातील रक्तप्रवाह नियमित होतो. मला असे वाटते, माझी तुम्हाला जरुरी वाटणार नाही."

मला कसलीशी अनामिक हुरहुर जाणवू लागली. मी काय करायला निघालोय मला समजेना. एके काळचा जीवश्चकंठश्च मित्र! आज मी त्याचा जीव घ्यायला निघालोय! का तो मला मारेल? माझी मनोदेवता एक टक्क्यानेही सांगत नव्हती की आज तुझ्या प्रतिस्पर्ध्याच्या विजय होईल, एवढा मी निवांत होतो. पण हे सारे कुणामुळे? त्या निळ्या डोळ्यांच्या सर्पिणीमुळे! तिचा नवरा आणि तिचा प्रियकर आज एकमेकांचा जीव घ्यायला उभे ठाकले आहेत अन् त्याच वेळी ती छान गुलाबी थंडीत गादीवर पहुडली असेल.

याच वेळी दुरून कुठूनतरी सहाची घंटा ऐकू आली, त्याचबरोबर दुरून फेरारी आपल्या दोन साथीदारांसह येताना दिसला. त्याने गरम कोट घातला होता. डोळ्यांवरती हॅट ओढून घेतली होती. त्याने माझ्या बाजूला तोंड वळवले नसल्याने त्याच्या तोंडावरचा आविर्भाव मला समजू शकला नाही. तो तेथल्या झाडाला टेकून उभा राहिला होता. त्याच्या साथीदारातील एक माणूस मार्क्विस यांच्याजवळ आला.

"वीस पावलांचे अंतर! ठीक?" मार्क्विस.

आणि मग ते दोघे अंतर मोजू लागले. ते अंतर मोजत असता मी त्या सर्वांकडे पाठ वळवून उभा राहिलो. डोळ्यांवरचा चष्मा काढून खिशात ठेवला. डोक्यावरची हॅट डोळ्यावरती ओढून घेतली. कारण हे होते की, चष्मा काढल्यामुळे माझ्या व्यक्तिमत्त्वात होणारा बदल पटकन कुणाच्या लक्षात येऊ नये.

सूर्य अजून उगवला नव्हता. पण उषेची गुलाबी प्रभा पूर्वाकाशात पसरली होती. पिस्तुलात गोळ्या भरण्यात येत होत्या. मार्क्विस यांच्या हालचालीत नेहमीच्या सरावाची लय जाणवत होती. "आपण दोघा प्रतिद्वंद्वींना त्यांच्या स्थानावर उभे करू या." असे म्हणत मला माझ्या जागेकडे घेऊन जाण्यासाठी माझ्याजवळ आले. आता मी माझ्या अंगातला कोट व हॅटही बाजूस ठेवून दिली. मला पाहून म्हणाले,

"कौंट, चष्मा काढल्यामुळे तुम्ही तुमच्या वयापेक्षा खूपच तरुण दिसता."

फेरारीने आपला कोट व हॅट बाजूला फेकली व त्याच्या स्थानावर तो उभा राहिला. त्याने त्याचे पिस्तूल जोशात घेऊन ते तपासून बघू लागला. आम्ही दोघांनी कपड्याच्या आतून चिलखतासारखे काही घातले तर नाही हे विरोधी द्वंद्वीच्या प्रतिनिधीकडून बघितले गेले. मी हातात पिस्तूल घेऊन माझ्या जागी उभा राहिलो. फेरारी अजून पिस्तूल तपासणीत गुंतला होता.

''काय तुम्ही तयार आहात द्वंद्वाला?'' डी. ॲव्हाँकूर्ट यांनी आवाज दिला.

''तयार.'' आम्ही दोघांनी प्रतिसाद दिला.

फेरारीने आता कुठे माझ्याकडे व्यवस्थित पाहिले आणि सरकन् त्याच्या चेहऱ्यावर जो बदल झाला तो मी कधीच विसरणे शक्य नाही. त्याच्या डोळ्यांतून त्याला वेडाची लहर आलेली जाणवले. ओठाची हालचाल नकळत चालली होती.

''एक.'' मार्क्विस बोलले.

आम्ही आमच्या हत्यारातून नेम धरू लागलो.

''दोन.''

फेरारीचा घाबरलेला चेहरा दिसत होता. घामाने त्याचा चेहरा डबडबून गेला होता. त्याच्या या वागणुकीवर मी एक विकट हास्य दिले. त्याचा हात थरथर कापतो आहे हे सहज दिसून येत होते.

फेरारीचा घाबरलेला चेहरा दिसत होता. घामाने त्याचा चेहरा डबडबून गेला होता. त्याच्या या वागणुकीवर मी एक विकट हास्य दिले. त्याचा हात थरथर कापतो आहे हे सहज दिसून येत होते.

''तीन.'' म्हणून दोघांमधला पांढरा रुमाल फडकावला गेला.

आम्ही दोघांनी एकमेकांवर गोळ्या झाडल्या. त्याची गोळी माझ्या कानाजवळून गेली. मी समोर पाहतो तो फेरारी हातात पिस्तूल घेऊन उभा. पाहता पाहता त्याच्या हातातील पिस्तूल गळून पडले आणि पाठोपाठ एक मोठी किंकाळी फोडून तो जमिनीवर उपडा पडला. सर्जन धावत त्याच्याजवळ गेले. त्यांनी त्याला उताणा केला. त्याचे कपडे समोरून पूर्ण रक्ताने भिजून गेले होते. डोळे उघडे होते. सर्जनने हातांनी डोळे झाकले. त्यांनी त्याची तपासणी केली आणि म्हणाले,

''नेम वर्मी बसला आहे. गोळी हृदयाच्या अगदी जवळून फुप्फुसाच्या आरपार गेली आहे. दहा मिनिटांत मृत्यू संभवतो.''

''सुंदर नेम मारलात.'' द्वंद्वातील दीर्घ अनुभवी डी. ॲव्हाँकूर्ट व्यावसायिक द्वंद्वयोद्ध्यासारखे बोलते झाले. द्वंद्व कुठल्याही बाजूने का होईना, पण निकाली लागले, यातच त्यांना रस होता.

फेरारीच्या ओठातून चीड आणि द्वेषाचा उसासा आला. डोळे उघडून तो आमच्याकडे बघू लागला. त्याला काहीतरी बोलायचे होते. काहीतरी सांगायचे होते

जाणवले. डॉक्टरांनी त्याच्या बंद दातातून ब्रॅण्डी ओतली. त्यामुळे त्याच्यात बोलण्याची शक्ती आली.

"मला बोलायचे आहे." असे म्हणून माझ्याकडे डोळ्याने निर्देश केला. मी खाली वाकलो. "एकट्याशी." असे पुन्हा तो म्हणाला. साऱ्यांनाच जरा विचित्र वाटले. तरीसुद्धा सर्व आवाजाच्या टप्प्याच्या दूर गेले. मी खाली बसलो आणि त्याचे डोके मांडीवर घेतले. दरदरून आलेला घाम माझ्या रुमालाने पुसला.

"देवाची शपथ घेऊन सांग, तू कोण आहेस?" तो पुटपुटला.

"तू मला ओळखतोस फेरारी. मी तुझा मित्र फॅबिओ रोमानी. तोच मी ज्याच्या बायकोशी तुझे लफडे आहे. नीट बघ माझ्याकडे म्हणजे तुला पटेल."

"फॅबिओ? फॅबिओ? पण तो तर मेला. मीच त्याला शवपेटिकेत टाकले." फेरारी.

"होय. मला जिवंतपणी पेटीत बंदिस्त केले व तसेच शवागारात ठेवले होते. मी त्यातून सुटलो. घरी आलो तो तू माझा उद्ध्वस्त केलेला संसार पाहायला."

त्याला वेदना सहन होत नव्हत्या. त्याला आकडी आली. तोंडातून रक्ताची गुळणी पडली तरी तो म्हणत होता, "सांग सांग, मला सर्व काही सांग. तिला तू कोण हे माहीत आहे?"

"नाही, अजून नाही. लग्न केल्यावर सांगणार आहे."

"बाप रे! परमेश्वरा, मला माफ कर, फॅबिओ तू करशील का माफ?" त्याला पुन्हा आकडी आली. तोंडातून रक्त वाहू लागले. माझ्याकडे विषण्णपणे पाहत त्याने माझा हात आपल्या हातात घेतला व घट्ट दाबून धरला. मला जाणवत होते. आपले हरवलेले काही पुन्हा सापडल्यावर जशी हातात ती गोष्ट घट्ट धरून ठेवतात, ती भावना मला त्याच्या स्पर्शातून जाणवत होती.

"झाले-गेले संपले. आपल्या दोघांना तिने खेळवले. जाऊ द्या. परमेश्वर तुला माफ करो. मी माफ केलेच आहे."

त्याने एक जोरदार आचकी दिली अन् सारेच संपले.

शेजारच्या झाडांच्या फांदीतून खाली उतरलेली सूर्याची पहिली किरणे त्याच्या त्या मृत चेहऱ्यावर पसरली होती. त्याच्या हातात मी त्याला 'तेव्हा' दिलेली अंगठी होती. ती मी काढून घेतली. ती मला पुढल्या गोष्टीसाठी लागणार होती. इतर जण जवळ येत असल्याचे जाणवले. मी त्याच्या गार पडत चाललेल्या हाताचा मुका घेतला व त्याला खाली ठेवून उठलो.

कॅप्टन फ्रेक्शिया माझ्याजवळ येऊन म्हणाले,

"गेला बहुधा."

मी फक्त वाकून संमती दर्शविली. मला बोलवेना.

"त्याने तुमची काय माफी मागितली?" मी पुन्हा वाकून संमती दर्शविली. फेरारी शांतपणे झोपला आहे असेच जाणवत होते.

मार्क्विस माझ्याजवळ आले आणि माझा हात हातात घेऊन म्हणाले,

"कौंट, तुम्ही आता आपल्या हॉटेलवर जा आणि मद्याचा लहानसा पेग घ्या. तुम्हाला त्याची फार जरुरी आहे. साऱ्या गोष्टीचा तुमच्या मनावर फार ताण आलेला आहे. त्या सर्व गोष्टी तुमच्यावर लादल्या गेल्या आणि आत्मसन्मानासाठी जीवन–मृत्यूच्या सीमारेषेवर उभे राहून आल्याने हा ताण तसा सहजासहजी जाणे शक्य नाही आणि दुसरे, कौंट असे करा, पंधरा-वीस दिवसांसाठी नेपल्स सोडून अन्यत्र कुठे जावे. तोपर्यंत प्रकरण तसे लोकांच्या नजरेआड जाईल. येथील साऱ्या गोष्टी माझ्यावर सोपवा. त्या कशा हाताळायच्या त्या मी चांगल्या जाणतो."

मी पुन्हा वाकून आभार मानले. मला बोलवत नव्हते. हे त्यांनी जाणले. माझे दोन्ही हात हातात घेऊन "परमेश्वर तुमचे रक्षण करो." असे म्हणून मला निरोप दिला. पुन्हा एकदा फेरारीकडे पाहिले आणि मी निघालो.

एकोणीस

मला नेण्यात आलेल्या बग्गीतून नंतर मी शहरापर्यंत आलो. तेथे बग्गी सोडून व्हिंकेंझोला ती हॉटेलवर घेऊन जाण्यास सांगून तेथून माझी बग्गी आणण्यास सांगितले. तसेच माझ्या पुढच्या प्रवासासाठी कपड्याची व इतर सामानाची बॅग तयार करून आणण्यास सांगितले. मी रोमानी व्हिलाकडे पायी जाण्यास निघालो.

"सरकार, मी जर आपल्याबरोबर आल्यास?"त्याने विचारले.

"नको! मी कुठल्या मानसिक अवस्थेतून जात आहे हे तू जाणतो आहेस. मी अशा ठिकणी जाऊ इच्छितो जेथे माझा मी एकटा असेन. त्यातून तुला ठाऊक आहे ना, इथला कार्निव्हल चालू होत आहे. तुला मी मागेच सांगितले होते की, माझ्याकडच्या उपस्थितीचा विचार न करता कार्निव्हलची मजा लूट. आत तर मी पण तेथे नाही." मी.

"सरकार, डोळ्यांदेखत आता जो मृत्यू मी पाहिला त्यामुळे कार्निव्हलच्या मौज-मस्तीत भाग घेण्यास रसच उरला नाही आणि आपली मनःस्थिती पाहता आपणास एकटे सोडणे मला योग्य वाटत नाही." तो.

"बरे, जशी तुझी मर्जी! पण तू माझ्याबरोबर येण्याचा जो अट्टाहास करतो आहेस तो एक मूर्खपणाच आहे. असू दे. जशी तुझी मर्जी. पण एक लक्षात ठेव. काही झाले तरी आज आपल्याला निघालेच पाहिजे. चल निघ आता. आणखी एक, हॉटेलमध्ये काय घडले याचा तपशीलवार खुलासा देत बसू नकोस. आपली गाडी रोमन व्हिलावर घेऊन ये." मी.

तो हॉटेलच्या रस्त्याला लागला अन् मी रोमानी व्हिलावर पाहोचलो. फाटकापाशी उभा राहून मी ती वास्तू पाहत होतो. एक शापित वास्तू वाटत होती ती आता. मी मुख्य फाटकाच्या उजव्या बाजूने बंगल्याच्या मागच्या बाजूस गेलो. शवागारातून उठून माझ्या बंगल्यावर मी जेव्हा त्या रात्री आलो असता प्रियकराबरोबर तिचे जे प्रेमाचे चाळे चालले होते, ते मी जेथून पाहिले तेथे आता उभा राहून तो सारा प्रसंग लड जशी उलगडावी तसा तो डोळ्यांसमोर उलगडला गेला. मी किती वेळ उभा होतो माहीत नाही. पण घोड्यांच्या टापांच्या आवाजाने मी तंद्रीतून जागा झालो.

गाडीजवळ जाऊन कोचमनला कॉन्व्हेंटला जायचे सांगून गाडीत बसलो.

साधारणपणे दोन तासांचा तो रस्ता होता. रस्त्यावर फारशी वर्दळ नव्हती. कॉन्व्हेंटची बिल्डिंग मोठ्या थोरल्या मोकळ्या जागेवर पसरलेली होती. भोवताली उंच भिंतीचे कंपाऊंड असून त्या भिंतीवरती लोखंडी खिळे ठोकलेले होते. कॉन्व्हेंटमधले चर्च मधोमध उंच उभारलेले दिसत होते.

कोचमनने गाडी फाटकापाशी उभी केली. मी उतरलो व फाटकावरील बेल वाजवली. बेलचा आवाज ऐकून एक म्हातारी कुरूप नन फाटक उघडून बाहेर आली. मी माझे कार्ड तिच्याजवळ देऊन म्हटले, "मला कौंटेस रोमानींना भेटायचे आहे. अर्थात सिनिअर मॅडमनी परवानगी दिल्यास."

माझ्या काळ्या चष्म्याकडे कुतुहलाने पाहून तिने माझे कार्ड घेऊन दरवाजा बंद करून ती निघून गेली. मी बाहेरून आत खेळणाऱ्या मुली पाहत होतो. वाटले, केवढ्या निरागस असतात या बाला आणि त्या निरागस मनावर कसकसली पुटे चढवून वावरतात पुढच्या आयुष्यात!

थोड्या वेळात ती नन आली. तिने मला आत घेतले. मी डोक्यावरची हॅट काढून हातात घेऊन तिच्याबरोबर चालू लागलो. ती त्या इमारतीत मला घेऊन गेली. प्रथम मी मोठ्या हॉलमध्ये पोहोचलो. त्या हॉलच्या भिंतीवर निरनिराळ्या तसबिरी होत्या. तसेच काही शिल्पेही होती. नंतर त्या हॉलला लागूनच असलेल्या खोलीत मला नेण्यात आले. तेथे एका खुर्चीवर मला आसनस्थ करीत ती मला म्हणाली, "मदर मार्गारिट आपल्याला भेटायला इतक्यात येतीलच." मी वाकून आभार मानले आणि ती अलगद निघून गेली. अलगद म्हणायचे कारण ती जमिनीवरून चालत नव्हती तर जणू सरकत होती.

काही क्षणात दरवाजा उघडला गेला अन् दरवाजात एक उंच मूर्ती उभी असलेली दिसली. अंगात फिकट निळ्या रंगाचा झगा होता. संथ गतीने ती व्यक्ती माझ्यासमोर उभी राहिली. माझ्या लक्षात आले, या त्याच मदर मेरी मार्गारिट असणार! मी उभे राहून कमरेत वाकून आदरभाव व्यक्त केला.

मला उद्देशून त्या म्हणाल्या,

"कौंट ऑलिव्ह ना आपण?" मी पुन्हा वाकून संमती दर्शविली. मी त्यांचे काळेभोर डोळे पाहत होतो. डोळ्यांत अशी एक तडफ दिसत होती. तसेच त्या काळ्याभोर जीवनामधील साऱ्या वासना जिंकलेल्या दिसत होत्या.

"आपल्याला नुकत्याच राहायला आलेल्या कौंटेस रोमानींना भेटायचे आहे ना?"

"जर येथल्या नीतिनियमांना बाधा येत नसेल तर!" मी.

त्यांच्या शुष्क ओठांवर लहानसे स्मित विखुरलेले दिसले. ओठांची जराही हालचाल न करता त्या म्हणाल्या, "काही हरकत नाही." त्या पुढे म्हणाल्या.

"कौंटेस नीनाने येथे आल्यावर आपणहून येथील सर्व नियमांचा, रीतीरिवाजांचा स्वीकार केला आहे. तथापि, आज आनंदाचा दिवस असल्याने नियम ढिले केले आहेत. आता लवकरच प्रार्थनेची वेळ होईल. आपली इच्छा असल्यास आपण सामील होऊ शकता. प्रार्थना झाल्यावर आपण आला असल्याची सूचना दिली जाईल."

मला त्यांचे प्रार्थनेचे आमंत्रण स्वीकारण्यावाचून गत्यंतर नव्हते. परंतु खरे पाहता माझी त्या क्षणाला प्रार्थना करण्याची आजिबात मनःस्थिती नव्हती. मी कल्पनाही करू शकत नव्हतो, यांना जर समजले की मी कोठून आलो तर त्यांना काय वाटेल. पण मी काही बोलू शकलो नाही. मुकाट्याने त्यांच्याबरोबर जाण्यशिवाय गत्यंतर नव्हते.

जाता जाता काही तरी बोलायचे म्हणून बोललो,

"कौंटेस ठीक आहेत ना?"

"येथे आल्यावर जी धार्मिक कृत्ये करावी लागतात ती करताना कुठलीही तक्रार करत नाहीत, त्या अर्थी ठीकच म्हणायचे."

आम्ही तो हॉल ओलांडून बाहेर पडत होतो.

"मला वाटते, पूर्वी येथे असताना ती आपली विशेष आवडती विद्यार्थिनी होती. असा माझा अंदाज आहे."

मेरी मार्गरिटचा तो निर्विकार चेहरा माझ्याकडे वळला. त्यावर माझ्या विधानाबाबत जसे आश्चर्य परावर्तित झालेले दिसले, तशीच नाराजीही पसरलेली दिसली.

"हे पाहा." त्या बोलू लागल्या. "आईला तिच्या मुलातील कुठलेही एखादे मूल जसे सर्वांत जास्त आवडते असे असू शकत नाही, तसे येथे शिकायला आलेल्या मुलींकडे माझे सारखेच लक्ष असते अन् सर्वांवर सारखीच माया असते."

मी थोडे हसून म्हटले,

"माफ करा. माझ्या या चौकसपणाचा आपणास राग येणे शक्य आहे. तथापि, लवकरच आमच्या दोघांचे संबंध पती-पत्नीत रूपांतरित होणार आहेत. त्यामुळे अर्थातच ती आपल्या देखरेखीखाली वाढली असल्याने तिच्या स्वभाव-चारित्र्याबद्दल मी चौकशी केल्यास ती गैर ठरवायचे काहीच कारण नाही."

त्यांची धार्मिक शोधक नजर पुन्हा माझ्यावरून फिरली. त्या जरा दुःखद स्वरात बोलू लागल्या ,"मला पूर्ण ज्ञान आहे, तुमच्या होणाऱ्या संबंधाचे. नीना रोमानी या कॉन्व्हेंटबाहेरच्या जगातली मुलगी आहेत. त्या जगातल्या फारच थोड्या मुली येशूच्या सेवेसाठी आपले आयुष्य वेचतात. त्या जगातल्या नियमाप्रमाणे विवाह ही जीवनातील एक नैसर्गिक गोष्ट आहे. त्यामुळे नीनाचा जेव्हा कौंट रोमानींबरोबर विवाह झाला तेव्हा येथील आम्हा सर्वांना खूप आनंद झाला. वाटले, तिचे आयुष्य

एका सभ्य आणि सुसंस्कृत माणसाच्या हाती सोपवले गेले आहे. पण काय करणार! ईश्वर मृतात्म्याला शांती देवो! परंतु नंतर ती दुसऱ्या लग्नाचा विचार करेल हे मी समजू शकले नाही. स्पष्टच सांगायचे झाल्यास, माझ्यापुरतेच मी त्याला संमती देऊ शकत नाही. मला जे वाटते ते मी स्पष्टपणे बोलते.''

''आपण आपले मत निर्भीडपणे मांडल्याबद्दल मी आपला फार आभारी आहे. पण कौंटेस रोमानींचा पुनर्विवाह दोन गोष्टींमुळे अनिवार्य ठरतो, हे आपणही मान्य कराल. एक म्हणजे त्या अतिशय एकट्या आहेत. त्यांचे म्हणायला असे त्यांना कुणी नाही. दुसरे म्हणजे त्या फार तरुण आणि सुंदर आहेत. अशा स्त्रियांना जीवनात आधाराची फार गरज असते.''

बाईंनी पुन्हा माझ्याकडे पाहिले. बाईंच्या नजरेत एक करारीपणाची जाणीव दिसत होती. शिवाय त्याला दुःखाचीही झालर होती, हे लक्षात येत होते. त्या बोलू लागल्या, ''तुम्ही जे म्हणता ते सौंदर्य बाईला शाप ठरू शकते. काय सांगू अगदी घातक शापही ठरू शकते. लहानपणी हे सौंदर्य तिला छांदिष्ट बनवते. पुढे तिला त्याची सवय होते. तरुणपणी तिचा छांदिष्टपणा तिला घातक वळणावर आणून ठेवतो. त्या वेळी विवाह त्याला बांध घालू शकेलच हे सांगता येत नाही. असो. स्पष्टच बोलल्याबद्दल मला माफ करा. तुमच्या विवाहाला माझ्या शुभेच्छा!''

आम्ही बोलता बोलता चॅपेलच्या दाराशी पोहोचलो. ऑर्गनचे सूर ऐकू आले. तोंडातून शब्दही न काढता मेरी मार्गारिटनी खुणेने शेवटच्या बाकावर बसायची सूचना देऊन त्या पुढे गेल्या. मला दाखविलेल्या जागेवर मी स्थानापन्न होऊन पुढे पाहू लागलो. वातावरणात ताज्या फुलांचा मंदसा वास दरवळत होता. निळ्या पेहरावातील नन्स पुढे गुडघे टेकून प्रार्थनेत मग्न झालेल्या दिसत होत्या. त्यांच्या मागे काळ्या पेहेरावातील तरुणाई दिसत होती, ज्यांची मस्तके पांढऱ्याशुभ्र मलमलीच्या बुरख्यात गुंडाळलेली होती. त्यांच्या मागे एक स्त्री सुतकाच्या काळ्या पेहरावात असून तिचा बुरखाही काळ्या रंगाचा होता. पातळ कपड्यातील तो असल्याने त्यातून अस्पष्टपणे आतला चेहरा दिसत होता, त्यावरून अंदाज करता येत होता. ती तीच होती. त्या चेहऱ्यावर केवढा प्रार्थनेचा निरागस भाव पसरला होता. मी मनातल्या मनात प्रक्षुब्ध झालो होतो.

प्रार्थना चालू झाली होती. ऑर्गनच्या सुरांनी संपूर्ण चर्च भारून गेले होते. त्या घोळक्यापैकी काही नन्स ऑर्गनवर प्रार्थना म्हणत होत्या... 'तो सर्वांची पापे स्वीकारतो...'

नाही नाही! जगातल्या काही लोकांची अशी काही पापे असतात, जी आपण मोठ्या मनाने किरकोळ पापे समजतो पण काही जणांसाठी मात्र ती भयानक पापे असतात. आमचा समाज असा काही विचित्र आहे की, आपल्या खिशातले पाच

फ्रँक्सचे नाणे चोरले तर त्याला अंधार कोठडीची शिक्षा देतो आणि... आणि त्या स्त्री वेषातल्या चोराला जिने आपले सारे सर्वस्व लुटले, आपली सामाजिक इज्जत आपल्या कृतीने धुळीस मिळवली, त्या चोरीला आपण काही शिक्षा करू शकत नाही. उलट तो स्त्री वेषातील चोर उजळ माथ्याने समाजात वावरू शकतो. ही अशी व्यक्ती आता प्रार्थनेला उभी असली तरी तिचे अंतःकरण पापाने बरबटलेले असेल तर मी खात्रीने सांगू शकतो, अगदी मरणशय्येवर तिचे धर्मगुरू जवळ येऊन त्यांनी पापांची कबुली मागितली तरी सत्य तिच्या तोंडातून निघणार नाही.

आणि आम्ही पुरुष ज्याचे वर्णन इंग्रजी भाषेत 'स्ट्राँगर सेक्स' असे केले आहे तरी प्रसंगी ते दुबळे ठरतात. जेव्हा एखादी स्त्री आपली करुणा भाकते तेव्हा सर्व काही माहिती असून आपण गप्प असतो. त्याच्याही पलीकडे पुरुष तिला अपमानित करण्याऐवजी तिच्याकडून स्वतःच अपमानित होऊन बसतो.

पण शपथ घेऊन सांगतो, हे दिवस बदलायचा क्षण जवळ आला आहे. जेव्हा स्त्री आपल्या कृतीतून पुरुषांच्या इज्जतीचा आणि त्याच्या सहनशक्तीचा सर्वनाश करायला ठेपते, तेव्हा पुरुष आता असल्या दुष्कृत्याबद्दल तिला माफ करणार नाही. परिस्थितीत आता बदल होणार. जरी सावकाश असली तरी आता कुणी रोखू शकणार नाही. स्त्री जातीबद्दल पुरुषांच्या हृदयात असलेले प्रेम, सहानुभूती, कणव या साऱ्यांचा त्यांच्या हृदयात एक कणही शिल्लक राहणार नाही आणि त्याला कारण ही स्त्रीच. स्त्रीनेच ही परिस्थिती ओढवून घेतली आहे. आम्ही त्यांना आता भेटणार. त्या स्त्री-पुरुषांच्या समानतेच्या नीचतम स्तरावर! आणि त्या क्षणी आम्ही निर्दयतेने स्त्रीला तिची जागा दाखवून देऊ. त्या जागेवर तीच आपल्या स्वतःच्या कर्माने गेलेली आहे.

मी असाच माझ्या विचारात गुरफटला गेलो असताना प्रार्थना केव्हा संपली मला कळलेच नाही. या विचारातून एका स्त्रीस्पर्शाने मला जागे केले. मेरी मार्गारेटनी माझ्या खांद्याला स्पर्श करून म्हटले,

"माझ्या मागोमाग या."

मी उठलो अन् यंत्रवत त्यांच्या मागोमाग गेलो. चॅपलच्या दाराशी पाहोचलो तेव्हा त्या म्हणाल्या,

"माफ करा. प्रार्थना संपताच तातडीने तुम्हास बाहेर आणावे लागले. पण त्याला माझा नाइलाज होता. आमच्या येथे अशी पद्धत आहे की, बाहेरच्या पुरुषाच्या दृष्टीस येथील नन्स व विद्यार्थिनी पडता कामा नयेत."

"एवढ्या विद्यार्थिनींची जबाबदारी म्हणजे परीक्षाच जणू."

"खरं आहे आपण म्हणताय ते. मुलींच्या बाबतीत स्त्रीचे उत्तरकाळातील व्यक्तिमत्त्व हे बऱ्याचशा प्रमाणात तिच्या बालपणात तिच्यावर रुजविलेल्या संस्कारांवर

अवलंबून असते. हे संस्कार रुजवायाचे जिवापाड प्रयत्न आम्ही करतो. पण दुर्दैवाने दुर्गुणांचा कली कुठून येतो आणि आमचे सर्व प्रयत्न उद्ध्वस्त करतो. काही वेळा ज्या मुली आम्हाला आदर्शवत वाटतात त्यांच्याकडून आम्ही तोंडघशी पडतो. जग या सगळ्या चांगल्य-वाइटाने भरलेले आहे.''

बोलता बोलता आम्ही एका खोलीत शिरलो.

''हे आमचे वाचनालय, कौंटेस आपल्याला येथेच भेटेल.'' हे त्या बोलत असता त्यांची नजर माझ्यावर स्थिर झाली. ''आपणास कसला त्रास होतोय? थोडे मद्य घेतल्यास बरे वाटेल. पाठवू का?''

मला समजेना. माझी मनःस्थिती ओळखून माझ्यासाठी काहीतरी करण्याची त्यांची भावना पाहून मी फारच भारावून गेलो. संकोचून 'मी ठीक आहे.' असे सांगून त्यांच्या प्रस्तावाला साभार नकार दिला. माझी गोंधळलेली अवस्था पाहून त्या पुढे म्हणाल्या, ''महाशय, तुमच्या आणि नीनाच्या विवाहाबाबत मी केलेल्या विधानामुळे तुम्ही दुखावलेले दिसता. मी माझे विचार बोलून दाखवायला थोडा उतावळेपणाच केला. माफ करा.''

''बाईसाहेब तसे अजिबात नाही. उगाच मनाला लावून घेऊ नका. मला आवडेल असे खोटे बोलून मला आयुष्यात एवढे फसविण्यात आले आहे की, त्यापेक्षा थोडे वाईट वाटले तरी स्पष्टपणे आपल्याला जे वाटते ते बोलून दाखवणे केव्हाही चांगलेच. शिवाय आपण चूक का बरोबर हे सांगण्याइतपत माझी पात्रता नाही.''

माझ्या बोलण्याने त्यांचे समाधान झाले की नाही हे समजले नाही. ''नीनाला भेटायला तुम्ही अतिशय उत्सुक आहात हे मी जणू शकते. नीना येथेच तुम्हाला भेटेल म्हणजे तुमच्या गप्पांत तुम्हाला व्यत्यय येणार नाही.''एवढे बोलून त्या औपचारिकरीत्या थोडेसे वाकून निघून गेल्या.

डोक्यात विचार आले. काय ती एक निश्चित सज्जन व्यक्ती असणार? मी तिच्या मला अनभिज्ञ भूतकाळाबद्दल विचार करू लागलो. काय असेल तो भूतकाळ जो तिने प्रार्थनेच्या ढिगाऱ्याखाली दडपून ठेवला आहे? काय या कॉन्व्हेंटच्या भिंतीच्या आत कोंडून ठेवण्यापूर्वी त्या हृदयात कोंडून ठेवलेल्या भावनांवर छातीवरच्या क्रॉसच्या रूपात सील ठोकण्यापूर्वी तिने असेच कुणा पुरुषाला आपल्या जाळ्यात ओढून खोटारडेपणाने त्याचा विश्वासघात केला असेल काय? माझे मन मला सांगू लागले, नाही तशी ती असणार नाही. तिचे डोळे बघ किती निर्मळ आणि निर्व्याज दिसतात!पण काय सांगावे, प्रार्थना करताना नीनादेखील अशीच निर्मळ आणि निरागस नाही वाटत!

आणि थोड्याच वेळात कपड्याची सळसळ ऐकू आली आणि पाठोपाठ ती आली.

ती आली ती आपल्या सर्पिणीच्या चालीने. तिच्या त्या लालचुटूक ओठांवर नेहमीचेच ते मादक स्मित विलसत होते.

"तुम्ही आलात अन् तेही ख्रिसमसच्या दिवशी सकाळी सकाळी!" असे म्हणत ती बाहू पसरून पुढे आली. अपेक्षा ही होती की, तिला लगोलग मी बाहूत घ्यावे. मी तसा प्रतिसाद देऊ शकलो नाही. तिच्या लक्षात आले, काहीतरी गंभीर आहे. घाबरलेल्या स्वरात ती विचारली झाली, "काय झाले? काही चमत्कारिक तर नाही ना?"

मी वर बघितले. ती चांगलीच घाबरलेली दिसत होती. मी तिला बसायला खुर्ची देऊन म्हटले, "मी एक वाईट बातमी घेऊन आलो आहे." माझे वाक्य ऐकून ती चांगलीच चरकली होती. ती थरथर कापू लागली. ती घाबरून गेली होती, ते वेगळ्याच एका कल्पनेने आणि ते मी ओळखत होतो. तिला धास्ती वाटत असणार, तिच्या फसवाफसवीच्या साऱ्या कुलंगड्या मला समजल्या की काय! मी पण त्या परिस्थितीत तिला थोडा काळ राहू दिले.

थोड्या वेळात तीच बोलू लागली. "वाईट बातमी? कसली वाईट बातमी? फेरारीला काही झाले काय? तो तुम्हाला भेटला का काय? कधी?" तिने एकावर एक प्रश्नांची सरबत्ती सुरू केली.

"मी त्याला भेटलो अन् आत्ताच त्याला सोडून आलो आणि त्याने तुला हे दिले आहे." असे म्हणून फेरारीच्या हातातून काढून घेतलेली हिऱ्यांची अंगठी तिला मी दाखवली.

मघाशी घाबरून पांढरीफटक पडलेली ती, अंगठी पाहून भलतीच गारठून गेली. तिची खात्री पटली होती की, मला सारे ठाऊक झाले. तिने थरथरत्या हाताने ती अंगठी घेऊन मला विचारले,

"ही तुमच्याकडे कशी आली? माझ्या मृत नवऱ्याचा तो दोस्त म्हणून त्याची आठवण म्हणून त्याला मी दिली होती. ती त्याने तुम्हाला का दिली?"

मी काहीच उत्तर दिले नाही. थंड उभा राहिलो.

"काय झाले? असे दूर उभे राहून अंत नका पाहू. जवळ या! माझे चुंबन घ्या आणि मला सारे सांगा."

चुंबन घेऊ मी तिचे? आताच तिच्या मृत प्रियकराच्या हाताचे चुंबन घेऊन आल्यावर या चुंबनाचा मला आनंद कसा मिळेल? मी थंडच दूर उभा राहिलो.

"त्याचे असे झाले..."सारा इतिहास सांगण्याच्या इराद्याने मी बोलू लागलो, "तुझ्या मानलेल्या भावाने तुझा म्हणजे माझाच सर्वांदेखत अपमान केला. मी तुला आश्वासन दिले होते की, तुझ्याविषयी त्याने वैषयिक वासना ठेवलेली मला समजले तर मी त्याला सोडणार नाही. आज सारे प्रकरण संपवूनच आलो.

ती बावचळली.

"म्हणजे... म्हणजे तुम्ही..." ती.

"होय. आता तो या जगात नाही." मी.

"म्हणजे तो मेला!" ती विमनस्क परिस्थितीत पुटपुटली. "तुम्ही त्याला ठार मारलेत!"

"होय. मी त्याला ठार मारूनच इकडे आलोय! मोकळ्या मैदानावरच्या आमच्यातल्या द्वंद्वयुद्धात माझ्याकडून तो मारला गेला. काल रात्री तुझ्यावरून त्याने माझा घोर अपमान केला. माझ्याजवळ दुसरा पर्यायच उरला नाही."

तिच्या गालावर रक्तिमा पुन्हा पसरू लागला. तिला ज्या गोष्टीची भीती वाटत होती तसे काही नसल्याचे वाटल्याने ती निर्धास्त झाली असावी.

"तुमचा अपमान अन् तो कसा?"

मी सर्व इतिहास थोडक्यात सांगितला. ती सारे अतिशय काळजीपूर्वक ऐकत होती.

"माझा काही उल्लेख त्याने केला? मरण्यापूर्वी तो काही बोलला?"

"नाही. तसे काही बोलला नाही. पण असे समजते की, द्वंद्वापूर्वी तो तुला मारायला तुझ्या घरी येऊन गेला. नशीब... तू तेथे नव्हतीस म्हणून वाचलीस."

पुन्हा तिने सुटकेचा दीर्घ निःश्वास सोडला. पुन्हा त्या लालचुटूक ओठांवर ते 'निर्मळ' हास्य विलसले. त्या हास्यातून खोल कुठेतरी दुःखाची लहानशी कळही उठलेली दिसून आली नाही. म्हणून मी विचारले,

"तुला दुःख नाही झाले?"

"नाही. अजिबात नाही. माझा नवरा जिवंत असेपर्यंत त्याचा फेरारीवर चांगला वचक होता. पण फॅबिओ गेल्यापासून त्याला मोकळे मैदान मिळाल्यासारखे वाटू लागले."

मी नाटकीपणाने म्हटले,

"म्हणजे माझे चुकलेच. मला वाटले, तुला या बातमीने मोठा धक्का बसेल म्हणून मी जरा बुचकळ्यात पडलो. ही बातमी तुझ्यापर्यंत पोहोचवावी कशी! कारण काही झाले तरी तुझे त्याचे एवढ्या वर्षांचे संबंध होते ना!"

झटकन खुर्चीवरून उठून येत माझ्या गळ्यात दोन्ही हात टाकून माझे गोडवे ती गाऊ लागली.

"मला बातमी सांगायला तुमच्या मनाची एवढी उलघाल होत होती काय? पण खरे सांगू, आता मला तुम्ही जास्तच आवडू लागलात. तुम्ही खरोखर शूर आहात. माझ्याबाबत तुमचा अपमान करणाऱ्याला तुम्ही कंठस्नान घातलेत! किती कौतुक करावे तुमचे! शब्द नाहीत माझ्यापाशी. दुसरे म्हणजे, तुम्ही मला किती निरनिराळ्या

तऱ्हेचे मौल्यवान जडजवाहीर दिलेत. त्याच्या मोबदल्यात मी तुम्हाला काहीच देऊ शकले नाही. आज तुमच्या शौर्याचे आणि माझ्या प्रेमाचे प्रतीक म्हणून माझ्या नवऱ्याची ही अंगठी मी तुम्हाला भेट देत आहे. माझ्यासाठी तुम्ही ही तुमच्या बोटात घालाल?'' असे म्हणून माझा हात हातात घेऊन ती अंगठी तिने माझ्या बोटात सरकवलीही.

''तुझ्या प्रेमाचे प्रतीक म्हणून मी ती स्वीकारतो. खरे पाहता त्या आठवणीसोबत त्या फेरारीच्या मृत्यूची- त्या आठवणीची गडद...'' मी.

''मला सारे समजतेय.'' माझ्या तोंडावर हात ठेवून माझी बोलती बंद करत ती म्हणाली, ''द्वंद्वयुद्धे ही तशी फारच नित्याचीच असतात.''

''नित्याचीच हे तुझे म्हणणे खरे आहे. पण कुठपर्यंत? जोपर्यंत ती मृत्यू पर्यवसानी होत नाही तिथपर्यंतच. आजचे द्वंद्व तसे नव्हते. आज त्यातल्या एकाचा- फेरारीचा खून झाला आहे आणि तो माझ्या हातून. कालपासून ज्या घटना पाठोपाठ घडल्या आणि ज्याचे पर्यवसान फेरारीच्या मृत्यूमध्ये घडले, त्या साऱ्या गोष्टींचा माझ्या मनावर फार खोलवर परिणाम झाला आहे. त्याचा भार हलका करण्यासाठी मला नेपल्स सोडून कुठेतरी दूर जाणे अनिवार्य आहे.'' मी.

''कुठे जायचा इरादा आहे? कधी?'' ती.

''ॲव्हेलिनोला आणि तेही आजच.'' मी.

''ॲव्होलिनो? मला ते शहर माहिती आहे. आमचे लग्न झाल्यावर फॅबिओने मला तेथे नेले होते.'' ती.

''काय तू तेथे खूश होतीस?''

''खूश? खूपच. लग्न झाल्यावर लगेचच आम्ही गेलो होतो ना! त्यामुळेच सारेच मला स्वप्नवत होते ना! खूप मजा आली. त्याला आणखी एक कारण होते. मी या इथल्या कॉन्व्हेन्टच्या भिकार, धार्मिक वातावरणातून प्रथमच बाहेर पडले होते ना!''

''मला वाटते, इथल्या नन्स तुझ्या त्या वेळच्या मैत्रिणी. तेव्हा तुला त्यांच्याविषयी विशेष प्रेम, कौतुक असेल.''

''त्यांच्यापैकी काही मला आवडतात. पण काहींचा मला फार राग येतो. तुमचे जिने स्वागत केले ती मेरी मार्गारेट मला अजिबात आवडत नाही!''

''का? त्याला काही कारण?''

''तिच्या लालचुटूक ओठांवर कुत्सित स्मित पसरलेले दिसते. ती फार शांत असून आतल्या गाठीची आहे. इथल्या काही मुलींना ती फारच आवडते. पण त्यांच्या आवडण्याला तसेच काही कारण आहे.'' असे म्हणून ती खळखळून हसली.

''खरेच तसे काही असेल?'' मी भाबडेपणाने प्रश्न केला.

"खरेच म्हणजे काय तसे खरेच आहे. माझ्या वेड्या सीझर, मुली येथे एकमेकांमध्ये प्रियकर-प्रेयसीचे खेळ खेळतात."

मला फार वाईट वाटले ते सारे ऐकून. धर्माच्या नावाखाली या लैंगिक भुकेचे हे विष जगापासून तोडून एवढ्या लहान वयातील मुलींच्या जीवनात घुसविले जाते.

"आणि येथल्या नन्स?"

"माझ्या राजा, सारे अवतीभोवती तेच चाललेले असल्यावर त्या कशा सोवळ्यात राहतील?" ती.

"मग तू नाही त्या प्रेमाचा कधी अनुभव घेतलास?" मी.

ती एकदम गंभीर झाली आणि म्हणू लागली,

"तुम्ही काय मला त्यातली समजता? असल्या खोटारडेपणाला मी पहिल्यापासूनच स्वतःला दूर ठेवले आहे."

मी तिला माझ्या मिठीतून मोकळे करीत म्हटले,

"तुझे हे विचार खरेच उमदे आहेत. माझे तुझ्यावर प्रेम आहे ते तुझ्या या प्रमाणिकपणामुळेच. तुझे खरोखरच कौतुक केले पाहिजे. मलाही खोटारडेपणाचा फार तिरस्कार वाटतो."

"मला समजत नाही लोक असे का वागतात? त्यांच्या हे लक्षात कसे येत नाही की, अंधारात केलेले पाप कधीतरी उजेडात येणारच." ती उद्गारली.

मला तिच्या सराईत खोटारडेपणाचा प्रचंड राग आला होता. वाटले, आताच सगळे बोलून भांडे फोडावे; परंतु माझा प्रवास फार मोठा दूरचा होता. त्या दूरच्या पल्ल्यापर्यंत मला तिला घेऊन जायचे होते. विषय बदलत मी विचारले,

"आता इथे राहण्याचे काहीच कारण नाही. नेपल्सला जाण्याचा कधी विचार करतेस?"

"मी येथे आठवडाभर राहण्याच्या इराद्याने आले होते. तसे मी येथे सांगितलेही होते; पण आताच मला तुम्ही सांगितलेत की, फेरारी मेलाय म्हणून. मग मला शहरात गेलेच पाहिजे."

"अस्सं! असं काय अडकलंय?" मी.

माझ्याकडे थोडेसे हसून बघत म्हणाली,

"फेरारीच्या कागदपत्रांची पुढच्या कायदेशीर बाबींची पूर्तता करण्यासाठी आता मला नेपल्सला शक्य तितक्या लवकर जाणे अनिवार्य आहे. रोमला जाण्यापूर्वी त्याने काही कागद माझ्या ताब्यात दिले होते."

मला काही नीट उमजेना.

"त्यात असे काय आहे?" मी विचारले.

"त्या कागदपत्रांनुसार त्याच्या मरणोत्तर सर्व मालमत्तेची मी मालकीण होतेय."

मूर्ख फेरारी! या सर्पिणीवर त्याने केवढा विश्वास टाकला होता. हिच्या प्रेमाखातर त्याने सारे सारे तिला अर्पण केले. त्याच्या लक्षात यायला हवे होते की, तिच्या मेलेल्या नवऱ्याशी प्रामाणिक नव्हती तरी त्याने तिला सारे काही दिले आणि ही निर्घृण हृदयाची स्त्री- त्याच्याकडून सारे मिळूनही त्याच्या मृत्यूने क्षणभरही तिला दुःख होऊ नये! मी आतल्या आत रागाने उकळत होतो. पुन्हा तिच्याविषयीच्या साऱ्या भावना दडपून टाकत तिच्यासारख्या नाटकी आविर्भावात घवघवीत लाभाबद्दल तिचे अभिनंदन करून तिला विचारले,

"मला बघायला मिळतील का ती कागदपत्रे?"

"निश्चितच! का नाही? मी तुम्हाला ते आताही दाखवू शकते." असे म्हणून आपल्या हातातल्या पर्समधून चामड्याची एक लहानशी पिशवी काढून माझ्या हातात एक सीलबंद लखोटा देत तिने म्हटले, "त्याचे सील फोडायला हरकत नाही. त्यातली कागदपत्रे मला वाचायला देऊनच नंतर त्याने ते सील केले आहे."

माझ्या मनाविरुद्ध मी ते सील फोडले. त्या इच्छापत्राच्या कागदपत्राची अगदी पूर्णपणे त्याच्या सही शिक्क्यानिशी साक्षीदाराच्या सहीसकट सर्व कायदेशीर बाबींची पूर्तता केलेली दिसली. त्यानुसार त्याने आपली सर्व मालमत्ता व भविष्यात मिळू शकणारी सर्व मालमत्ता मरणोत्तर नीना कौंटेस रोमानी, राहणार- रोमानी व्हिला, नेपल्स हिच्या नावे करून दिली होती.

"याचा अर्थ तो तुझ्यावर प्रेम करीत होता." मी.

"अर्थात!" ती थोड्याशा गर्वातच बोलत होती. "माझ्यावर खूप लोक प्रेम करतात. त्यात नवीन असे काही नाही. मला त्याची सवय झाली आहे. जाऊ द्या ते." मला दुसऱ्या विषयाकडे वळवत म्हणाली, "फेरारीला नुकतीच त्याच्या काकांकडून बरीच मोठी इस्टेट मिळाली आहे. या कागदपत्रांच्या आधारे त्या मिळकतीवरही माझाच कब्जा राहतो ना!"

मी मानेनेच होकार दिला. मला तिच्याशी बोलायचीही इच्छा राहिली नव्हती.

"छान! मलाही तेच वाटत होते." ती जणू स्वतःशीच बोलत होती. ती कसलासा विचार करता होती. "आणि त्याच्या अन्य पत्रांवर आणि कागदपत्रांवरही?" ती उद्‌गारली.

तिला काय म्हणायचे होते ते माझ्या लक्षात यायला वेळ लागला नाही. माझ्या नकळत त्याला जी मधाळ पत्रे लिहिली होती ती कुणाच्याही हाती जाऊ नये यासाठी ही खबरदारी होती. एक अतिशय बनावट चारित्र्याचा नमुना मी पाहत होतो. मनात आले, मी ज्या दिशेने जात आहे तेच योग्य आहे. कुठलीही कीव किंवा सहानुभूती दाखवण्याच्या लायकीची ती नाही, हे पुन्हा एकदा सिद्ध झाले. मला तिथे उभेदेखील राहण्याची इच्छा राहिली नाही.

मी घड्याळाकडे पाहिले आणि म्हटले,

"मला निघायला पाहिजे."

माझ्या शक्य तितक्या जवळ येत ती म्हणाली,

"तुम्ही जाणार? तुम्ही जाणे टाळू शकला असतात तर मला बरे वाटले असते! पण तुम्हाला जायला पाहिजे, हेही तितकेच खरे! जाणार तर माझ्या राजा, लवकर ये. तुझ्या गैरहजेरीत मी दिवस कसे काढू?"

"विरहात प्रेम वाढते असे म्हणतात." तिच्यासारखेच मी नाटकी बोलू लागलो, "माझ्यासाठी प्रार्थना कर. करशील ना?"

"निश्चितच! येथे त्याशिवाय उद्योगच नसतो कुणाला."

मी तिचा हात हातात धरून म्हटले,

"आणि फेरारीसाठीही. त्याचे तुझ्यावर प्रेम होते. जरी तुझे त्याच्यावर नव्हते तरी तुझ्यावरच्या प्रेमामुळे त्याने माझा अपमान केला व मला त्याला ठार करावे लागले. एवढ्या तडकाफडकी तो मेला. काय सांगावे, त्याचा आत्मा येथे घुटमळत असेल. एखाद वेळ तो तुला आणि मला आता पाहतही असेल."

तिने शहारल्यासारखे केले. मी पुन्हा आठवण करून दिली. "करशील ना त्याच्यासाठी प्रार्थना. तुझ्या मेलेल्या नवऱ्यासाठीही प्रार्थना कर. त्याचेही तुझ्यावर खूप प्रेम होते ना?"

"निश्चितच मी प्रार्थना करीन." ती.

तेवढ्याच मेरी मार्गरिट त्या खोलीत आल्या. त्या का आल्या मला समजले नाही. नीनाने त्या बाईंकडे एक कटाक्ष टाकून माझ्या गळ्यात हात टाकले व माझे एक दीर्घ चुंबन घेतले. हेतू हाच की, हे भाग्य तुमच्या नशिबी नाही असे जाणवून देऊन हिणवण्याचाच तो प्रकार होता.

त्या बिचाऱ्या खाली नजर करून उभ्या होत्या. तोंडाने बहुधा प्रार्थना पुटपुटत होत्या.

"माझ्या खोलीत मी जाते. ॲव्हेलिनोला गेल्यावर लाडक्या मला पत्र टाक."जाता जाता ती बोलून गेली.

नीनाच्या त्या पोरकट मूर्खपणामुळे मार्गरिट बाईंशी काय बोलावे मला समजेचना. मी बावचळून गेलो.

"मॅडम, मी आपली माफी मागतो." मी.

"काही गरज नाही सिनॉर." नाराजीच्या स्वरात त्या बोलल्या. "धर्माची टिंगल करणे ही बाहेरील जगातील तरुण मुलींची, स्त्रियांची एक फॅशनच झाली आहे. आम्हाला त्याची सवय झाली आहे. त्यांना कळत नाही, येशूपुढे केवढे पाप करतो. आम्ही येशूचरणी सेवा रुजू करतो म्हणजे मनुष्य प्राण्याच्या भावभावना, त्याच्या

वासना याबाबत आम्ही अनभिज्ञ असतो का? त्यांचा वारा आम्हाला छळू शकत नाही? आमच्या प्रार्थनांच्या ढिगाखालून आमच्या भूतकाळातली मढी उकरून काढल्यास देवदूतही आकाशातून आमची कीव करून आमच्यासाठी दोन अश्रू गाळील.'' बोलता बोलता त्या भानावर आल्या. त्यांच्या लक्षात आले. नको ते आपल्या तोंडातून निघून गेले. ताबडतोब चेहऱ्यावर नेहमीचाच करारीपणाचा आवेश आणत मला म्हणाल्या, ''कॉन्व्हेंटच्या नियमानुसार बाहेरच्या व्यक्तीला एक तासापेक्षा जास्त तेथे थांबता येत नाही, हे सांगायला मी आले होते. मी एका ननला पाठवून देते. ती तुम्हाला दारापर्यंत सोडून येईल.''

''ठीक आहे! तुम्ही म्हणता ते सत्य असेल पण माझ्या वाग्दत्त वधूबद्दल मला दोन शब्द सांगितलेच पाहिजेत. मी जाणार आणि बराच काळ तिला भेटू शकणार नाही. म्हणून आत्यंतिक प्रेमाच्या भावनेतून तो जरा नादानपणा तिच्याकडून घडला. तुम्हाला त्यातून राग येईल असे काही करावे ही तिची भूमिका अजिबात नव्हती. माझी तुम्हाला प्रार्थना आहे, तुम्ही तिला माफ करावे.''

त्यांनी माझ्याकडे तीक्ष्ण नजरेने पाहिले आणि म्हणाल्या, ''तुम्हाला काय वाटते तिने आता जे चाळे केले ते काय तुमच्यावरचे प्रेम होते? महोदय, तुमच्यावरच्या प्रेमाचे प्रदर्शन करून ती तुम्हाला फसवतेय.'' त्या बोलता बोलता थोडा वेळ थांबल्या व पुन्हा बोलू लगल्या. ''महोदय, तुम्ही एक सज्जन गृहस्थ आहात. नीनाला जीवनात सांभाळून घ्यायचे हे तुम्ही आपले कर्तव्य समजता. पण एक सांगून ठेवते, नीनाच्या चंचलतेचे कौतुक आजिबात करू नका. कारण तिची हीच चंचलता तिला विनाशाच्या उंबरठ्यावर नेऊन पोहोचवील. बरेय या आता.'' असे म्हणून छातीवर क्रॉसचे चिन्ह केले. मीही त्यांच्या आशीर्वादासाठी खाली झुकून निरोप घेतला. थोड्याच वेळात मला फाटकापर्यंत सोडायला एक म्हातारी लंगडी नर्स आली होती.

आम्ही त्या इमारतीतील पॅसेंजरमधून जात असताना बाजूच्या एका खोलीचा दरवाजा अर्धवट उघडला गेला आणि कोवळ्या वयातील दोन चेहरे त्यातून डोकावले. ते चकाकलेले चार डोळे बरेच काही सांगून गेले. माझ्या बरोबरची म्हातारी लंगडी होती; तरी आंधळी नव्हती. गुरकावून तिने दरवाजा बंद करायला लावला. दरवाजा बंद झाला तरी आतले खिदळणे थांबले नाही. आम्ही फाटकापर्यंत पोहोचेपर्यंत ते कानावर आदळत होते.

त्या म्हाताऱ्या ननचा निरोप घेऊन मी फाटकाबाहेर पडलो. मागून फाटक लावून घेतल्याचा आवाज आला. काही पावले मी पुढे गेलो. थोडा थबकलो. मागे वळून पाहिले. फाटकाच्या भिंतीवर चढलेला गुलाबाचा ताटवा, एकंदर आवतीभोवतीचा परिसर सारे पाहून वाटले, या फाटकाच्या आतले जीवन किती निर्मळ आणि निरागस

असायला पाहिजे. तथापि त्या जागी दिसते का! वासनेने बरबटलेल्या त्या बुभुक्षित नजरा, या मुलींची कडक शिस्तीत आणि एकलकोंडेपणात झालेली धार्मिक संस्कारातील निगराणी अन् दुसऱ्या बाजूला वासनिक उपासमार! यातून उद्याची स्त्री कशी निर्माण होणार! जे आपल्याला मिळाले नाही, ज्याच्यापासून आपण वंचित राहिलो ते सारेसारे जिला मिळाले आहे तिच्या प्रति त्या स्त्रीची भावना क्रूर आणि दृष्ट प्रवृत्तीची नाही राहणार तर दुसरी कशी असणार! उभे आयुष्य उपासतापास, प्रार्थना आणि अश्रू यांत होरपळून काढल्यावर, मोठे झाल्यावर या मुली काय आदर्श ठेवणार? खोटारडेपणा आणि बाहेरच्या जगाबद्दल राग आणि तिरस्कार याहून दुसऱ्या कशाची अपेक्षा करणार? सौंदर्य आणि छानछोकी याची आवड असणाऱ्या तरुण मुलींना धार्मिक क्रियाकर्म तिरस्करणीय वाटले तर त्यांचा काय दोष?

शिक्षणासाठी येथे आलेल्या या मुली इथल्या शिक्षणाची पाठशाला सोडून बाहेरच्या जीवनातील धकाधकीच्या आयुष्यात जेव्हा उतरतात, तेव्हा थोड्या-नव्हे फारच थोड्या स्त्रिया, जीवन व त्यातून मिळणाऱ्या प्रेमाचा प्रामाणिकपणे स्वीकार करतात. यांतील बहुतेकांना जीवन म्हणजे नट्टापट्टा करण्याचा सवंग बाजारच वाटतो. त्यांच्या प्रेमाचा आधार असतो- पैसा आणि दागदागिने.

आणि या अशा स्त्रियांसाठी आपण पुरुष काय करतो? अंगातील रस संपेपर्यंत काम करतो आणि त्यांची सर्व हौसमौज पुरवण्याचा प्रयत्न करतो अन् त्याच्या बदल्यात आपल्याला मिळते काय? सुख? क्वचितच; अप्रामाणिकपणा? नेहमीच; कुचेष्टा? खरंच कुचेष्टेवरच भागवून जरी जीवनात आपल्याला घराच्या एका कोपऱ्यात बसविले तरी खूप झाले. (अशा परिस्थितीत आमच्याबद्दल आमच्या बायका 'आम्ही आमच्या यांना अगदी सुखात ठेवतो' असेच समजतात.) अशी एकतरी स्त्री आहे का की, जी नवऱ्याच्या माघारी 'एक नालायक असामी' अशी संभावना करत नाही? काय म्हणताय बाईसाहेब, आपण त्यापैकी आहात? छान! छान! तुम्हाला माझा सलाम! आणि दुसरा सलाम चुकून घडलेल्या अपवादाला!

वीस

अॅव्हेलिनो तसे चोहो बाजूंनी डोंगराने वेढलेले लहानसे शहर. शांत, प्रसन्न, निसर्गरम्य. सुदैवाने ते कुठलेही प्रेक्षणीय शहर नसल्याने उपटसुंभ प्रवाशांनी विद्रूपीकरण करण्याचा प्रसंग अॅव्हेलिनोवर कधी आणला नाही. नाही म्हणायला वरती उंचावर एका बाजूला किल्ल्यासारखी तटबंदी असून, अकराव्या शतकातल्या शौर्याची गाथा सांगणारी ती वास्तू मूळच्या रहिवाशांच्या स्मृतीतून पार नामशेष झाली आहे. त्यामुळे एक झाले, कूक अॅण्ड गेस कंपनीच्या प्रवाशांची सहल त्या गावातून जरी जात असली, तरी तेथे मुक्काम होत नसल्याने गावाची मूळची निसर्गरम्यता जराही कमी झाली नाही.

उंचच उंच अॅपेनाईन्सच्या उतारावर वसलेल्या या शहराला एका बाजूने खोल घळीने वळसा घातला असून त्यामधून सॅबॅटो नदी वाहते. अॅव्हेलिनो तसे नेपल्सपासून तीस एक मैलांवर. या निसर्गरम्य शहराबाबतीत नेपल्सवासीय तसे उदासीनच.

नेपल्समधल्या त्या कृत्रिम झगमगाटी दुनियेपासून दूर राहण्याचा निर्णय घेतला असल्याने मी माझा मुक्काम अतिशय सामान्य घरामध्ये ठोकला. अर्थात, माझ्या उद्दिष्टापाशी पोहोचायला मला त्या तसल्या जीवनाची आवश्यकताही होती. मी जे घर भाड्याने घेतले होते ते तसे गावाबाहेर होते. फार काही त्याची वैशिष्ट्यपूर्ण बांधणी नव्हती. त्याची मालकीण जी होती ती तिच्यापरी एक नमुनाच होती. तिच्या सांगण्याप्रमाणे ती रोमवंशीय होती. तिच्या काळ्याभोर डोळ्यांतून प्रचंड आत्मविश्वास ओसंडून जात होता. तिची रेखीव चेहरेपट्टी, तिचा बलदंड बांधा आणि चालताना पडणाऱ्या तिच्या दमदार पावलांची लय यावरून ती सांगत असलेल्या तिच्या त्या रोमन कुळाबद्दल कुणालाही शंका यायचे काहीच कारण नव्हते.

ती तिचा इतिहास सांगू लागली. ''तिचा नवरा दगडाच्या खाणीत काम करत होता. एकदा एक मोठा थोरला धोंडा अंगावर पडून त्याखाली सापडून मेला. मेला कुठला! मारला त्याला एकाने, ज्याची तिच्यावर वाईट नजर होती त्याने. काही दिवसांनीच तो माझा हात मागायला आला. मी त्याला शिव्या देऊन म्हटले, 'हरामखोरा, तूच माझ्या नवऱ्याला मारले.' तोंडात अशी एक लगावली अन्

म्हटले, 'निघ इथून अन् तुझे काळे तोंड परत दाखवले तर याद राख.' तो परत कधी दिसला नाही. नंतर कळले तो मेला. माझी खात्री आहे. स्वर्गात त्याला जागा नक्कीच मिळणार नाही!'' तिच्या बोलण्याच्या आविर्भावावरून ती तो प्रसंग पुन्हा जगत होती असे जाणवत होते. बोलत असताना तिचे डोळे चकाचक होते, अंगात स्फुरण चढल्यासारखे जाणवत होते. बोलता बोलता तिने ज्या खोलीत मी बसलो होतो त्याची खिडकी आपल्या दणकट हाताने उघडून त्यातून दिसणारी आपली सफरचंदाची बाग मला दाखवली. लांबलचक आठ एकराचा हिरवा पट्टा फक्त म्हणजे फक्त सफरचंदाचीच झाडे होती.

''खरंच सुंदर आहे!'' मी उद्‌गारलो. ती पुढे सांगू लागली. ''अॅव्हेलिनो हे सफरंचदासाठी प्रसिद्ध आहे आणि सांगून ठेवते, परमेश्वराची कृपाच म्हणायला हवी. मोसमामध्ये जवळपासच्या शहरातील सफरचंदं जेव्हा बाजारात येतात तेव्हा माझ्या सफरचंदांच्या तोडीची कुणाचीच कधी उतरत नाहीत. ही बाग माझा चरितार्थ चालवायला पुरेशी आहे. त्याच्या जोडीला हे घर आहे. येतात इथे कुणी दोन-चार दिवसांच्या मुक्कामाला शहराच्या गजबजाटाला कंटाळून. त्यात केव्हा कवी असतात, केव्हा चित्रकारही असतात. तसे मी अलाण्या-फलाण्याला राहायला जागा कधीही देत नाही. घरात तरणीताठी मुलगी वावरत असताना तेवढे जागरूक राहायलाच हवे ना.''

'तुम्हाला काय मुलगीसुद्धा आहे?'' मी तिला विचारल्यावर तिच्या त्या लकाकणाऱ्या डोळ्यात एकदम एक म्लानता जाणवली. ''होय! माझी लैला. खरंच मी भाग्यवान आहे. फार छान पोर आहे ती. मला असं नेहमी वाटतं की, या बागेची त्यातल्या झाडांची ती जी काळजी घेते म्हणून सफरचंद रसरशीत असतात अन् चवीला तर एवढी गोड असतात की विचारू नका! तुम्हाला सांगते, बाजारात जेव्हा ती माल घेऊन जाते आणि ढिगाऱ्यामागे ती विकायला घेऊन बसते तेव्हा बाकीच्या विक्रेत्यांची छुट्टीच होऊन जाते.'' मी त्या आईच्या उत्साही स्वराने विदीर्ण झालो. कुठल्याही तऱ्हेच्या सौंदर्यावरचा माझा विश्वासच उडून गेला होता. मला त्या लैलाला पाहण्याची उत्सुकताही उरली नव्हती. माझ्या नजरेतील खिन्नता, सिनोरा मॉटी– माझ्या घरमालकीणीला दिसताच मी प्रवासाने शिणलोय हे जाणून मला एकट्याला सोडून त्या निघून गेल्या.

व्हिंकेंझो न बोलता एखाद्या गुलामासारखा माझ्या अवतीभोवती फिरत होता. हे करताना माझी काय गरज असेल हे जाणून ते तो पुढे करीत असे. पण कुठलाही कधी शब्द काढला नाही. कुठल्याही वायफळ प्रश्नानेदेखील माझ्या एकांतात व्यत्यय आणायचा प्रयत्न त्याने केला नाही. मी कधी-कधी उठून जंगलात एकटाच चालत जाई. तेव्हा पंचवीस-तीस पावले मागे राहून तो माझी पाठराखण करीत असे. अशा तऱ्हेने आम्ही तोंडातून शब्दही न काढता संपूर्ण तीन दिवस काढले.

एक दिवस दुपारी माझे जेवणाचे ताट उचलता उचलता जरा अडखळत तो पुटपुटला. "सरकार, तुम्ही लैलाला पाहिले नाही?" त्याच्या त्या उद्‌गाराने मी आश्चर्यचकित झालो. मी नकळत थोडे निरखून पाहिले. डोळ्यांत एक वेगळीच झाक दिसली. शिवाय आजपर्यंत माझ्या लक्षात आली नव्हती ती गोष्ट जाणवली. ती म्हणजे व्हिंकेंझोही तसा दिसायला सुंदर तरुण होता.

"कोण लैला मॉंटी? त्या घरमालकीणीची पोट्टी? नाही, मी पाहिली नाही अजून. पण मला सांग तू का विचारतोस?"

"सरकार, मला माफ करा. ती खरंच सुंदर आहे. आमच्याकडे अशी एक उक्ती आहे की, 'एका सुंदरीचा कटाक्ष तुमच्या दुःखी अंतःकरणाला विरघळून टाकील.'"

मी पटकन भडकून उठलो. "ते सारे सारे खोटे आहे. व्हिंकेंझो, तसे काही नाही. जगाचा इतिहास जर तू पाहिलास तर या सुंदर ललनांनी मोठमोठाली तख्ते उलथवून टाकली आहेत. तर त्यांच्या कटाक्षांनी मोठमोठ्या ऋषीमुनींच्या घोर तपश्चर्या क्षणात मातीमोल केल्या आहेत. त्यांचे काही कौतुक सांगू नकोस."

त्याच्या नकळत तोंडातून निघून गेले. "सरकार, तुमचे खरेही असू शकेल; पण दवबिंदूंनी न्हालेले सकाळी दिसणारे गुलाबाचे फूल, पौर्णिमेचा लखलखता चंद्र किंवा समुद्राच्या किनाऱ्यावर आदळणाऱ्या लाटांबरोबर निर्मळ होणारे फेसाचे बुडबुडे जसे मनाला केव्हाही आनंदच देतात, तसेच लैलाला पाहून आनंदच होतो."

मी सरकन खुर्ची वळवून त्याच्याकडे बघितले. त्याच्या नजरेतून त्याची चोरी उघडकीस आली होती. "काय रे, तुला झालेय काय? प्रेमाबिमात पडलास की काय? अवघे तीन-साडेतीन दिवस झाले नाही तोच लैलाच्या स्मिताने तुझा मुडदा पाडला, काय हे!" मला मध्येच थांबवत तो म्हणाला,

"सरकारांची काहीतरी चूक होत आहे. ती अतिशय निर्व्याज पोरगी आहे, घरट्यातल्या पक्षिणीच्या पिलासारखी. तशी ती नाजूक आणि भाबडीही आहे. सरकार, प्रेम हा शब्दही तिला घाबरून सोडील अन् असले शब्द उद्‌गारायची माझी हिंमतही होणार नाही."

मी विचार केला, माझे एक प्रेम धुळीला मिळाले असेल पण ज्यांना आपल्याला जणू अमृतकुंभच लाभला आहे असे वाटत असेल, त्यांच्या उत्साहावर पाणी कशाला ओतू? व्हिंकेंझो एके काळचा पेशाने सैनिक, आता एक हरकाम्या. अशा माणसाच्या मनात जर कवी वावरू लागला असेल, हृदयात मदनाने थैमान घालायला सुरुवात केली असेल, तर त्याला माझ्या कडवट अनुभवांचे चटके देऊन शुद्धीवर आणायचे काय कारण!

"व्हिंकेंझो, नेपल्समधील कार्निव्हल तू सोडून आल्यावर लैला मॉंटीच्या नेत्रकटाक्षाने आणि तिच्या मधाळ स्मिताने तुझी बऱ्याच प्रमाणात नुकसानभरपाई

झालेली दिसते. इथपर्यंत ठीक आहे; पण माझ्यासारख्याला सौंदर्याची परी पाहण्याचा आग्रह करावास याचे मला आश्चर्य वाटते. मला असे वाटते, ती लज्जत चाखावयाचे वय सरले असल्याने तू उलट माझ्याबद्दल हळहळ व्यक्त करायला हवी.'' माझे बोलणे ऐकून तो अवाक् झालेला दिसल्याचे त्याच्या चेहऱ्यावरून जाणवले. शेवटी त्याने बोलण्याचा निश्चय केला.

''सरकार, माफ करा मला! मी जे पाहू नये ते पाहिले.''

''काय पाहिलेस?''

''तुमचे वय सरले असे जे तुम्ही म्हणता ते खरे नाही. तुम्ही अजून चांगले तरुण आहात.''

''ती तुझी कल्पना. तू कशावरून म्हणतोस हे?'' तो जरा घाबरलेला दिसला. मी भडकून उठतो का काय याचा तो अंदाज घेत होता.

''सरकार, मी तुम्हाला चष्म्याशिवाय पाहिले आहे. तुम्ही जेव्हा सिनॉर फेरारी बरोबर द्वंद्वयुद्धाला उभे राहिलात तेव्हा तुम्ही चष्मा काढला होतात. तुमचे डोळे मोठे सुंदर आहेत. ते तरुण माणसाचे डोळे होते, जरी डोक्यावर पांढरेशुभ्र केस आहेत!''

मी ऐकले ते. स्वतःशीच जरा हसलो आणि डोळ्यांवरचा चष्मा बाजूला करून मी त्याला म्हटले,

''तू पाहिलेसच आहेत एकदा माझे डोळे चष्म्याशिवाय, तर पाहा आता निवांत.'' पुढे मी स्वतःशीच बोलल्यासारखा बोलू लागलो. ''खरे सांगायचे तुला तर, मी माझा काळा चष्मा माझ्या विशिष्ट उद्दिष्टासाठी घालत आहे. अर्थात, ॲव्हेलिनोमध्ये हा चष्मा घालायचे काहीच कारण नाही. तुला म्हणून हे सारे सांगितले. हे रहस्य तुला राखावयाचे आहे, हे तू लक्षात ठेव.'' त्याच्या चेहऱ्यावर दिलगिरीचा नव्हे, तर एका गुन्हेगाराचा भाव होता. मी उठलो आणि त्याच्या खांद्यावर हात ठेवून म्हटले, ''माफ कर मला. तू खूप प्रामाणिक आहेस. प्रामाणिकपणा आणि कर्तव्य याचा अर्थ तू चांगला जाणतोस. दुसरे म्हणजे, तू म्हणतोस, मी अजून तरुण आहे, तर व्हिंकेंझो तू चुकतो आहेस. हे बळकट शरीर, हे धारदार डोळे या साऱ्या बाह्य गोष्टी आहेत; पण अंतर्यामी मी पूर्ण थकून गेलो आहे रे! वाढलेल्या वयानुसार स्वभावात जसा कडवटपणा येतो, तसा तो जीवनाच्या पूर्वायुष्यातच मिळालेल्या कडवट अनुभवामुळे माझ्यात आला आहे. शेवटचे दिवस जवळ येत चालले आहेत असे जाणवले; तरी तुझ्या प्रेमपात्राचे सौंदर्य मी जाणू शकणार नाही. तुझी लैला मला भेटल्यावर अतिशय मोकळेपणाने तुला मी सांगेन मला ती कशी वाटली ते!''

व्हिंकेंझो उठला. माझा हात हातात घेऊन त्याचे चुंबन घेऊन सटकन बाहेर गेला. माझ्या लक्षात आले, तो का गेला ते. माझ्या शब्दाने त्याच्या डोळ्यात जे

अश्रू आले होते ते माझ्यापासून लपविण्याचा तो प्रयत्न होता. त्याला माझ्याविषयी जे प्रेम वाटत होते त्यामुळे माझ्याभोवती कसले तरी गूढ पसरले आहे याची त्याला जेव्हा जाणीव झाली, तेव्हापासून त्याची माझ्याबाबतची आत्मीयता जास्तच वाढली होती. पण एक बरे झाले, त्यामुळे इथल्या मुक्कामात मी माझा काळा चष्मा कधीही चढवला नाही.

मी टेकडीवर फिरायला जात असता परत येताना डोंगराच्या कुशीत बांधलेले ते चर्च नेहमी दिसायचे. त्या दिवशी का कोण जाणे, आत जायची इच्छा झाली. चर्चच्या उंबरठ्याशीच दोन मिनिटे थांबलो. तेथल्या साधेपणाने, आतल्या नीरव शांततेने माझे मन बहरून आले होते. मी चवड्यावर अलगद चालत एक चित्र टांगले होते, ते बघायला तेथे गेलो. हातामध्ये सुगंधी फुलांची टोपली घेतलेली एक मुलगी हलक्या पावलाने माझ्या जवळून गेली. तिच्या त्या शांत आणि नजाकतीच्या चालीने माझे मन तिने ओढून घेतले. तिचा चेहरा अजून मला दिसला नव्हता. तो पाहण्याची मला उत्सुकता निर्माण झाली. ती तशीच पुढे गेली आणि पवित्र कुमारिकेच्या चौथऱ्याजवळ गुडघे टेकून बसली.

तिचा पेहराव तसा साधाच, शेतकरी कुटुंबातल्यासारखा होता. वरती लांडा कुडता होता. डोक्यावर असलेल्या रुमालाची गळ्यापाशी गाठ मारली होती. त्यात तिने आपल्या तांबूस रंगाच्या केसांची वेणी घालून बांधून ठेवले होते. मला तिचा चेहरा पाहायची फार उत्सुकता निर्माण झाली. मी पटकन चर्चच्या दरवाजापाशी येऊन थांबलो. हेतू हा की, परत जाताना ती दिसेल. झालेही तसेच. ती परत जाण्यासाठी आली ती आपल्या अलगद चालीनेच आणि मला तिचा चेहरा संपूर्णपणे नजरेस पडला आणि तिची नजरही माझ्यावर पडली. काय त्या नजरेत जादू होती न कळे, पण नजरानजर झाल्याबरोबर माझी मान आदराने झटदिशी तिच्यासमोर झुकली. ती सुंदर होती? निश्चितच नाही; पण पोरगी कमालीची गोड होती. तो गोडवा जो होता तसा क्वचितच कुठे दिसू शकेल. त्या गोडव्याबरोबरच त्यात एक खानदानी दिमाख होता. मी वाकून अभिवादन केल्यावर तिच्या गालावर एकदम रक्तिमा चढला. तिने तेवढ्याच सौजन्यपूर्णतेने माझ्या अभिवादनाला वाकून प्रतिसाद दिला. ती बाहेर पडली पण पुढे जाण्यापूर्वी थोडी थांबली आणि जरा मागे वळून मर्यादेनेच बोलू लागली. "सरकार, आणखीन जरा पुढे डोंगरावर गेल्यास डोंगराईचा नजारा पाहायला मिळेल."

तिच्या चेहरेपट्टीशी तिच्या आईचे खूपच साम्य होते. मी पटकन ओळखले, ती कोण आहे ती.

"म्हणजे तू लैला मॉंटी." ती थोडीशी लाजून बोलली, "सिनॉर, होय मी लैलाच." मी पुन्हा माझी शोधक नजर तिच्यावरून फिरवली. व्हिंकेंझोचे म्हणणे

पूर्ण रास्त होते. पोरगी सुंदरच होती; पण, त्या शहरातल्या नटव्या सौंदर्यवतीसारखी ती निश्चितच नव्हती. ते एक गोड, शांत, ताजे टवटवीत सौंदर्य होते. जे अशा शांत, निसर्गरम्य वातावरणातच बहरू शकते. त्या सौंदर्यात मादकतेची मस्ती नव्हती; जणू मांगल्याची ज्योत होती. माझ्यासमोर ताठ आणि आत्मविश्वासपूर्ण एक शेतकऱ्याची मुलगी उभी होती. त्यात सौजन्याचा पुरेपूर आविष्कार होता. माझ्या डोळ्याला डोळा भिडवतानाच तिच्या लक्षात आले, माझी शोधक नजर काय शोधतेय ते आणि लगेच तिच्या हेही लक्षात आले की, सहसा कुठेही न जाणवणारी गोष्ट त्या नजरेने हेरली होती. माझ्या नजरेने जे हेरले होते त्याचा अंदाज आल्याने तिची चलबिचल झाली आहे. तेवढ्याच नजाकतीत ती पुढे चालू लागली.

"काय तू घरी चाललीस ना?" मी.

"होय सिनॉर. माझी आई सरकारांचे जेवण तयार करण्यासाठी माझी वाट पाहत आहे." मी तिच्याबरोबर पुढे चालत जात म्हटले, "काय सफरचंदाचा मोसम संपला तरी शेतात काम करावे लागते?" ती गोड हसली. हसली कसली, तिने सतारीची तारच जणू छेडली. "ओह! मला काम करायला फार आवडते. काम केल्याने तुमची मनोवृत्ती स्थिर राहते. ज्यांच्या हातांना काही काम नसते ना ते इतके विचित्र वागतात. माझी आई म्हणते, कामाशिवाय माणसाने कधीही राहू नये. ती आणखी म्हणते, चांगली बाई कामाने कधीही थकत नाही. दुष्ट माणसे जी असतात ती आळशी असतात. अरेच्चा! पाहा काम करण्याच्या बोलण्यावरून लक्षात आले की, घरी जाऊन मला सरकारांसाठी कॉफी करायची आहे."

"काय माझी कॉफी तूच करतेस?" मी विचारले. "व्हिंकेंझो तुला मदत नाही करत?"

"व्हिंकेंझो! ते फार चांगले गृहस्थ आहेत." हे ती म्हणत असताना तिच्या गालावर गुलाब फुललेले जाणवले. "मी त्यांच्यासाठीही कॉफी बनवते. त्यांना माझ्या हाताची कॉफी फार आवडते. ते म्हणतात, मी कॉफी फार छान बनवते. पण काय सरकारांना व्हिंकेझोच्याच हातची कॉफी लागते काय?"

मी हसलो. माझ्या लक्षात आले की, आपल्या किरकोळ कामातही ती केवढी गुंतलेली असते.

"नाही. लैला, तसे नाही. तू माझे कुठलेही काम करायला तयार असतेस हे पाहून मी खूश झालो. पण मला हे मात्र चालणार नाही. रोजचीच व्हिंकेझोचीच कॉफी बनवून त्याला तू बिघडवून ठेवशील."

माझ्या बोलण्याचे तिला आश्चर्य वाटले. तिच्या मते, व्हिकेंझो एक चांगला तरुण आहे आणि कुणालाही आपल्या हातचे छान छान खायला घालावे ही जशी शुद्ध भूमिका एखाद्या स्त्रीची असते तशीच व्हिकेंझोची कॉफी करण्यामागे तिची

मनोवृत्ती होती. म्हणून तिला माझ्या म्हणण्याचा अर्थ उमगला नाही. तिने मान हलवून विषय सोडून दिला आणि एक गोड स्मित देऊन ती त्या उतारावरून घराकडे धावत सुटली.

मी माझे फिरणे चालू ठेवले. मनात मी थोडासा उदास झालो होतो. मला जीवनतले सारे हरवल्यासारखे वाटत होते. असा तो ताजा, टवटवीत, निरागस चेहरा मला माझ्या आयुष्यात भेटला असता, तर आजचे वैराण आयुष्य जगायला लागले नसते. तरीपण हेही खरे आहे, आम्ही पुरुष ज्यांना समाजात काही स्थान आहे असे, कधीच शेतकरी, खेडूत मुलींचा लग्नाकरिता विचार करू शकत नाही. आम्ही अपेक्षा करतो ते सुशिक्षित आणि समाजात काही स्थान आहे अशा बापांच्या मुलींचाच आणि निर्व्याज, निर्मळ खेडूत अशिक्षित मुली मिळतात त्या मेकॅनिक किंवा रोजंदारी करणाऱ्या मजुरांनाच आणि त्यांच्या जीवनाचे उद्दिष्ट काय तर काम, काम आणि फक्त कामच!

खरेच जग हे फारच असतोल आहे. नशीब म्हणून जे काही असते ती इतकी चमत्कारिक गोष्ट आहे. जीवनात आपणास कधीच कळत नाही आपण कोठून कोठे जातो ते. सैतानाची सत्ता या भूतलावर असते असे मानले जाते आणि तो आपल्याशी जन्मापासून मृत्यूपर्यंत क्रूरपणे खेळ खेळत असतो. कुणी त्यावर विश्वास ठेवत नसेल; पण मी माझ्या जीवनाच्या अनुभवावरून मात्र या सैतान कल्पनेवर पूर्ण विश्वास ठेवू लागलो आहे.

दुसऱ्या दिवशी मी असा स्वतःशीच विचार करीत असता नेपल्सहून आलेले टपाल मला मिळाले. एक जाडजूड पाकीट होते ते. पाठवणाऱ्याचे नाव पाहून टपाल उघडायला जरा मी धास्तावलो होतो. ते होते माझे मित्र, ज्यांनी द्वंद्वयुद्धाचा निकाल लागल्यावर पुढच्या सगळ्या गोष्टींची पूर्तता करण्याची जबाबदारी घेतली होती त्या मार्क्विस डी. अॅव्हाँकूर्ट यांचे. त्यांनी लिहिले होते की, फेरारीचे प्रेत योग्य त्या इतमात त्यांचे जीवश्चकंठश्च मित्र कौंट रोमानी यांच्या कौटुंबिक शवागाराच्या अगदी जवळच पुरण्यात आले. आम्हास सांगण्यात आले की, तशीच त्यांची इच्छा होती.

सोबत त्यांनी एक लखोटाही पाठवला होता. त्याबद्दल ते लिहितात, "फेरारींच्या खिशात काही पत्रे सापडली. ती सोबत पाठवत आहे. त्यातले मी एक उघडून पाहिले. हेतू हा होता की, त्यात त्यांनी काही अंतिम इच्छा प्रदर्शित केली का काय! उघडून पाहता आपला विवाह लवकरच अशा स्त्रीबरोबर होणार आहे तिच्याच हस्ताक्षरात तिने फेरारीला लिहिलेले ते पत्र होते. हे आपल्याला कळवणे जेवढे मला जरुरीचे वाटले तेवढेच मयताला न्याय मिळण्याच्याही दृष्टीतून ते गरजेचे वाटले. जर उरलेल्या साऱ्याच पत्रांचा सूर मी चुकून उघडलेल्या पत्रासारखा असल्यास फेरारी

हा पुरेसा दुखावलेला होता हे सिद्ध होते आणि त्यामुळेच तो द्वंद्वयुद्धाला उभा राहिला.

सोबत जोडलेल्या या पत्रव्यवहारावरून काय निर्णय घ्यावा याबाबत आपण पुरेसे सुज्ञ आहात. तथापि, आपला एक सुहृद, एक शुभचिंतक म्हणून सांगावेसे वाटते, आपण विवाहाची गाठ बांधण्यापूर्वी साऱ्या गोष्टींचा साकल्याने विचार करावा. डोंगराच्या कड्यावरून चालताना जाणूनबुजून डोळे झाकणे हे निश्चितच शहाणपणाचे नाही. कपितानो शिबॅट्टीकडून मला असेही सांगण्यात आले आहे. आणि ते सत्य असणे शक्य आहे की, फेरारीने मृत्यूपूर्वी आपली सर्व इस्टेट कौंटेस रोमानी यांच्या नावाने केली आहे. असो. आपल्या खासगी बाबीत मी उगाच ढवळाढवळ करतो असे वाटल्यास माफ करा. साऱ्या प्रकरणाचा उगाच बभ्रा होणार नाही याची योग्य ती काळजी घेतली गेली आहे. येथे सर्व काही स्थिरस्थावर झाले आहे. म्हणून आपण शक्य तितक्या लवकर नेपल्सला परत आल्यास बरे होईल. आपला स्वागतोत्सुक - मार्क्विस डी. अॅव्हाँकूर्ट.

मी ते पत्र काळजीपूर्वक घडी घालून बाजूला ठेवले. दुसरे जे पत्राचे बंडल होते ते एका रिबिनीने बांधलेले होते. पत्रांना सुवास होता. ते कुणाचे हे ते हातात घेतल्याबरोबर लक्षात आले. पत्राच्या कडांना रक्ताचे डागही दिसत होते. ते फेरारीचे असणार त्याबद्दल शंका नव्हती. मी ती रिबीन सोडली आणि ती पत्रे वाचायचा विचार केला. ती सर्व पत्रे नीनाचीच होती. बहुतेक पत्रे फेरारी जेव्हा रोममध्ये होता त्या वेळची होती. सर्व पत्रांत तिने त्याच्यावरच्या प्रेमाची आपल्या मधाळ भाषेत पुन्हा पुन्हा ग्वाही दिली होती. त्या सर्व पत्रांत एक परिच्छेदाने माझे लक्ष वेधून घेतले होते. तो असा-

"लाडक्या फेरारी, मला समजत नाही तू पुन्हा पुन्हा आपल्या लग्नाचा हट्ट का करतोस? एकदा का लग्न झाले की, त्यापाठोपाठ येणारा सर्व शृंगाररस एकदा का सर्व जगाच्या संमतीने शोषून घेतल्यावर एकमेकांना देण्याजोगे राहते काय? तू जर माझा नवरा झालास की माझी खात्री आहे, माझ्या दृष्टीने तुझ्यातला माझा प्रियकर संपून जाईल आणि ती घटना सर्वांत खेदकारक ठरेल. म्हणून म्हणते माझ्या लाडक्या, माझी इच्छा आहे, तू माझा कायम प्रियकरच सहवास. फॅबिओ जिवंत असताना आपण नव्हतो का राहत? तेव्हा स्वर्गीय सुख आपण भोगत असताना सर्वसाधारण माणसासारखे लग्नाचे टुमणे माझ्यामागे का लावतोस?"

मी ते सर्व शब्द हृदयात जपून ठेवले आहेत. तिला माझ्या संपत्तीसाठी माझ्याशी लग्न तर करायचेच आहे; पण ते करताना फावल्या वेळासाठी फेरारीही हवा होता. कितीही सराईत खुनी, एवढ्या दूरदृष्टीने खुनाची योजना आखत नाही. खुनी, दरोडेखोरांसाठी त्यांना शिक्षा आहे पण अशा दुष्ट बुद्धीच्या स्त्रियांसाठी?

कायदा सांगतो घटस्फोट घेऊन फारकत घ्या करून. त्याने त्यांचे काय बिघडते? घटस्फोट झाला की, शिंदळकी करायला पुन्हा मोकळ्या. घटस्फोटाचा मार्ग दुसरे स्वीकारत असतील; पण मी नाही. न्यायाचा माझा मार्ग वेगळा आहे.

नंतर मी नीनाचे मला नुकतेच आलेले पत्र उघडले. पत्र लिहिण्यात नीनाचा कुणी हात धरू शकणार नाही. ती आजच्या पत्रात लिहिते, मी दूर गेल्याने ती किती व्याकूळ झाली आहे वगैरे वगैरे. ती कॉन्व्हेंटपासून निघून रोमानी व्हिलात आली आहे माझे नेपल्समध्ये स्वागत करायला. तिची ही मला लिहिलेली पत्र फेरारीच्या पत्रासोबत मी सांभाळून ठेवली. वेळ पडल्यास जवळ असावी म्हणून.

ॲव्हॉंकूर्ट यांच्या सल्ल्याचे काय करायचे मी विचार करू लागलो. डोंगराच्या कड्यावरून चालताना जाणूनबुजून डोळे झाकून घेणे शहाणपणाचे नाही. बरोबरच आहे ते. पण त्याचे काय करायचे जो सुडाच्या भावनेने वेडा झाला आहे. ज्याचे डोळे डोंगरच्या कड्यावरून चालताना पूर्ण उघडले आहेत आणि त्याच वेळी त्याच्याबरोबर त्याचा गळा घोटायला वैरी असेल तर? तर त्या कड्याचे कातळ टोक तर दुश्मनाला खाली फेकून द्यायला जास्त उपयुक्त नाही ठरणार? आणि जगालाही या कानाचे त्या कानाला कळणार नाही. तर कड्यावरून जाण्याचा निर्णयच योग्य आहे.

पत्रवाचनात असा मी गुंग असताना त्या गोड लैलाच्या हसण्याचा आणि टाळ्या पिटण्याचा आवाज ऐकू आला म्हणून मी बाहेर जाऊन बघू लागलो. व्हिंकेंझा कामात गढला होता. आपल्या हाताच्या बाह्या मुरडून हातात कुऱ्हाड घेऊन एका ओंडक्याचे तुकडे तुकडे करण्यात तो गुंतला होता. शेजारी लैला उभी राहून टाळ्या पिटून त्याला उत्तेजन देत होती. तो करत असलेल्या कामात मला तो सराईत वाटत होता. मी विचार करीत होतो. हे हळूहळू फुलणारं प्रेम असंच फुलू दिल्यास कालांतराने त्याचं छान टवटवीत फूल होणार यात शंका नाही. ही दोघं एकमेकांचे सहचारी कसे होतील याचा मी विचार करीत होतो. त्यांच्यासाठी मी काय करू शकतो हा विचार माझ्या मनात आला.

पुन्हा लैलाच्या हसण्याचा आवाज आला. त्याच्या हातातून तिने कुऱ्हाड घेऊन त्याच्या पद्धतीने ती लाकूड तोडू लागली. परंतु चाकूने पेन्सिल तासावी तसे लहान लहान तुकडे पडू लागले. शेवटी हे काम आपले नव्हे हे ओळखून कुऱ्हाड पुन्हा त्याच्या हातात देत ती हसू लागली. तेवढ्यात आईचा आवाज ऐकून व्हिंकेझोला काम करायला एकट्याला सोडून ती आत निघून गेली. तो एकटा आहे हे पाहून मी पुढे गेलो. मला पाहून त्याला थोडे कसनुसे झाले.

"तुला असले काम कारायला आवडते असे दिसते."

"जुनी सवय सरकार. विशेष काही नाही. माझ्या बालपणीचे दिवस ते. त्या वेळी मी माझ्या आईला मदत करायचो. गेले ते दिवस." असे म्हणत तो भूतकाळात

थोडा काळ रेंगाळला. ''नंतर मी सैन्यात सामील झालो. ते सारेच संपले. पण कधी कधी आठवणीने गहिवरून येते सरकार.''

''मला कल्पना आहे त्याची. पण काय रे, तुला तुझ्या बालपणीच्या काळाकडे परतायला आवडेल का?''

माझ्या वाक्याने तो जरा चमकला. ''सरकारांना सोडून नाही.'' मी थोडा नाराजीत हसलो.

''म्हणजे मला सोडावे लागल्यास तू तयार नाही खरे ना? अगदी लैलाशी लग्न करायचा प्रसंग आला तरी?'' माझ्या बोलण्याने तो थोडा लाजला.

''छे! ते कसे शक्य आहे. ती अजून लहान बालिका आहे.'' तो.

''खरे आहे तुझे म्हणणे. पण लवकरच ती परिपूर्ण स्त्री होणार आहे. त्याला काही काळ अवकाश आहे. तुझ्या म्हणण्याप्रमाणे ती सुंदरही आहे. पण त्याहून विशेष म्हणजे ती निरागस आहे. त्याचा तू जास्त विचार करावास. व्हिंकेंझो तुला माहीत आहे, स्त्रीमध्ये निरागसता ही फार दुर्लभ गोष्ट आहे. त्याचा तू मान राख. अगदी देवाचा राखतोस तसा. तिचे तरुणपण तुझ्यासाठी पवित्र असो.''

''सरकार काय सांगू, तुमच्या बोलण्याचा अर्थ काही मला लागत नाही. तरीपण मी प्रयत्न करीन.'' मी हसलो आणि घरात निघून गेलो. तेव्हापासून त्या दोघांना एकत्र यायची जेवढी संधी देता येईल तेवढी द्यायची आणि त्यासाठी ॲव्हेलिनोचा मुक्काम थोडा लांबवायला लागला तरी लांबवायचा, असे मी ठरविले. व्हिंकेंझोने माझी सेवा अतिशय उत्तम प्रकारे केली आहे आणि त्याचे बक्षीस त्याला मिळायला हवे, असे माझे मन सांगत होते. माझ्या लक्षात येत होते की, माझे प्रयत्न कामी येत होते.

मी पुष्कळ वेळा काहीतरी कारण काढून तिच्याशी गप्पा मारायचा प्रयत्न करीत असे. त्यामध्ये पुष्कळसे निरनिराळे विषय असत. अर्थात, ज्यात तिला रस असणे शक्य आहे असेच विषय मी निवडी. मला नेहमी एक गोष्ट जाणवे की, तशी ती निर्भीड आणि मोकळी आहे पण मला लवकरच जाणवले की, व्हिंकेंझोचे नाव निघाले तर सुरुवातीला तिला अवघडल्यासारखे होई.

माझ्या आता पूर्ण लक्षात आले की, ती त्याच्यात पूर्ण गुंतली आहे. पूर्वेकडे गुलाबी प्रभा फाकली तर आता लवकरच सूर्योदय होणार हे सांगायला काय ज्योतिषी थोडाच लागतो! आता मला पुढचे पाऊल उचलणे अनिवार्य झाले. मी सिनोरा मॉंटींना माझ्या खोलीत बोलावणे पाठवले. आपल्याकडून पाहुण्यांचे आदरातिथ्य काही कमी तर झाले नाही ना, या कल्पनेने त्या घाबरत घाबरतच आल्या. मी त्यांना तसे काही नसल्याचा दिलासा देऊन बसायला सांगितले व माझ्या मूळ विषयाकडे एकदम वळलो.

''सिनोरा, तुमची लैला आता मोठी झाली असून तिच्या लग्नाबाबात तुम्ही काही विचार वगैरे केला आहे का?''

तिच्या डोळ्यांत एकदम अश्रू जमा झाले. बोलताना तिचे ओठ थरथरू लागले. ''काय सांगू सरकार! विचार कसा नाही येणार डोक्यात. काही झालं तरी मी आई आहे. पण खरे सांगायचे तर माझ्या स्वार्थी बुद्धीने विषय पुढे ढकलते आहे. लग्न झाल्यावर ती तिच्या नवऱ्याच्या घरी जाईल. मी एकटी काय करू?''

''मी तुमच्या भावना ओळखू शकतो. पण समजा, लैलाला असा नवरा मिळाला की जो तुमच्या मुलासारखा राहू शकेल- जसा आपला व्हिंकेंझो.''

''व्हिंकेंझो! खरंच पोरगा मोठा गोड आहे. मलाही त्याचा लळा लागला आहे. पण तो तयार होईल का? सरकारांना सोडून येथे येऊन राहायला?''

''मला ठाऊक आहे, त्याची माझ्याप्रति किती निष्ठा आहे ते. पण तुमच्या लवकरच लक्षात हे येईल की, लैलावर त्याचे किती प्रेम आहे ते. तो तोंडाने बोलणार नाही. तुमचा अपमान होईल असे वाटत असेल कदाचित; परंतु त्याचे डोळे बरेच काही बोलून जातात अन् तिचेही. तुम्ही एक स्त्री आहात. त्यातून वयात आलेल्या मुलीची तुम्ही एक आईही आहात. दोघांवर लक्ष ठेवा आणि हे पाहून घ्या त्यांच्यात एकमेकांबद्दल प्रेम आहे का नाही?'' असे म्हणून उशीखाली अगोदरच ठेवलेले एक पाकीट काढले अन् तिच्या हातात देत म्हटले, ''हे राहू द्यात, यात चार हजार फ्रँक आहेत. ती कोणाशीही लग्न करू द्यात- अर्थात माझी खात्री आहे तिचे व्हिंकेंझोशीच लग्न होणार. माझ्या वतीने हा हुंडा समजा. नाही, आभार मानायची जरुरी नाही. खरे सांगायचे तर गेल्या काही दिवसांत एक चांगले काम करण्याची संधी मिळाल्याचा मला आनंद झाला आहे. व्हिंकेंझोबद्दलचा माझा प्रस्ताव लक्षात ठेवा. तो खरोखरच चांगला मुलगा आहे. शिवाय हे जे हुंडा म्हणून तुमच्याजवळ ठेवायला दिलेले पैसे आहेत, याचे रहस्य लैलाचे लग्न होईपर्यंत तुमच्यापुरतेच राहू द्या.''

मी काही म्हणायच्या आत ती जवळ आली अन् माझा हात हातात घेतला आणि खाली वाकून त्याचे चुंबन घेतले. तिने आपले मस्तक वरती उचलून ती ताठ उभी राहिली. एक दीर्घ श्वास घेतला. भावनावशतेने तिचे डोळे ओले झाले होते.

''सिनॉर, तुमचे मी आभार मानते. तसे पाहता लैलाला काही कमी नाही. तिच्या आईने तिच्यासाठी पुरेसे करून ठेवले आहे. परमेश्वराची आम्हा दोघींवर ती एक कृपादृष्टीच आहे असे मी समजते. अर्थात, तुमची ही लैलाला दिलेली भेट परमेश्वराचा एक कृपाप्रसादच आहे असेच मानायला हवे.'' ती पुढे बोलू लागली. ''सरकार! माझी खात्री आहे. माझी नजर मला धोका देत नसेल तर एक बोलू इच्छिते. सरकारांच्या मनावर मला खूप मोठे दुःखाचे ओझे दिसते. आपल्या हातून

घडलेली एखादी चांगली गोष्ट या दुःखाचा थोडाफार भार हलका करेल. आम्ही- मी आणि लैला परमेश्वराजवळ तुमच्या सुखासाठी प्रार्थना करू. मला खात्री आहे, सगळ्याचा शेवट तुमच्या मनासारखाच होईल.'' मी उदासपणे हसलो. ती सज्जन स्त्रीदेखील तशीच उदासपणे बघत थांबली आणि पुन्हा आभार मानून बाहेर पडली.

थोड्या वेळाने व्हिंकेंझो खोलीत आला. मी त्याला म्हटले, "व्हिंकेंझो, इंतजार का फल मीठा होता है. चल निघायची तयारी कर.'' आणि त्याप्रमाणे आम्ही निघालोही. लैलाचा चेहरा उतरलेला दिसला. पण व्हिंकेंझो तसा समाधानी दिसला. सिनोरा माँटीच्या गूढ स्मिताने माझ्या लक्षात आले, सारे काही माझ्या मनाप्रमाणे ठीक चालले होते. लैलाचा लहानसा गालगुच्चा घेऊन तिच्या कपाळाचे चुंबन घेतले. माझी सद्सद्विवेकबुद्धी मला समाधानाचा हलकासा गारवा देऊन गेली. मी मरून पुन्हा उठून मृत्यूकडे पुन्हा मार्गक्रमण करीत असताना मधल्या काळामध्ये हा एवढा गोड अनुभव मी कधीही घेतला नव्हता. जवळजवळ एका महिन्यापेक्षा जास्त काळानंतर नेपल्समध्ये आम्ही परतलो. अनेक सुहृदांनी आणि मित्रांनी माझे खूपच कौतुक आणि स्वागत केले. मार्क्विस अॅव्हाँकूर्ट यांनी म्हटल्याप्रमाणे द्वंद्वयुद्धाची कथा भूतकाळात जमा झाली होती. कार्निव्हलचा उत्सव रस्त्यावरील नाचगण्यात जोरात चालू होता. पण मी मात्र स्वतःला त्या सर्व आनंदोत्सवापासून आग्रहाने दूर ठेवले होते. माझ्यापुढे पुढले काम वाढून ठेवले होते- माझ्या लग्नाच्या तयारीचे.

एकवीस

अॅव्हेलिनोहून आल्यानंतर एक आठवड्याच्या आत माझ्या विवाहाची मी रीतसर घोषणा केली. मला परत आल्यावर डी. अॅव्हॉंकूर्ट भेटले. जरा नाराज होते. माझ्या विवाहाची केलेली रीतसर घोषणा ऐकून ते तसे झाल्याचे त्यांच्या बोलण्यावरून स्पष्ट दिसत होते.

"म्हणजे तुमचा विवाह तुम्ही ठरवल्याप्रमाणेच होणार?"

मी जरा हसलो आणि म्हटले,

"तुम्हाला त्याविषयी शंका का वाटली?"

"मला वाटले, तुम्ही तुमचा विचार बदलाल एखादे वेळी."

"हे पाहा, मी तुमच्या भावना पूर्णपणे जाणू शकतो. पण आपण पुरुषमंडळी या असल्या प्रकाराने गोंधळून जाण्याचे कारण नाही. लग्नापूर्वी मुलींनी केलेली प्रेम प्रकरणे एवढी मनावर घ्यायची नसतात. फक्त त्यांनी ती लग्नानंतर चालू ठेवली नाही ना, याची काळजी घेतली म्हणजे झाले. तुम्ही जी पत्रे पाठवलीत तो मी तिचा एक किरकोळ अपराध मानतो. मार्क्विस, लवकरच मी युरोपात सर्वांत सुंदर स्त्रीबरोबर विवाह करीत आहे."

"तुम्ही तुमचे हित कशात आहे, हे चांगले जाणता. तुमच्या विवाहाला माझ्या शुभेच्छा." मार्क्विस.

मी विवाह जितक्या लवकर करता येईल तेवढ्या लवकरच करायचा निर्णय घेतला होता. नीनालाही मी मनोदय सांगितला होता. ती काय तयारच होती. तिने लगेच महागातले महाग ड्रेसेस बनवायला सुरुवात केली. शिंपी, ड्रेस डिझायनर्स यांची रोमानी व्हिलावर सारखी वर्दळ सुरू झाली. नीनाच्या काही निवडक मैत्रिणींनी तर रोमानी व्हिलावर ठाणच मांडले होते. ड्रेसेस नुसते शिवले जात नव्हते, तर त्यावर निरनिराळी रत्ने गुंफली जात होती.

लग्न साधेपणाने करायचे ठरले होते कारण नीनाचे हे दुसरे लग्न होते, तरी लग्नामध्ये नाचगाण्याला आणि भोजन आदी आनंदाला उधाण येईल, हे पाहिले गेले होते. आमचे ज्या चर्चमध्ये पहिले लग्न झाले होते तेथेच हे पण लग्न करायचे ठरले होते.

नीना पहिल्या लग्नाच्या वेळी जशी उत्साही होती तशी या वेळी नव्हती. मधूनच ती एकदम उदास व्हायची. ती मग माझ्याकडे एकटक पाहत राही. त्यावर ती कसला तरी विचार करते हे मला जाणवे. तिच्या डोक्यात कसले विचार चालू होते हे मी ओळखत होतो. मला तेच हवे होते. थोड्या वेळाने ती भानावर येई आणि उत्साहाने विवाहाच्या तयारीला लागे.

मधल्या काळात मला इच्छा होईल तेव्हा मी व्हिलावर जात असे. मला तेव्हा समजले की गिॲकोमो पॅरेलिसिसने आजारी असून वरच्या मजल्यावरच्या खोलीत पडून आहे. त्याला त्या रात्री फेरारीने बागेतल्या फरशीवर जवळजवळ आपटलेच तेव्हापासून तो असा अपंग होऊन दिवस काढतो आहे. नीनाने लोंबार्डीला त्याच्या गावी तसे कळवले होते. सध्या त्या ठिकाणी त्याची शुश्रूषा स्टेलाची नर्स ॲसुंटा ही बघत होती. मी नीनाला याबाबत विचारले असता ती म्हणाली, ''हो. मी तसे कळवले असून त्याला घेऊन जाण्यासाठी सांगितले आहे. अशा निरुपयोगी माणसाला घरात ठेवण्यात काय अर्थ!''

दुसरी एक घटना मला लागून राहिली होती. एके दिवशी माझा जिवलग दोस्त- कुत्रा रॉबर्ट त्याला कोणीतरी गोळी घालून ठार केले होते. चौकशी केल्यावर समजले की, नीना त्याच्या खुराड्याजवळ काही कामासाठी गेल्यावर तिच्या अंगावर तो धावून गेला. मला माहीत होते, तो तिच्यावर नेहमी चिडून असायचा. ''तिला चावला वगैरे का?'' मी चौकशी केली. ''नाही. त्यांना काही इजा वगैरे पोहोचली नाही; पण त्यांच्या ड्रेसची लेस फाडली.'' मी गेल्यावर माझ्याशी तो फार प्रेमाने वागे. पण तिचा पहिल्यापासून त्याचा रागच होता. तिने ताबडतोब गोळी घालून ठार करण्याची आज्ञा केली.

माळ्याला बागेतीलच एका झाडाखाली त्याला व्यवस्थित पुरायला सांगून त्या खर्चासाठी काही पैसे दिले. माळी आश्चर्याने बघत बसला. मी काही बोललो नाही.

दिवस रेंगाळत चालले होते. कार्निव्हलचा उत्सव ओसंडून वाहत होता. मीही शहरातून निरर्थक हिंडत असे. रस्त्यातून तरुण मुला-मुलींचा आरडाओरडा, नाचगाणे करीत दंगा चालू होता. दर वर्षी या दंगामस्तीचा मला अनुभव होता, तरी या वर्षी मला सारा मूर्खपणाच वाटत होता. म्हणून मधूनच गावातील या दंगामस्तीतून सुटण्यासाठी मी गावाबाहेरील स्मशानभूमीकडे जाई. तेथे फेरारीचे दफन केले होते ते पाहून आलो. माझ्या कुटुंबाच्या दफनगृहाला लागूनच असल्याने मला ते लक्षात आले. मला त्या शवागाराचे विलक्षण आकर्षण होते. कधीकधी आतून चक्कर मारावी असेही वाटत असे.

एकदा काय झाले, व्हिलामध्ये माझ्या वाचनालयात मी बसलो असता चुकून माझ्या लक्षात आले की, बंगल्याच्या सर्व चाव्यांच्या डुप्लिकेट येथेच कोठेतरी ठेवल्या होत्या. मी बसायचो त्याच्या वरच्या कप्प्यात मी हात घालून पाहिले तेव्हा माझ्या कल्पनेप्रमाणे सर्व किल्ल्यांचा जुडगाच मला तेथे सापडला. सगळ्या खोल्यांच्या किल्ल्या

होत्या त्यात. प्रत्येक किल्लीचा ती कुठल्या खोलीची किल्ली आहे त्याचे लेबल लावले होते. मी शोधत होतो मला हवी ती किल्ली त्यात मिळते का? आणि अचानक एक मोठी किल्ली माझ्या हातात लागली. त्यावर लेबल होते- 'शवागार.' हीच किल्ली मी शोधत होतो. गंजलेली होती ती. मी साफसूफ करून घेतली. दफनभूमीच्या रस्त्याच्या बाजूला जेव्हा मी फिरायला गेलो तेव्हा ती शवागाराच्या कुलपाला लावून पाहिली. माझ्या योजनेप्रमाणे शवागारात जाण्याचा माझा मार्ग मोकळा झाला होता.

नेपल्सच्या स्मशानभूमीजवळच नेपल्सचा उपसागर होता. एके दिवशी किनाऱ्यावर गेलो असता तेथे खलाशांचा एक घोळका नाचगाण्यात रंगला होता. मी तेथे उभा राहून तो सारा खेळ पाहत होतो. खेळ संपल्यावर एका गृहस्थाजवळ मी गेलो त्यांच्या खांद्याला स्पर्श करून मी विचारले, ''काय मला ओळखता?'' मला पार्लेमो बेटावर घेऊन जाणारे आंद्रे लुझिईनी होते ते. मी जेव्हा प्रथम त्याला भेटलो होतो तेव्हा मी दाढी ठेवलेली नव्हती तसेच माझ्या डोळ्यांवर काळा चष्माही नव्हता. त्यामुळे त्याने सुरुवातीला मला ओळखले नाही; परंतु जेव्हा मी त्याला माझे नाव सांगितल्यावर त्याच्या चेहऱ्यावर हास्य पसरले. पण तो माझ्याकडे थोडा साशंकतेने बघत होता.

''काय राजा, माझ्यात बदल झालेला दिसतोय ना?'' मी.

''आपण सारेच बदलत असतो अन् काळानुसार आपल्याला समजत नाही एक दिवस आपण चक्क म्हातारे झालेलो आपल्याला जाणवते.'' तो. ''तरीपण माझ्यात बराच फरक झालेला जाणवत असेल. त्याचे असे झाले. मध्यंतरी मी बराच आजारी होतो. अगदी मरता मरताच वाचलो म्हणा ना! माझ्या डोळ्यांवरही त्याचा परिणाम झाला. म्हणून मला हा चष्मा लावावा लागतो. बरं ते राहू द्या. माझ्याबरोबर जरा याल?''

आम्ही येथून किनाऱ्यापासून बाजूला चालत चालत गेलो. जात असताना दरोडेखोर कार्मेला नेरीचा उल्लेख निघाला. तो मला पार्लेमो येथे कसा भेटला होता वगैरे सांगितले. त्याच्या प्रेयसीने स्वतःला कसे मारून घेतले, हेही सांगितले. शेवटी मी माझ्या मुद्द्यापाशी आलो. ''काय तुमची 'लॉरा'वरून मुशाफिरी अजून चालू असते?'' मी विचारले.

''होय सरकार! आता नुकतीच तिची रंगरंगगोटी करून जास्त देखणी केली आहे.''

''हे पाहा. माझा एक मित्र आहे. त्याला गुपचूप नेपल्समधून बाहेर जायचे आहे. त्याला तुम्ही घेऊन गेलात तर त्याच्या बदल्यात मी तुम्हाला भरपूर पैसे देईन.''

तो सिसिलियन जरा विचारात पडलेला दिसला. माझ्या लक्षात आले. त्याच्या मनात काय आले असावे. ''तो कुठे पोलिसांचा ससेमिरा चुकवण्यासाठी जात नाहीये. त्याच्या कौटुंबिक लफड्यात तो अतिशय वाईट पद्धतीत गुंतला आहे. त्याला देशातून काही काळासाठी तरी परागंदा झाल्याशिवाय तरणोपाय नाही.'' मी म्हटले.

त्याच्या कपाळावरची आठी दूर झाली. ''तसे असेल तर सरकार, या कामी

तुम्हाला मी मदत करायला केव्हाही तयार आहे. पण मला सांगा तुमच्या नातेवाइकाला जायचे तरी कुठे?''

"चिव्हिटा व्हेक्शियाला. तेथून तो पुढच्या प्रवासासाठी दुसरी बोट घेऊन जाईल.'' कॅप्टनचा चेहरा एकदम पडला. "तुम्ही म्हणताय ते बंदर एकदम दूर आहे. त्यातून सध्याचे हवामान बिघडलेले आहे. समुद्रातील प्रवाहांची दिशाही बदलते आहे. वारेही उलटे आहेत. माझी छोटी लॉरा असल्या अडचणींना तोंड नाही देऊ शकणार. तरीपण...''

बोलता बोलता तो जरा थबकला. मी थांबून राहिलो त्याला काय म्हणायचे आहे ते ऐकून घ्यायला.

"तुमच्या मित्राला परवडते का बघा!'' आपला हात माझ्या हातावर विश्वासाने ठेवीत तो बोलू लागला. "एक मोठी बोट त्या बंदराला जाणार आहे. पुढच्या शुक्रवारी निघतेय.''

मी उत्साहाने म्हटले, "खरे?''

"ते एक मालवाहू जहाज आहे. चांगले जोरात जाणारे आहे. तिचा कॅप्टन माझ्या ओळखीचा आहे . पण...'' तो पुन्हा अडखळता आणि पुढे बोलू लागला, "तो थोडा लालची आहे. अर्थात पैशाविषयी तुमचा प्रश्नच नाही. असेल पसंत तर नक्कीच करून टाकतो.''

सगळे प्रकरण अगदी माझ्या योजनेप्रमाणे चालले होते. मी त्याच्या हातात लगेच भलीमोठी रक्कम ठेवली आणि म्हटले,

"बघ एवढ्याने भागते का, सांग?''

रक्कम पाहून त्याचे डोळेच विस्फारले.

"एवढ्या पैशात त्याच्या वीस खेपा होतील.'' तो बोलला.

मी हसलो. "मित्रा, माझे काम करून दिल्याबद्दल मी तुला कोरडा कधी ठेवीन का?''असे म्हणून त्याच्याही हातात बऱ्यापैकी रक्कम ठेवली आणि सांगितले, "सारे काही आपल्यात ठरल्याप्रमाणे झाले असल्याचे उद्या किंवा परवा माझ्या हॉटेलवर येऊन सांग. आणखीन एक महत्त्वाची गोष्ट. तुझा मित्र माझ्या घेऊन जाणाऱ्या मित्राला काही एक विचारणार नाही. त्याच्याशी तो बोलणार पण नाही आणि ठरल्या मुक्कामाला तो पोहोचला की संपले. सारे विसरून जायचे. ठीक?''

माझे हे भाषण ऐकून तो बोलू लागला.

"सरकार, त्याची स्मरणशक्ती फार क्षीण आहे आणि तुमचे हे पैसे पाहून तर ती आणखीन क्षीण होणार.'' हे ऐकून मी हसलो आणि मी माझ्या मार्गाने निघालो आणि तो किनाऱ्याकडे.

बावीस

कालचक्र त्याच्या गतीने चालू होते आणि ते आता दुसऱ्या विवाहाच्या आदल्या दिवशीपर्यंत येऊन ठेपले होते. सर्व तऱ्हेची जय्यत तयारी झाली होती. आणि त्यानंतरचा अल्पोपाहार जरी खासगीत आणि मोजक्याच लोकांच्या उपस्थितीत करायचा ठरला होता, तरी पुढचा कार्यक्रम पूर्णपणे रंगीतसंगीत करायचा बेत होता. संध्याकाळी बॉल डान्सचे आयोजन करण्यात आले; नंतर रात्रीचा जोरदार भोजन प्रबंध ठरला होता. हे सारे ज्या हॉटेलमध्ये राहत होते त्याच हॉटेलमध्ये करायचे ठरले होते. साऱ्या कार्यक्रमात कशाचीही कमतरता भासणार नाही याची काळजी घेतली जाणार होती. कारण कौंट सीझर ऑलिव्ह यांची शेवटचीच पार्टी असेल आणि मग त्यांच्या कारकिर्दीवर पडदा पडेल. कायमचाच, पुन्हा कधी वरती न उचलण्यासाठी.

विवाहानंतरच्या बॉल डान्स कार्यक्रमाला आणि भोजनाला दीडशे लोकांना बोलावले होते आणि गमतीची गोष्ट म्हणजे सर्वांनी आपण उपस्थित राहणार, असे कळवले होते.

मी त्या दिवशी दुपारी रोमानी व्हिलावर उद्या माझ्या होणाऱ्या पत्नीबरोबर आमच्या दुसऱ्या दिवशी होणाऱ्या विवाहसमारंभाबद्दल बोलत होतो. ती तिच्या गुलाबी, रेशमी पेहरावात होती. त्यामुळे जणू स्वप्नपरीच माझ्यासमोर बसल्याचा भास होत होता. तिचे ते निळेशार डोळे, त्यावर भुरभुरणाऱ्या केसांची पखरण. महंमदाच्या जन्नतमधील कोणी अप्सराच खाली उतरली का काय, असे भासत होते. आज ती विशेषच नखरेल आणि आकर्षक दिसत होती.

''कौंट, तुम्ही सारे ठरवल्याप्रमाणे होत आहे. अर्थात, त्यासाठी तुम्ही पाण्यासारखा पैसा खर्च करताहात हेही दिसून येतेय. जवळ पैसा असणं किती गरजेचे असते नाही का? त्यामुळे सर्व हौसमौज पूर्ण करता येते.''

''खऱ्या प्रेमाशिवाय हे सारे मिथ्या आहे.'' मी.

''पण ज्याच्यापाशी दोन्ही आहेत, मग?''

आम्ही ज्या सोफ्यावर बसलो होतो, तेथून तिच्याजवळ सरकत एक हात तिच्या गळ्यात टाकत मी विचारले,

“तू खरेच माझ्यावर प्रेम करतेस?”

“खरंच! अगदी खरे! पण किती वेळा हा प्रश्न तुम्ही मला विचारणार?”

“नाही. मला निश्चित उत्तर पाहिजे. तू माझ्यावर प्रेम करतेस की माझ्या दौलतीवर?”

“का? असा का प्रश्न करता सीझर? तुम्हाला काय वाटते, तुमच्या पैशावर मी प्रेम करते? नाही, सीझर नाही. मी तुमच्यावर आणि फक्त तुमच्यावर प्रेम करते.”

मी तिला जवळ ओढून तिच्या केसातून हात फिरवीत म्हटले,

“हे ऐकल्यावर किती बरे वाटले म्हणून सांगू! अशी खात्री दिल्याबद्दल माझ्या राणीला काय बक्षीस देणार आहे माहितीये? आपल्या पहिल्या भेटीच्या वेळी फेरारीबरोबर जी मौल्यवान रत्ने मी पाठवली होत, त्याच्यापेक्षा कितीतरी भारी रत्ने माझ्याजवळ आहेत. सारे सारे तुलाच देणार आहे.”

“होय? मला दाखवा ना.”

“दाखवणारच. सारे काही तुझेच असणार. काय काय आहे त्या खजिन्यात? रक्तासारखी लालभडक दिसणारी माणके, खंजिराच्या पात्यासारखे लखलखणारे हिरे, मेलेल्या बालकाच्या मिटलेल्या मुठीसारखे मोती. कुठल्याही स्त्रीचे क्षणाक्षणाला बदलणाऱ्या प्रेमासारखे क्षणोक्षणी छटा बदलणारे स्फटिकांचे खडे- काय काय म्हणून सांगू?”

माझ्या या वर्णनाने ती माझ्या मिठीत चुळबुळ करू लागली. “मी काही चुकीचे बोललो काय? मी काही कवी नाहा, की मस्त कविकल्पना करून तुला भारावून टाकावे. जसे मला दिसले, जसे मला जाणवले तसे बोललो. तिथे गेल्यावर तू टिपायचे, उचलायचे फक्त.” मी शक्य तितक्या रुक्ष स्वरात बोललो.

“तसे झाले तर नेपल्समधल्या कुठल्याही स्त्रीपेक्षा माझ्याजवळ भारी जवाहीर असतील. साऱ्या साऱ्या स्त्रिया माझा हेवा करतील. पण कुठे आहे तो खजिना? मला आता बघता येईल?”

“नाही. आता नाही. उद्या रात्री, आणखी एक मी करणार आहे तुझ्यासाठी- तुला माझ्या मूळ स्वरूपात म्हणजे चष्म्याशिवाय मला पाहायचे आहे ना? ती तुझी इच्छा मी तेव्हाच पुरी करीन. पण मला तसे पाहून तू नाराज होशील. तुझा मोठाच अपेक्षाभंग होईल. असो. तू उद्या येशील ना माझा खजिना पाहायला?”

“सीझर, तुम्ही फार कंजूष आहात. अलिबाबासारख्या गुहेत तर कुठे लपवून ठेवला नाही ना? कुठल्याशा बँकेत नाही ठेवता आला?”

“माझा कुणावरही भरवसा नाही. ती जी जवाहीर आहेत ती फार भारी आणि दुर्मीळ आहेत. ती कुठल्याही प्रमाणिक माणसाच्या नजरेस जरी पडली, तरी त्याची

दानत बदलायला वेळ लागणार नाही. मी ती अतिशय चोख बंदोबस्तात ठेवली आहेत. तुला आपल्या विवाहप्रसंगाची भेट म्हणून देण्यासाठी राखून ठेवली आहेत. त्याबद्दल तू मला दोष दिलास तरी त्याला माझा नाइलाज आहे.''

या माझ्या विधानाला प्रत्युत्तर म्हणून तिने माझ्या गळ्यात हात टाकले आणि चुंबनासाठी म्हणून आपल्या लालचुटूक ओठांचा चंबू माझ्यापुढे केला. ती जेव्हा जेव्हा चुंबनासाठी आपल्या ओठांचा चंबू करी तेव्हा तेव्हा जणू नागीण डंख मारायला आपला फणा उभा करते, असे मला भासत असे.

''मी तुम्हाला दोष कशाला देऊ? तुमच्यात दोष ठेवण्यासारखे काय आहे? तुम्ही सगळे सगळे चांगले आहात, शूर आहात, मनाने खूप उदार स्वभावाचे आहात. कुठल्याही पुरुषापेक्षा तुम्ही श्रेष्ठ ठरलात. फक्त एक...'' तिच्या कपाळावर आठ्यांचे एक जाळे पसरले.

''एक काय? कळू दे मला.''

''एक गोष्ट तुम्ही माझ्यासाठी करा. फॅबिओची आठवण मला करून देत जाऊ नका. मला फार त्रास होतो त्याचा.''

''मला कल्पना नव्हती याची. पण मला एक ठाऊक आहे, माझ्यामध्ये तुला त्याचा भास होतो. हे जे असे जेव्हा तुला वाटते तेव्हा तुला फार त्रास होतो हेही माझ्या लक्षात येते. पण मनाशी एक निश्चित गाठ मारून ठेव- एखाद्याचे दुसऱ्याशी खूप साधर्म्य असते तसेच माझ्यात आणि फॅबिओत असू शकेल. तू मनाशी एकदा अशी धारणा केलीस की यापुढे असा त्रास होणार नाही.''

''मला माहीत आहे, या बाबतीत मी जरा विचित्र वागते. पण ते जाऊ देत. मी आज फार खुशीत आहे. आपण खजिना पाहायला केव्हा जायचे?'' ती.

''उद्या रात्री. आपल्या लग्नानंतर बॉल डान्स चालू असेल. प्रत्येक जण नाचायच्या रंगात असेल. नवरा-नवरीकडे कोणाचेही लक्ष असणार नाही. तेव्हाच आपण गुपचुप सटकायचे. कसे?''

''चालेल. मी येईन तुमच्याबरोबर. पण आपण फार काळ दूर राहायचे नाही. कारण माझी देखभाल करायला मी एक दासी ठेवली आहे आणि जर मी तिला दिसले नाही तर ती मला शोधायला येईल आणि साहजिकच गडबड उडेल. तो खजिना हॉटेलपासून जवळच असेल ना?''

''अगदी जवळच.'' मी.

''चला, ठीक झाले. लग्नानंतर पॅरिसला जायचे जे आपण ठरवले आहे त्यासाठी त्या दागिन्यांचा उपयोग होईल.''

''खरंय तुझं म्हणणं. सुंदर स्त्रिया जेवढ्या दागदागिन्यांनी नटतील तेवढ्या त्या जास्तच सुंदर दिसतात.'' मी जरा तिरपा आवाज करून बोललो. तिच्या ते लक्षात आले नाही.

तिच्याजवळ बसणे आता मला जड झाले. मी जायला निघालो.

"मग आता आपली भेट थेट चर्चमध्येच."ती.

"तुझी वैधव्याची ही अखेरची रात्र. एकटीनेच ती तुझ्या नवऱ्याच्या आठवणीत घालवावीस असे मला वाटते." मी.

मी तिला सोडून हॉटेलवर आलो. तो आन्द्रे लुझिईनी माझी वाटच पाहत असलेला दिसला. तो बाहेरच थांबला होता.

मी त्याला आत बोलावले. तो येऊन बसल्यावर आमच्या इकडच्या तिकडच्या गप्पा झाल्या. जे काम मी त्याच्यावर सोपवले होते त्याबाबत तो सांगायला आला होता. त्याबाबत अजून काहीच त्याच्या तोंडातून बाहेर येईना. माझी चुळबुळ सुरू झाली. ते त्याच्या लक्षात आले की काय कोण जाणे; त्यानेच शेवटी बोलायला सुरुवात केली. विश्वासात घेऊन बोलल्यासारखे तो बोलू लागला. "तुमच्या त्या मित्राबाबत..." पुढे बोलण्यासाठी माझ्या परवानगीची तो वाट बघत होता.

"हं बोला, काम झाले?"

"अगदी आपले जसे बोलणे झाले तसेच. येत्या शुक्रवारी सकाळी सहा वाजताच तो 'रोंडिनीला' या मालवाहू बोटीतून चिव्हिटा व्हेक्शियाला जायला निघणार आहे. तिचा कॅप्टन अंतोनिओ बार्डी हा तुमच्या मित्रासाठी दहा मिनिटे फार फार तर पंधरा मिनिटे थांबू शकेल."

"छान! त्याला त्याच्या वेळेपेक्षा एक मिनिटही थांबावे लागणार नाही. पण मला एक सांगा, आर्थिक व्यवहाराबद्दल तो खूश आहे ना?"

"बिलकूल." असे म्हणून तो हसला व पुढे बोलू लागला, "एवढे पैसे घेऊनही कोणी खूश होत नसेल तर त्याला त्या समुद्रात बुडवायला पाहिजे. तो पूर्ण खूश आहे. पण एक सांगतो, तो नंबर एकचा दर्यावर्दी आहे. कितीही खवळलेला समुद्र असो पण डबक्यातल्या माशासारखा तो बोट चालवतो. आणखीन एक सांगतो, तुमच्या सांगण्याप्रमाणे त्याचे डोळे आणि ओठ असे शिवून टाकले आहेत की तुमच्या मित्राला वाटावे गडी मुकाच नाही तर आंधळाही आहे."

"छान, छान! मी तुमच्या कामावर पूर्ण खूश आहे." मी.

"सरकार, आणखीन काही?" तो.

"आणखीन एक लहानसे काम. माझ्या मित्राच्या कपड्याची सूटकेस बोटीच्या कॅप्टनच्या ताब्यात द्यायची. एवढे लहानसे काम कराल?"

"खुशीने. मी आताच घेऊन जाऊ शकतो का?" तो.

"तेच मी तुम्हाला सांगणार होतो. जरा थांबा. आत जाऊन ती बॅग लगेच घेऊन येतो." मी.

त्याला सोडून माझ्या स्वीटच्या बेडरूममध्ये गेलो. तेथे एका खोल कप्प्यात

व्हिंकेंझोपासूनही लपवून ठेवलेली एक जुनाट चामड्याची सूटकेस होती. पार्लेमोच्या बँकेत ठेवलेले सर्व पैसे मी टप्प्याटप्प्याने काढले होते. शंका यायला नको म्हणून थोडेसे मागे ठेवलेले. त्या साऱ्या पैशांच्या नोटांची पुडकी अलगद त्या बॅगेत ठेवली होती. बॅगेचे वजन उचलून पाहिले; ते फारसे वाटत नव्हते. त्याला घट्ट कुलूप लावून मी ती बाहेर घेऊन आलो आणि अगदी सहजपणे आंद्रेच्या ताब्यात दिली. "तुमचा मित्र अगदीच गरीब दिसतोय जर त्याचे एवढेच सामान असेल तर." आन्द्रे बॅग घेता घेता पुटपुटला.

"खरे आहे तुमचे म्हणणे. त्याच्या नातेवाइकांनी त्याला पुरता डुबवलाय. काय सांगू तुम्हाला? त्याच्या प्रवासाचे पैसेही मीच भरलेत." मी.

"तुमचे मन खरेच उदार आहे. नाहीतर काय म्हणतात ना, ज्याचे नशीब फिरले त्याची सावलीही त्याला साथ देत नाही. तुमचा मित्र माझ्या मते तरुण असावा?"

"होय. अगदी तरुण. अजून त्याने तिशीही गाठली नाही."

"म्हणजे तुम्ही त्याला बापासारखे, खरे ना? असा उपकारकर्ता मिळायला नशीब लागतं."

"काय सांगायचं! असो. आता हे तुमच्यासाठी असे म्हणून त्याच्या हातात एक सीलबंद पाकीट कोंबले आणि म्हटले, "घरी पोहोचल्यावर हे पाकीट फोडा. यांनी जर तुम्ही खूश झाला तर मीही खूप खूश होईन."

त्याचे डोळे पाणावलेले दिसले. मी दिलेली सूटकेस एका हाताने उचलून दुसऱ्या हाताने हस्तांदोलन करून मोठ्या गहिवरलेल्या अंतःकरणाने तो निघाला. मीही त्याला निरोप देऊन माझ्या कामाला लागलो.

मी व्हिंकेंझोला मुद्दाम बोलावून घेतले होते. काल मी त्याच्याशी बोललो होतो. तेव्हा मी त्याला सांगितले होते की, विवाह समारंभात व त्यानंतर मला त्याच्या सेवेची गरज लागणार नाही. त्यामुळे तो चांगलाच विमनस्क मनःस्थितीत असलेला दिसला. त्याला वाटले, लग्नाच्या वेळी आपण नवऱ्या मुलाचे मुख्य सहायक असू. तो समोर उभा ठाकल्यावर मी त्याला म्हटले, "व्हिंकेंझो, तुला माहीतच आहे, उद्या एका सौंदर्यवती आणि एखादे वेळी नेपल्समधील सर्वांत श्रीमंत अशा कौंटेस रोमानीबरोबर मी लग्न करणार आहे."

"सरकार, मला ते ठाऊक आहे." खाली नजर झुकवून अनिच्छा दर्शवित तो बोलला.

"माझ्या लग्नाने तुला आनंद झालेला दिसत नाही!" मी हे बोलल्यावर त्याने नजर वर उचलली. माझ्याकडे रोखून बघितले आणि पुन्हा खाली बघून उत्तरला, "जर कोणी निश्चित सांगू शकेल की या लग्नाने सरकार स्वतः खूष आहेत, तर मग ती गोष्ट निश्चित आनंददायीच असेल."

"म्हणजे तुला म्हणायचे तरी काय?"

"या लग्नाने सरकार स्वतः आनंदी नाहीत. त्यांच्या नजरेतून दुःखाची झलक मला दिसत आहे."

"व्हिंकेंझो, तू पूर्ण चुकतो आहेस. मी माझ्या लग्नाबद्दल पूर्ण सुखी, आनंदीही आहे आणि का असू नये? ते असो. मला तुझा निरोप घेताना काही सांगायचे आहे. शांतपणे ऐक." मी.

त्याने प्रश्नार्थक नजरेने माझ्याकडे बघितले. मी बोलू लागलो,"उद्या संध्याकाळी तुला ॲव्हेलिनोला जायचे आहे."

"अव्हेलिनो!" तो पुटपुटला.

"होय ॲव्हेलिनो. काय झाले? एवढे आश्चर्य वाटण्यासारखे काय झाले? मी सिनोरा मॉंटीसाठी एक पत्र देतोय ते त्यांना द्यायचे. उद्या लग्नानंतर बॉल डान्स सुरू झाल्यानंतर तेथे थांबण्याचे तुला काहीच कारण नाही. रात्री नऊच्या गाडीने निघून तू ॲव्हेलिनो गाठायचे. तेथे माझी पुढची सूचना मिळेपर्यंत थांबायचे. अर्थात, त्यासाठी फार काळ थांबावे लागणार नाही. तोपर्यंत मधल्या काळात तुझे लैलाबरोबरचे प्रणयाराधन सुरू करायचे."असे म्हणून मी एक स्मित केले.

व्हिंकेंझोने माझ्या स्मिताला प्रतिसाद दिला नाही.

"सरकार, विवाहानंतर दुसऱ्या दिवशी आपण पॅरिसला जाणार आहात, आपल्या सामानाची बांधाबांध कोण करणार? आपले सामान घेऊन स्टेशनवर कोण येणार...?" त्याच्या कामाची यादी देतादेता तो थबकला.

मी पुन्हा हसलो. "किती छोट्याछोट्या कामांची यादी करतोस! अरे, ही कामे दुसरे कुणीही करेल. तुझा आता त्याच्याशी संबंध नाही. महत्त्वाची गोष्ट एकच- तुला ॲव्हेलिनोला जायचे आहे आणि जाताना हे घेऊन जायचे आहे." असे म्हणून टेबलावर ठेवलेल्या लोखंडी लहान पेटीकडे मी अंगुलीनिर्देश केला. त्या पेटीला छान लहानसे कुलूप होते.

तो पेटीकडे बघत निश्चल उभा होता. मला समजेनाच त्याच्या मनात काय सुरू होत!

"काय झाले काय तुला? तुला काहीतरी बोलयचे आहे असे दिसते." हे बोलताना मी आवाज जरा करडा केला. त्यामुळे तो थोडा घाबरून गेला. तरी त्याने बोलायला सुरुवात केली.

"सरकार, माफ करा आपल्या या चाकराला त्याच्या उद्धटपणाबद्दल; पण मला जे वाटते ते बोलून टाकू द्या. आपल्याला माहीत आहे या सेवकाचे आपल्यावर किती प्रेम आहे ते. त्याला आपल्यासाठी जीव द्यायला सांगितले तरी तो तयार होईल. पण सरकार, जे मी पाहतो ते मला बोलू द्या. आपल्याला त्याची कल्पना नाही; पण

आपल्या हृदयाला कसलीशी खोल ठेच लागली आहे. त्यातून भळभळून रक्त वाहताना मी पाहतो आहे. ही साधीसुधी जखम नाही. लढाईत बंदुकीची गोळी आरपार जावी अशी भयानक ती आहे. सरकार, आपल्याला माझी गरज आहे, नितांत गरज आहे.'' असे म्हणत तो माझ्याजवळ अगदी जवळ आला. माझा हात हातात घेऊन म्हणाला, ''सरकार, मला आपल्या सेवेत राहू द्यात. आपल्याला माहीत नाही, काय बरोबर आहे, काय बरोबर नाही. ते आपल्याला कसे समजणार? आपल्याला जबरदस्त धक्का बसला आहे. आपल्या चेहऱ्यावरून ते जाणवते. आपली प्रेयसी, उद्या जिच्याशी आपण लग्न करणार आहात तिने आपल्या हृदयात उजेड पाडणे तर सोडाच; पण मिट्ट अंधार करून टाकला आहे. मी आपल्याला पाहतोय, आपण दिवसेंदिवस जास्तच दुःखी होत चाललेले दिसताय. सरकार, सांगा आपण असे दुःखात पडलेले असताना मला तिकडे लैलाकडे पाहवेल काय?''

त्याच्या प्रेमाने, आपलेपणाने त्या ओथंबलेल्या भाषणाने मी पुरता थिजून गेलो होतो. क्षणभर काय बोलावे मला समजेना. लगेच मी भानावर आलो. तसे येणे भागच होते. मी माझा हात त्याच्या हातातून सोडवून घेत म्हटले, ''अरे वेड्या, तुला कोणी सांगितले मी सुखी नाही. उद्या मी इटलीतील सर्वांत सुंदर स्त्रीशी लग्न करतो आहे. माझ्यासारखा नशीबवान आता या भूतलावर कुणीच नसेल. पूस डोळे आणि हास-हास एकदा माझ्याकडे बघून. लग्नाच्या दिवशी डोळ्यांतून आसू काढलेले मला चालणार नाही. मग अॅव्हेलिनोला जायला निघतोस ना?''

''सरकारांची तशीच इच्छा असल्यास माझा नाइलाज आहे.'' एक दीर्घ श्वास घेऊन तो बोलला. ''सरकार, मी काही कमी-जास्त बोललो असल्यास मला माफ करा, पण राहवलं नाही म्हणून बोलून गेलो.'' तो.

''वेड्यासारखं काय बोलतोस? मला काय समजत नाही! तू सारे माझ्या प्रेमापोटीच बोलतो आहेस आणि त्याच प्रेमापोटी तुला माझी आज्ञा पाळायला पाहिजे. आजपासून तू माझा नोकर नाहीस तर आपण सख्खे मित्र समज.''

तेवीस

अखेरीस माझ्या विवाहाचा तो दिवस उजाडला. आदल्या रात्री जोरदार वारा सुटल्याने पांढरे ढग जमून बोटींच्या शर्यतीसारखे आकाश भुरभुर धावत होते. तरी सकाळ बऱ्यापैकी नितळ होती. सकाळपासून लोकांची गर्दी चर्चकडे चाललेली दिसत होती. हेतू हाच होता- विवाह जास्तीत जास्त जवळून पाहायला मिळावा. त्याचबरोबर मुलीच्या अंगावरचा ड्रेस व तिचे दागिने जास्त निरखून पाहायला मिळावेत, हाही त्याप्रमाणे हेतू होता. विवाह समारंभ बरोबर अकराला सुरू होणार असल्याने, मी साडेदहालाच ड्यूक डी. मारिनो- जे आजच्या समारंभाचे बेस्ट मॅन होते, त्यांच्याबरोबर माझ्या गाडीतून चर्चकडे जाण्यास निघालो. मी एका चांगल्यापैकी शिंप्याकडून शिवून घेतलेल्या ड्रेसमध्ये होतो. एकूण मी प्रसंगाला आवश्यक तेवढा उत्साह आणि माझे समाजातील स्थान यांचा योग्य तो मेळ घालण्याचा प्रयत्न केला होता. कोचमनला मुद्दाम सावकाश गाडी हाकण्यास मी सूचना दिली. त्याचे मुख्य कारण म्हणजे रस्त्याने वाढणारी गर्दी. समारंभापूर्वी लहानशा अपघाताचेही त्याला गालबोट लागायला नको होते.

चर्चच्या फाटकाशी अखेर आमची गाडी थांबली. तिथे तुंबलेली ती गर्दी पाहून मी अवाकच झालो होतो. गर्दीत शाळकरी मुले, भिकारी आणि मध्यमवर्गीय नागरिक होते. साऱ्यांच्या चेहऱ्यावर मला बघण्याचे कुतूहल आणि उत्सुकता दिसून येत होती. माझ्या सूचनेनुसार चर्चच्या दारापासून थेट वेदीपर्यंत किरमिजी रंगाचा गालिचा पसरलेला होता.

गाडीतून उतरून मी ड्यूकबरोबर चर्चमधील लोकांच्या दुतर्फा जमलेल्या गर्दीमधून चाललो होतो. मी चालत असताना मला माझ्या श्रीमंतीची आणि औदार्याच्या कौतुकोद्गाराची कुजबूज ऐकू येत होती. चर्च गर्दीने खचाखच भरले होते. तरीही विवाह प्रसंगी वीस-पंचवीसपेक्षा जास्त लोकांना बोलविलेले नव्हते. मी त्या गर्दीमधून दमदार पावले टाकत चाललो होतो. पुढे पुढे सरकत असताना लोकांचे अभिवादन तसेच अभिनंदनाचा स्वीकार मान वाकवून घेत होतो.

भिंतीवर टांगलेल्या तसबिरीतील 'संतविभूती' जणू मला विचारीत होत्या, 'काय करायला निघालायस? तुझ्या हृदयात अनुकंपेचा लवलेशही नाही?'

'नाही. नाही. त्या नरकात मला उभ्या ज्वालेत जळून घ्यावे लागले तरी आजची माझी सुडाची इच्छा पुरी करून घेणारच.' माझे मन त्यांना उत्तर देत होते.

मी नजर वर केली. क्रॉसवर लटकलेल्या रक्तबंबाळ येशूच्या नजरेत मला जळजळीत अंगार दिसत होता. त्या नजरेतून जणू तो मला विचारीत होता, 'मूर्ख माणसा, सुडाच्या भावनेने पेटून ज्या मार्गावरून तू चालला आहेस, तुला माहीत आहे का तुझा शेवट कसा आहे ते? स्वतःपुढे कसल्या प्रकारचे ताट वाढून ठेवले आहेस?'

मनातल्या मनात मी उत्तर देत होतो. 'कुठलाही कणवेचा लहानसा क्षणही माझ्या उद्दिष्टापासून आता मला रोखू शकणार नाही. माझ्या स्वानंदाचा बिंदू म्हणजे मी स्वीकारलेल्या सुडाच्या परिपूर्तीचा क्षण. आता आकाश फाटले किंवा भूमी दुभंगली तरी माझ्या निर्धारित कृतीपासून कुणीही मला थोपवू शकत नाही. जेव्हा त्या विश्वासघातकी स्त्रीला तिच्या कृत्याबद्दल योग्य ते शासन मिळेल, तेव्हाच मी समजेन की, माझ्यासारख्या दुर्दैवी माणसाला अखेरीस न्याय मिळाला.'

मी अशा खिन्न मनःस्थितीत जेव्हा बुडून गेलो होतो, त्याच वेळेस चर्चमधले वातावरण एका धीरगंभीर स्तरावर पोहोचले होते. खिडकीवरील रंगीबेरंगी काचेवरून सूर्यप्रकाश स्फटिकासारख्या पांढऱ्याशुभ्र संगमरवरी वेदीवर पडला होता. धुपाचा वास आणि वाद्यांचे मंद सूर यांनी आसमंत भरून गेला होता. मला इथेच झालेल्या गेल्या वेळच्या विवाहाची आठवण झाली. या ठिकाणीच मी उभा होतो. माझ्या शेजारी माझा मित्र फेरारी उभा होता आणि तेव्हा हो, तेव्हाच मी माझ्या पत्नीच्या लोभस चेहऱ्यातून आणि अंगप्रत्यंगातून ओसंडून वाहणाऱ्या सौंदर्याच्या विषाचा पहिला घोट घेतला. मूर्ख मी! त्या परमेश्वराने माझी घोर फसवणूक केली. ज्याच्या विश्वासाच्या जोरावर माझ्या जिवाभावाच्या लोकांच्या खांद्यावर मी मान ठेवली, त्यांनीच मला दगा द्यावा? यांत्रिकतेने मी खिशातून अंगठी काढली. कालच मी ती तिच्या हातातून काढून घेतली होती. माझ्या सोनाराच्या कौशल्याने नवी कोरी वाटत होती ती.

चर्चच्या त्या मोठ्या टांगलेल्या घंटेने अकराचे टोले दिले आणि आतला दरवाजा सताड उघडला गेला. त्या दरवाजात प्रथम शेवालिए मान्चिनी दिसले. नीनाला वडील नसल्याने वधूपित्याचा मान त्यांनी आनंदाने स्वीकारला होता. ते तिला त्या दरवाजातून बाहेर घेऊन येत होते. ती अतिशय अलगद चालली असता म्हाताऱ्या मान्चिनींच्या हातावर किंचितशी नजाकतीत रेललेली दिसत होती. मंद चालीने पुढे ती येत असताना दिसताच जमलेल्या समुदायातून, दैत्याने घेतलेल्या त्या अद्वितीय सौंदर्याच्या अवताराच्या दर्शनाच्या आस्वादाने आनंदित होऊन त्यांच्या तोंडातून फुटलेला मंदसा, अस्फुटसा चीत्कार मी ऐकत होतो. तिने पांढरा मखमली

ड्रेस घातला होता. अतिशय मौल्यवान अशा साध्या पांढऱ्या जाळीच्या कापडाचे तिच्या डोक्यावरती आच्छादन होते. मी दिलेले जवाहीर तिच्या केसांत, कमरेवर, स्तनावर तसेच उघड्या बाहूंवर लखलखत होते.

ती स्वतःला विधवा समजत असल्याने तिचा झगा मागून उचलून धरायला तिच्या मैत्रिणी नव्हत्या. ते काम ड्यूक डी. मारिनोंच्या लहान मुलाने पार पाडले होते. वधूच्या पुढे पाच-सहा वर्षांच्या दोन मुली गुलाब आणि लिलीच्या फुलांच्या पायघड्या घालत चालल्या होत्या. त्या मुलींनी फिकट पांढऱ्या रंगावर सोनेरी किनारीचा ढगळ पेहराव घातल्याने आकाशातून जणू दोन पऱ्याच उतरल्या का काय, असे वाटत होते. त्यांना नीनानेच शिकवून तयार केलेले दिसत होते. कारण वेदीपाशी नीना आल्याबरोबर त्या दोघी तिच्या दोन्ही बाजूंना उभ्या राहिल्या तर तो मुलगा नीनाचा झगा मोठ्या दिमाखात धरून उभा असलेला दिसत होता.

सारा समारंभ एखाद्या चित्रपटात पाहावा तशा पद्धतीत उलगडत चालला होता. नीनाला असल्या भव्य दिव्य समारंभाची आवड असल्याने, तिने ते सारे करवून घेतले होते. एक आशक स्मित माझ्याकडे टाकत ती जवळ आली आणि वेदीसमोर गुडघे टेकून प्रार्थनेसाठी बसली.

ऑर्गनवर धून चालूच होती. धर्मोपदेशक पुढे झाले. पुढे विवाहसमारंभाला सुरुवात झाली. मी माझ्याजवळची अंगठी पुस्तकावर ठेवता ठेवता माझ्या वधूकडे पाहिले. मस्तक लपवून ती ध्यानस्थ झालेली दिसली. धर्मोपदेशकाने पवित्र जल आमच्यावर शिंपडले. मी ती अंगठी माझ्या हातात घेऊन कॅथॉलिक पंथाच्या रिवाजाप्रमाणे प्रथम अंगठ्याला नंतर त्याच्या शेजारच्या असे प्रत्येक बोटाला स्पर्श करून शेवटी करंगळीशेजारच्या बोटात सरकवली आणि पुटपुटलो, 'मी तुला माझी पत्नी म्हणून स्वीकारीत आहे.'

मूळ लग्नविधी लवकरच आटोपला. नंतर प्रार्थना सुरू झाली. मला दैवी प्रसाद देण्यात आला. तो दैवी प्रसाद स्वीकारताना माझ्या डोळ्यांसमोर ख्रिस्ताचे ते आग ओकणारे डोळे दिसत होते. ते जणू म्हणत होते, 'हा पवित्र प्रसाद तुझ्या हृदयात पावित्र्य निर्माण करण्यासाठी असूनही तुझ्यात काही परिवर्तन घडू नये? तू तुझे अपराधित्व सिद्ध केले आहेस.' आणि ती कशी होती खोटारडी! विश्वासघातकी! तो प्रसाद घेताना ती एवढी धार्मिक विधीमध्ये गुंतून गेली होती की, धर्मगुरूदेखील तिच्या चेहऱ्यावरचा शांत, गंभीर भाव पाहून प्रसन्न झाले होते. काय सांगावे? संत–विभूतींसारखे तिच्या मस्तकाभोवती तेजोवयलही त्यांना प्रकाशमान झालेले दिसले असेल.

मी मनात, क्रूसावर त्या रक्तबंबाळ होऊन लटकणाऱ्या येशू ख्रिस्ताला उत्तर दिले, 'मी माझे अपराधित्व सिद्ध केले असेल तर ती माझ्या तिप्पट गुन्हेगार आहे.

माझी खात्री आहे, नरक आम्हाला तेथे स्वीकारताना निश्चितच एवढा प्रशस्त नक्कीच असेल जेथे आम्ही एकमेकांपासून पुरेसे दूर असू.'

अशा तऱ्हेने माझ्या मनाची मी समजूत घालून देत असता अवतीभोवतीच्या चित्रातल्या त्या महात्म्यांच्या चेहऱ्यावरती मला दुःख दिसले.

मी असा माझ्या विचित्र विचारात असता प्रार्थना केव्हा संपली लक्षात आले नाही. तिच्या त्या नाजूक स्पर्शाने मला जागे केले.

विवाह समारंभ आता पूर्णांशाने संपल्याने आम्ही सारे बाहेर पडलो. नीनाला मी माझ्या कोचमधून घेऊन हॉटेलवर आलो. हॉटेलमध्ये अल्पोपाहार वाट पाहत होता. त्या वेळची ती कृत्रिम भाषणे, कृत्रिम अभीष्टचिंतने... सारे सारे काही कृत्रिम आणि बनावट वाटत होते.

अल्पोपाहार आणि बॉल डान्स प्रसंगी सर्वांनी भेटण्याचे ठरवले. सारे पांगले आणि तिच्यासाठी राखून ठेवलेल्या एका खोलीत तिला पोहोचवले. तिला उद्याच मधुचंद्रासाठी जाण्याची तयारी करायची होती. तिला सोडून मी माझ्या खोलीवर आलो. आल्या आल्या व्हिंकेंझोला बोलावून घेतले. तोही ॲव्हेलिनोलो जाण्याच्या तयारीत होता. मी त्याला काही शेवटच्या सूचना दिल्या.

सिनोरा मॉंटीला एक पत्र लिहून त्यात तिला माझी इच्छा स्पष्ट केली होती. त्यानुसार व्हिंकेंझोबरोबर लैलाचे लग्न लावून देण्याबद्दल पुन्हा विनंती केली होती. तसेच व्हिला रोमानीवर राहत असलेले मिस ॲसुंटा– स्टेलची गर्व्हर्नेस आणि गिॲकोमो या दोघांना ॲव्हेलिनोला घेऊन जावे. स्टेलाच्या गर्व्हर्नेसने शेवटपर्यंत तिची देखभाल प्रेमाने आणि आनंदाने केली होती. गिॲकोमो फरशीवर पडून पांगळा झाला होता. मी त्याला कितीही रागे भरले तरी त्याची एक श्रद्धा होती, जे मी दाखवतो ते खरे नाही, मी खरा फॅबिओच आहे.

जे माझ्याशी प्रेमाने, आपलेपणाने वागले त्यांच्यासाठी जेवढे काही करणे शक्य होते तेवढे मी करून ठेवले होते. आता जे काही करणे उरले होते ते एकच- सूड. मी मला त्या माझ्या उद्देशाकडे टप्प्याटप्प्याने घेऊन जात होतो आणि.... आणि आता मी माझ्या मार्गातल्या शेवटच्या टप्प्यावर उभा होतो.

चोवीस

बॉल डान्सला अगदी भव्य दरबारी पद्धतीने सुरुवात होत होती. नृत्याचा हॉल अतिशय कलात्मकरीत्या सजवलेला होता. जवळपास हजार एक दिव्यांनी रोषणाई केली होती. इटलीतले बहुतेक सर्व सरदार आपल्या पत्नीसह उपस्थित होते. स्त्रिया कुठेही पाहायला मिळणार नाहीत अशा प्रावरणात आणि आभूषणांत नटूनसजून आल्या होत्या. डान्सला आलेल्या त्या स्त्रियांनी भारी आणि भपकेबाज कपडे घातले होते. त्यावर शिवून घेतलेल्या मौल्यवान खड्यांमुळे त्यांच्या पेहरावात जास्तच भारदस्तपणा आला होता. काहींचे ड्रेसेस तर पिढ्यान्‌पिढ्या चालत आलेले दिसत होते. ड्यूक डी मारिनोची पत्नी डचेस मारिनोने तिच्या घराण्यात परंपरागत चालत आलेला ड्रेस घातलेला होता. सोन्याच्या तारेत माणिक, मोती, हिरे वगैरे मौल्यवान खडे त्यात शिवले होते. असे ते कपडे वर्षा-दोन वर्षांतून एकदा घालण्याचा प्रघात होता.

तथापि, या सर्व सौंदर्यवतींमध्ये सुंदर आणि ऐश्वर्यसंपन्न दिसत होती ती माझी बायको. अगदी सहज सर्वांत ती उठून दिसत होती. बारीक लेसमध्ये शिवलेला सॅटिनचा ड्रेस, त्यावर जडवलेल्या हिऱ्यामाणकांनी ती खूपच खुलून दिसत होती. त्या दरोडेखोराचे हिऱ्या-मोत्यांचे दागिने तिच्या गळ्याभोवती उघड्या दंडांत दिसत होते. तसेच शिंपल्यासारखी कर्णभूषणे कानात लटकत होती. तिचे सोनेरी लांबसडक केस तिने आपल्या लहानशा डोक्यावर गुंडाळून बांधले होते व त्यावर मौल्यावान खडे खोचून ठेवले होते. परंतु सर्वांत मौल्यवान खड्यांतूनही चमकत होते ते तिचे निळेशार डोळे.

अशा तऱ्हेच्या लखलखाटात आणि चकचकाटात नृत्याला सुरुवात करण्यासाठी नीना माझ्या कानात कुजबुजली. ''सीझर, तुम्ही तुमचे कर्तव्य विसरलात का? मला घेऊन नृत्य करून नृत्याच्या समारंभाची सुरुवात तुम्ही करायला नको का?''

मी यांत्रिकतेने तिच्या कमरेत हात घालून नाचायला सुरुवात केली. बँडवर हगेंरी वाल्झ वाजवायच्या सूचना दिल्या. मी नाचत होतो तरी मी तिच्या नजरेत नजर टाकून बघायचे टाळत होतो. कारण एकाच वेळी मी तिच्याविषयीच्या द्वेषात आणि

प्रेमात पडलो होतो. होय प्रेम! पाशवी प्रेम! त्या प्रेमात थोडाही दिव्यत्वाचा अंश नव्हता. माझ्या मस्तकात असा अंगार फुलला होता की, वाटत होते, तिचे खरे डाकिणीचे भ्रष्ट आणि व्यभिचारी रूप आताच या क्षणीच सगळ्यांपुढे उघडे करावे... सारा सारा इतिहास जगाला कथन करावा आणि सगळ्यांपुढे तिचे हसे करावे अन् साऱ्या जगाने छी थू केल्यावर तिला जगणे असह्य वाटावे... पण जग या बाबतीत स्त्रीपेक्षा पुरुषालाच दोषी ठरवते. ती कीव आणि सहानुभूतीची मालकीण बनून मीच एक मोठा वेडा ठरायचो.

त्या वाल्झच्या ठेक्यावर मी तसा नृत्यपारंगत होतो. नीनाला प्रथम त्याचा सुखद आश्चर्याचा धक्का बसला. आम्ही आमच्या नृत्य पदन्यासाने त्या हॉलभर दोन-तीन वेळा चकरा मारल्यावर साऱ्या उपस्थितांच्या कौतुकाच्या नजरांचे लक्ष्य झालो होतो. त्यानंतर साऱ्यांनी आमच्या पाठोपाठ नृत्याला प्रारंभ केला आणि दोन मिनिटांत स्त्रियांनी घातलेल्या रंगीबेरंगी कपड्यांमुळे तो हॉल स्वतःभोवती गरगर फिरणाऱ्या रंगीबेरंगी फुलांच्या बागेसारखा दिसू लागला. त्या संगीताचा, त्या वातावरणाचा माझ्यावर एवढा विचित्र परिणाम झाला की, तिच्या कमरेवरची आणि दुसऱ्या हातात घेतलेल्या हातावरची माझी पकड जास्तच घट्ट झाली. त्यामुळे ती आपल्या अर्धवट उघड्या डोळ्यांतून आणि त्या लालचुटूक ओठातील ओघळणाऱ्या स्मितातून आपण किती खुशीत आहोत हे जाणवून देत होती.

"अखेरीस तुम्ही माझ्यावर प्रेम करू लागलात."

"अखेरीस! हो अखेरीसच." मी पुटपुटलो.

"अगोदर सुरुवातीलाच तुझ्या प्रेमात पडलो नसतो तर आज मी तुझ्याबरोबर नसतो."

"मला माहीतच होते." ती त्या स्वप्नाळू डोळ्यांतून बोलत होती. "मला अनुभव आहे त्या गोष्टीचा. सुरुवातीला तू केवढा थंड होतास. पण माझा माझ्यावर विश्वास होता." असे म्हणून जेतेपणाचे हास्य तिच्या चेहऱ्यावर पसरलेले दिसले.

मी तिच्यावर अधिकच वाकलो. माझ्या उष्ण उच्छ्वासाने तिच्या सोनेरी बटा हलत होत्या. "काय सांगू नीना, तुझ्यासाठी माझ्यातला जुना पुराणा मी मारून तुझ्यासमोर मी उभा आहे."

ती गोंधळली. पुरती गोंधळून गेली. "समजले नाही मी, तुम्ही काय म्हणता ते." ती.

"लाडके, मला म्हणायचे हे की, तू मला आमूलाग्र बदलून टाकलेस. मी तुला आजपर्यंत म्हातारा वाटत होतो ना. आता तुला मी तरुण वाटू लागला- तो थंड रक्ताचा मी पुन्हा चांगला गरम रक्ताचा होईन. माझं ते ओसरलेलं तारुण्य लाडके तुझ्यासाठी उत्फुल्लपणे पुन्हा रसरसून बहरून येईल." मी.

माझ्या शब्दांनी हुरळून जाऊन माझ्या अधिकच जवळ ती आली. संपत्तीच्या लोभाखालोखाल आपल्या सौंदर्याच्या साहाय्याने परपुरुषाच्या वासना उद्दीपित करणे हा तिचा आवडता छंद होता.

वाल्झचे सूर मंदमंद होत गेले. तिचा पुढचा जोडीदार नृत्यासाठी आलेल्या रोमच्या राजपुत्राच्या हातात तिला सोपवून मी झटकन मागच्या बाजूला जाऊन व्हिंकेंझोची चौकशी करू लागलो. मला कळले की, त्या हॉटेलमधलाच एक वेटर त्याचा दोस्तही होता. त्याच्याबरोबर तो ॲव्हेलिनोला जाणाऱ्या गाडीला बसण्यासाठी स्टेशनला गेला. जाण्यापूर्वी व्हिंकेंझो बॉलरूमजवळ येऊन मला माझ्या बायकोबरोबर नाचताना पाहून त्याच्या डोळ्यांत अश्रू आले होते, असे तो वेटर मला सांगत होता.

तो गेल्याची बातमी त्या वेटरकडून मी अतिशय तटस्थपणे आणि कोरडेपणाने स्वीकारलेली जरी दाखवली तरी मी अंतर्यामी एकटा- अगदी एकटा पडल्यासारखा झालो होतो. आता माझे म्हणून जगात कुणीही उरले नव्हते. साऱ्या माणुसकीपासून मी तुटलो होतो. तो जगन्नियंता मला जणू वरून पाहत होता. मी, ती आणि तो कर्ता करविता असे तिघेच माझ्यासाठी उरलो होतो. या तिघांतच न्याय सिद्ध होणार होता.

मी पुन्हा बॉलरूमकडे आलो होतो. मध्यरात्रीच्या नृत्यानंतरच्या जेवणाची तयारी केली जात होती. रात्रीचे दहा वाजून गेले होते. माझी छाती धडधडू लागली. ज्या क्षणाची मी वाट पाहत होतो, तो क्षण जवळ येऊन ठेपला होता.

माझी पत्नी नाचून पुरती शिणली होती. ती रोमच्या राजपुत्राबरोबर मखमली खुर्चीत बसून गप्पा मारत विसावा घेत बसली होती. मी अलगद खाली वाकून त्यांच्या संभाषणात व्यत्यय आणत अगदी आर्जवी स्वरात विचारले, ''लाडके, मला दिलेले आश्वासन लक्षात आहे ना?''

झटकन माझ्याकडे बघितलेल्या त्या नजरेत एक सळसळती चमक दिसली. ''हो, हो. मी त्यासाठी फार उत्सुक आहे. सांगा सांगा मला केव्हा... आणि कसे?''

''अगदी लगेच. ताबडतोब. तुला आठवतेय ना, आपण हॉटेलमध्ये ज्या खासगी वाटेने आत आलो त्या वाटेनेच बाहेर पडायचे आहे. मला वीस मिनिटांत तेथे भेट. आपल्याला बाहेर पडताना कुणीही पाहता कामा नये.''

''मी माझ्या ड्रेसच्यावर एक ढगळ झगा घालून येते. पुरेल ना? आपण फार दूर जात नाही ना?''

''नाही. फार दूर जात नाही.'' मी.

''भोजनापर्यंत येत आहोत ना?''

''अर्थातच.''

''मी निश्चित वीस मिनिटांत तुम्ही सांगितलेल्या ठिकाणी येतेच. तोपर्यंत मार्केस गाल्ड्रो मला मझुर्की नृत्यासाठी (चार किंवा आठ व्यक्तींच्या एकत्र डान्स) बोलवताहेत

ते उरकून येतेच.'' तेवढ्यात ते गृहस्थ तिला न्यायला आले असता वाकून त्यांनी तिचा हात धरून तिला नेले. त्या नृत्य प्रकाराला त्या दोघांनी सुरुवात केली. तो पोलिश डान्स प्रकार असून त्यात स्त्रिया जास्त उठून दिसतात.

त्या दुकलीला जमेल तितक्या शिव्या मनातल्या मनात देत मी निघून आलो. मला शक्य तितक्या घाईगर्दीत मी इतके दिवस पांघरलेला तोतया सीझरचा चेहरा उतरवायचा होता. मला माझ्या मूळ स्वरूपात यायचे होते.

मी आरशासमोर उभा राहिलो. डोक्यावरचा पांढऱ्याशुभ्र केसांचा रंग तर काही बदलता येणार नव्हता. माझ्या वयस्कपणाचे स्वरूप देणाऱ्या दाढीला मात्र मी प्रथम चाट मारली आणि फक्त पूर्वी ठेवत होतो त्याप्रमाणे ओठावरची मिशी थोडीशी टोकाशी वरती उचललेली तेवढी ठेवली होती. वयस्कर माणसात वयानुसार पाठीत बाक येतो त्याप्रमाणे वाकून वावरायचे मी स्वीकारले होते. ते सोडून देत मी ताठ झालो होतो. त्यामुळे मी आता होतो त्यापेक्षा जास्त उंच दिसत होतो. मी आरशात पाहिले आणि माझ्यातून भारदस्त, रसरशीत, तिशीतील तरुण निर्माण झालेला पाहून मी स्वतःशीच मस्त हसलो. माझ्या ठेवणीतला खंजीर कपाटातून बाहेर काढला. तो म्यानातून बाहेर काढून त्याची धार पाहिली. समाधान वाटले.

नंतर मी माझ्या खोल्यांची झडती घेतली. त्याचे कारण एकच होते. माझ्याकडून आता होऊ घातलेल्या कृतीचा कुठलाही ठावठिकाणा मला मागे सोडून जायचा नव्हता. म्हणून साऱ्या गोष्टी मी नष्ट केल्या. खोलीत फक्त फर्निचरशिवाय काही नव्हते. हो, काही मौल्यवान गोष्टी मी मुद्दाम खोलीत सोडून चाललो होतो. हॉटेलच्या मालकाला जणू एवढ्या काळात दिलेल्या सहकार्याबद्दल भेटवस्तू.

निघता निघता मी आरशात पुन्हा डोकावले. माझ्या चंदेरी केसाशिवाय मी पूर्वीचा फॅबिओ रोमानी झालो होतो. मी माझा डान्सच्या वेळचा घातलेला ड्रेस काढून रोजच्या वापरण्यातला कोट घातला. त्यावर मोठा थोरला बिनबाह्याचा डोक्यापासून पायापर्यंत झाकेल असा डगला चढवला. त्याची कॉलर माझ्या हनुवटीपाशी मुरडून घेतली होती. हेतू हा होता की, मी काढलेली दाढी दिसू नये. नेपल्समधल्या थंडीची ज्यांना जाणीव आहे त्यांना अशा पेहरावाबद्दल आश्चर्य वाटायचे काही कारण नव्हते. हो. डोळ्यावर चष्मा मात्र राहू दिला होता.

मी पॅसेजमध्ये तेलाचा एक मिणमिणता दिवा ठेवला होता की, ज्यामुळे आम्ही एकमेकांना पाहू शकू; पण कोणी आम्हाला ओळखू शकणार नाही. त्या पॅसेजमध्ये कोणाची वर्दळ नव्हती. हॉटेलमधून तो पॅसेज एकदम बगीच्यात निघत होता.

मी तेथे तिची वाट पाहत होतो. अगदी उतावळेपणाने. शेवटी मी नृत्याच्या हॉलजवळ गेलो. तेथून मला व्हिएन्नीझ वॉल्झचे सूर ऐकू येत होते. मी त्या संगीताच्या तालाच्या उडणाऱ्या पावलांचा आवाज ऐकत होतो. हॉटेलमधील वेटर

लोक रात्रीच्या भोजनाची तयारी करत होते. माझ्या अंगावरून ते सारे जात होते; पण, त्या अर्धवट प्रकाशात आणि थंडीमुळे तोंडापर्यंत घेतलेल्या आवरणाने मी कोणास ओळखू येत नव्हतो.

पण ती अजून का नाही आली? का ती येणार नाही? का तिला पत्ता लागला असेल माझ्या योजनेचा? मी थोडासा सटपटलोच. सारे काही मनासारखे घडत असताना शेवटच्या क्षणी ओमफस तर नाही ना होणार? मी बेचैन झालो होतो. माझ्या हृदयाची धडधड मी सहज मोजू शकत होतो. मी पुढे-मागे फेऱ्या मारत बसलो होतो. एव्हाना ती यायला हवी होती. काय? कुणाचा हा धापधाप करीत धावत येणाऱ्या पावलांचा आवाज? ती तर नसेल ना? होय! ती आली. अखेरीस ती आली होती.

"मी फार वेळ थांबायला तरी लावलं नाही ना? त्याचे काय झाले, उद्या आपल्याला पॅरिसला जायचे आहे ना; त्यासाठी माझ्या तयारीसाठी मी थोडी थांबले होते." धापा टाकत ती बोलत होती. बॉल डान्सच्या कापड्यावरतीच रशियन डगला घालून ती आली होती.

तिला एका हाताने जवळ घेत मी म्हटले, "माझ्या विनंतीला मान देऊन तू आलीस, मला फार बरे वाटले. मला सांग तू कशी निघून आलीस? तुला कुणी पाहिले तर नाही ना? तुझ्या मोलकरणीला माहीत आहे का तू जातेस?"

"माझी बाई? काही विचारू नको. त्यातल्या एका वेटरबरोबर तिचे प्रेमालाप सुरू झाले आहेत. तिला कुठली फुरसत माझ्याकडे पाहायला." आणि ती हसू लागली.

चला, बरे झाले. माझ्या योजनेप्रमाणे ती आली होती. आम्ही कोणालाही समजणार नाही अशा पद्धतीने पॅसेजमधून बाहेर पडून रस्त्यावर आलो. थंडीमुळे माझ्या गळ्याभोवतीचा डगला घट्ट करून मी तिला जवळ ओढले. माझ्या खांद्यावर नजाकतीत मान टाकून ती चालली होती.

मी रस्त्यावरच्या कोचला बोलावून त्यात बसता बसता सांगितले. "आपल्याला व्हिला ज्युआर्डाला जायचे आहे."

"आपण फार दूर जात नाही ना? भोजन समयापर्यंत येऊ शकू ना?" तिने पुन्हा शंका प्रदर्शित केली.

"निश्चितच." मी.

गाडीत ती माझ्या कुशीत गुरगुटून बसली होती. माझे हृदय माझी योजना फलद्रूप होणार म्हणून जोरजोरात धडधडू लागले. माझ्या तोंडातून निघून गेले. 'झाले अखेर माझ्या मनासारखे.' तिने ते ऐकले; पण ज्या अर्थाने मी पुटपुटलो ते तिला समजले नाही. माझ्या वाक्याचा अर्थ आपल्या समजुतीने लावून घेत पुन्हा आपल्या यशस्वितेचे हास्य ओठांवर खेळवत माझ्यापाशी चुंबनाची अपेक्षा केली.

तिच्या त्या लालचुटूक थंडगार ओठावर माझे रागाने धगधगणारे ओठ टेकले. एखाद्या विकत घेतलेल्या गुलामापेक्षाही ती माझी- माझीच होती. कुठल्याही सुलतानाच्या जनानखान्यातील स्त्रीसारखी तिला एक भोगवस्तू म्हणून मी पाहत होतो. तिच्या नजरेतून जेतेपणाचा भाव ओसंडून वाहताना दिसत होता. तिला जे वाटत होते ते मी तिला पूर्णपणे वाटू देत होतो.

नेपल्समधील अशी एकही व्यक्ती नसेल जी माझ्या बायकोच्या दृष्टिक्षेपाने घायाळ झाली नसेल. त्यात अगदी खालच्या दर्जाचे नोकरचाकरही असू शकतील. पण त्यामुळे झाले काय, आपण जणू कुणी कुठल्याशा देशाची महाराणी आहोत अशी तिची नेहमी हालचाल असे. माझी नजर पुन्हा गाडीत माझ्या हातात गुरफटून पडलेल्या तिच्या त्या अर्धोन्मीलित डोळ्यांवर पडली होती. तथापि, आमचे संभाषण असे झालेच नाही.

रात्र तशी वादळीच होती, तरी पावसास अजून सुरुवात झाली नव्हती. चंद्र मधूनच काळ्या-पांढऱ्या ढगातून तोंड काढून आपले अस्तित्व दाखवत होता. आम्ही लवकरच शहराचा परिसर सोडून मोकळ्या सडकेवरून चाललो होतो. कोचमन अखेरीस त्याला सांगितलेल्या इमारतीच्या थोड्या अंतरावर घेऊन पोहोचला.

"कुठे जायचे आपल्याला? त्या इमारतीपर्यंत घेऊन जाऊ?"

"नको. आम्ही आता पायी जाऊ शकू. तू शहरात जायला उत्सुक दिसतोयस."

"होय. कौंट ऑलिव्ह यांचा विवाह समारंभ आहे ना, कुठेही दूर जाणारे गिऱ्हाईक मिळू शकेल."

त्याने मी कोण हे ओळखले नाही. नशीब. त्याने मात्र एक कल्पना करून घेतली की, हे रंगेल जोडपे त्यांच्या ठरलेल्या ठिकाणी जाऊन समस्त नेपल्सवासीयांच्या नजरा चुकवून निवांत प्रेमाचे खेळ खेळणार आहेत. म्हणून त्याने 'तुम्हास माझ्या शुभेच्छा' असे हसत म्हणून घोडा उलट फिरवून तुफान वेगाने दौडत निघून गेला.

"त्याला थांबवले का नाही? परत जाताना उपयोगी पडला असता."

"काही गरज नाही. आपण वेगळ्या रस्त्याने परत जाणार आहोत."

ती थंडीने शहारली. मी तिला कुशीत घेऊन चाललो होतो.

"आपल्याला अजून बरेच दूर जायचे आहे का?"

"फार नाही. दोन-तीन मिनिटांचीच चाल आहे."

तेवढ्यात तो नाठाळ चंद्र ढगातून पूर्णपणे बाहेर आला. त्यामुळे ती सर्व जागा लख्ख प्रकाशमान झाली आणि तिला ती कुठे आली आहे, हे लक्षात आले.

"या कसल्या मसणवटीत मला आणलेत?"

"अगं, एवढा मोठा खजिना ठेवायचा म्हणजे कुणी चुकूनही इकडे फिरकू नये अशीच जागा पाहिजे ना?" असे म्हणून तिला मी जास्तच कुशीत घेऊन जवळजवळ ढकलतच माझ्या कुटुंबाच्या शवागाराजवळ आणले.

"मला भीती वाटते." मला चिकटून ती म्हणाली.

"मी असताना लाडके भिण्याचे कारण काय?"

चंद्र आता पुन्हा ढगाआड दडला होता. सर्व दूरवर धुरकट, काळसर छाया पसरली होती. आम्ही आमच्या शवागाराच्या फाटकाजवळ आलो होतो. खिशातून किल्ली काढून एका हाताने कुलूप काढले. कुलूप खटकन निघाले. दुसऱ्या हाताने जबरदस्त पोलादी पंजाने मी तिला धरले होते. ती माझ्या हातातून सुटण्याची पराकाष्ठा करत होती.

"कुठे... कुठे तुम्ही मला आणलेत? सोडा मला. मला फार भीती वाटते."

"भीती! अन् कशाची? अंधाराची? थांब आपण करू व्यवस्था उजेडाची... पाहशील बघ." असे म्हणत नकळत माझ्या तोंडातून छद्‌मी हास्य उमटले. "चल, तुला घाबरण्याचे काहीच कारण नाही." असे म्हणून तिला जवळजवळ ढकलतच फाटकातून आत घेऊन गेलो. फाटक ओलांडल्याबरोबर दाराला कुलूप घालून किल्ली खिशात टाकली.

तिला घेऊन मी एक-एक पायरी ओलांडत खाली आलो. खाली पोहोचल्यावर पुन्हा ते विकट हास्य माझ्या तोंडातून निघून गेले. या वेळेला त्या हास्याचा प्रतिध्वनी त्या खोल शवागारातून उमटला. नीना मला घट्ट बिलगून उभी राहिली.

"असे का हसलात? किती भयानक वाटले ते!"

"खरंच, भयानक वाटले. मी का हसलो सांगू? या चंद्राचा ढगाआडूनचा हा उजेड अंधाराचा शिवाशिवीचा खेळ पाहून मी हसलो."

"इथे कुठे ढग आहेत? आपण खाली आलो आहोत." असे म्हणत ती मला घट्ट चिकटली. तिच्या ओठाचे चुंबन घेऊन मी म्हटले,

"आता मी तुला काही पावले उचलून नेणार आहे. कारण ओबडधोबड फरशीवरून माझ्या राणीला चालता येणार नाही." मी तिला उचलून पुढे नेले.

"ही कसली जागा आहे? काळाकुट्ट अंधार चौफेर पसरला आहे. उजेडाचा पत्ताच नाही."

मी काहीच बोललो नाही. तिला खाली उतरवले आणि खिशातून काडीपेटी काढून आदल्या दिवशी अगोदरच ठेवलेल्या मेणबत्त्या पेटवल्या. उजेड एकदम डोळ्यावर आल्याने ती कुठे आली आहे तिला आजूबाजूच्या परिस्थितीचा अंदाज आला नाही. मेणबत्तीच्या पिवळ्या उजेडात तिला भिंतीतले कोनाडे, त्या कोनाड्यात ठेवलेल्या शवपेटिका, वाळवी लागलेले ते मृतांच्या अंगावरचे शवपेटिकांबाहेर लटकणारे कपडे सारे काही स्वच्छ दिसू लागले अन् भीतीने थरकाप उडाल्याने माझ्याजवळ येऊन ती मला घट्ट चिकटून उभी राहिली. मी एखाद्या पुतळ्यासारखा उभा होतो.

''मला येथून घेऊन चला. या शवागारात मला क्षणभरही थांबायचे नाही.''

मी तिला माझ्यापासून दूर करीत करड्या आवाजात म्हटले,''तू बरोबर ओळखलेस. हे शवागारच आहे. हे शवागार आहे तुम्हा रोमानी कुटुंबीयांचे. येथेच तुझ्या नवऱ्याचे पूर्वज ठेवले होते.'' माझा आवाज आता आणखीनच करडा झाला. ''होय. तुला माहिति असायला हवे. सहा महिन्यांपूर्वी तुझ्या नवऱ्याला, फॅबिओला, मेल्यानंतर इथेच ठेवले होते.''

ती थंड उभी राहिली. माझ्याजवळ येऊन माझ्यावर ओरडून म्हणाली,

''मला त्याच्याशी काही देणे-घेणे नाही. घेऊन चला मला येथून आणि तुम्ही तुमचा खजिना जर येथे ठेवला असेल तर मला त्याच्याशी काही देणे-घेणे नाही.''

''तुला काही देणे-घेणे नसेल पण मला आहे ना! बघ ती शवपेटिका. कॉलऱ्याच्या साथीत मिळेल त्या फळकुटाने बनवलेली दिसते का? ती तुझ्या नवऱ्याचीच पाहा. त्याच्यावर त्याचे नाव लिहिले आहे. पण हे काय? ही उघडी कशी? आणि तो कुठे गेला?''

माझ्या आवाजाने आणि बोलण्याच्या पद्धतीने आवश्यक ती भीतिदायक परिस्थिती निर्माण झाली. तिच्या पायातले त्राण गेले होते. तिला उभे राहणे कठीण झाले.

''कुठे गेला तो? कुठे गेला?'' हे अस्पष्टपणे उच्चारत ती मटकन खाली बसली.

''कुठे गेला तो?'' माझा आवाज आता शवागारात जास्तीत जास्त घुमत होता. ''तू आज विचारत आहेस हे? ज्याची बायको तिच्यावरचे आंधळे प्रेम उधळून लावून त्याच्या हयातीतच त्याच्याच घरात छिनालपणे त्याच्या मित्राला नादी लावते, ती आज विचारते, कुठे गेला तो?'' तिला हाताने उठवत मी म्हटले, ''तुला समजून घ्यायचे आहे ना तो कुठे गेला तो? मघाशी तुला नाच करताना मी म्हटले होते ना, मी पुन्हा तरुण होणार आहे. तुझ्यासाठीच. बघ, माझ्याकडे. निरखून बघ. ओळखू येते का तुला मी कोण आहे ते? बारकाईने बघ माझ्याकडे. बघ ओळखू येते का? या माणसाला कधी काळी तू पाहिले होतेस का?'' असे म्हणून गळ्यापर्यंत ओढून घेतलेला डगला आणि डोळ्यावरचा चष्मा फेकून देत मी तिच्यासमोर माझ्या मूळ रूपात उभा राहिलो. ''बघ नीना. बघ माझ्याकडे. बघ तुझ्या नवऱ्याकडे. ज्याच्याशी तू दोनदा लग्न केलेस.''

रोगाने त्रस्त झाल्यावर जसे तोंडावर एक प्रकारची रया येते. तसा तिचा चेहरा एकदम भकास दिसू लागला. ओठ निळेशार पडले.

डोळ्यांत एक अगतिकता जाणवत होती. तिने तिचे हात वर उचलून ती मदतीची याचना करू लागली. तोंडाने काहीतरी पुटपुटत ती पुन्हा खाली जमिनीवर पडली. माझी नजर चुकवत ती चित्कारली. ''नाही, नाही. तू फॅबिओ नाहीस...

फॅबिओ मेलाय... तू वेडा आहेस. मला फसवण्यासाठी फॅबिओचे रूप घेतले आहेस.'' असे म्हणता म्हणता तिला रडू कोसळले.

आता ती क्रुद्ध नजरेने माझ्याकडे पाहू लागली. त्या नजरेत क्षणात मला एक तटस्थपणा जाणवू लागला तर दुसऱ्या क्षणात अनोळखी माणसाकडे पाहावे तशी आश्चर्याची जाणीव मला त्यात झाली. ती थरथर कापत उठू लागली. तिला उठवण्यासाठी मी मदत करू लागलो, तसा माझा हात झिडकारून ती कशीबशी उठली. डोळ्यांवर आलेले केस मागे उडवत माझ्याकडे तिरस्काराने बघत ती स्वतःशीच काही तरी पुटपुटली आणि तिने झटकन डोळे झाकून घेतले.

''तर तू अखेरीस मला ओळखलेस. बरे झाले ते... थोडासा बदल झालेला तुला जाणवत असेल. पण ते माझ्या पांढऱ्या केसांमुळे तुला तसे जाणवते. जीवनमरणाच्या सीमारेषेवर सारी रात्र जागवल्यावर एवढा बदल होणे साहजिकच आहे. पण तुला ते कसे समजणार? पण तसे असले तरी तुला ओळख पटायला अडचण झाली नाही. तुझी स्मृती अजून तल्लख आहे. छान आहे.'' असे म्हणून तिच्याकडे बघत मी एक कुचकट हास्य केले. तिच्या तोंडातून अर्धवट हुंकार आणि अर्धवट रडू कोसळले.

''नाही... नाही ते सत्य नाही. हे सारे सारे खोटे आहे... तुझा काहीतरी बनावट प्लॅन आहे. हे सत्य असूच शकत नाही. परमेश्वरा... किती हा दुष्टपणा माझ्याशी चालला आहे रे.''

मी तिच्याजवळ गेलो. तिच्या डोळ्यावरचे दोन्ही हात दूर करत मी म्हटले, ''आता ऐक माझे. मी शांत राहिलो. फार काळ शांत राहिलो. पण आता मी बोलणार आहे. मला बोललेच पाहिजे. तुला वाटले मी मेलो. तसे वाटायला तुझ्यापाशी कारणेही होती... केवढा आनंद झाला होता तुला तसे म्हणताना नाही का? केवढा सुटकारा मिळाला होता तुला माझ्या मुत्यूच्या बातमीने. तुझ्या मार्गातला एक धोंडा दूर झाला होता नाही का.. परंतु तुझ्या माहितीसाठी सांगतो मला जिंवत पुरले होते.''

तिच्या तोंडातून भीतीने एक अस्फुट किंकाळी फुटली. तिचे हात करकचून धरत तिला आणखीन जवळ ओढून घेत मी बोलू लागलो. ''विचार कर या शरीराचा. एवढे लांबलचक दिसणारे हे शरीर त्या शवपेटिकेत दाबून, दडपून, कोंडून वर खिळे ठोकून हवा, उजेडापासून दूर केले होते. कल्पना करता येते का, त्या शरीरात जीव असेल तर त्याचे काय झाले असेल आणि असा तो मी आज तुझ्यासमोर उभा आहे.''

ती भीतीने चळवळ कापत होती. तिरस्काराने त्या शवपेटीकेकडे नजर टाकून माझ्या हातातून आपला हात सोडवून घेण्याचा प्रयत्न करीत ती चीत्कारली, ''खोटारड्या... सोड माझा हात... मला जाऊ देत.''

मी तिला ताबडतोब सोडून देऊन तिच्यासमोर ताठ उभा राहून पुढे बोलू लागलो. "मी खोटारडा नाही. पूर्णसत्य तेच सांगतो आहे आणि तुला हेही माहीत आहे. हे जे मी बोलत आहे, त्यात असत्य काही नाही. मी जेव्हा शवपेटिकेतून बाहेर आलो तेव्हा माझ्या लक्षात आले की, या शवागरात मी कोंडला गेलेलो आहे. होय! हेच ते शवागार, जेथे माझे मृत पूर्वज ठेवले आहेत. त्यापैकी काहींच्या बाबतच्या आख्यायिका आज इतिहासाचा भाग झाला आहे."

तिचे हुंदके देणे अचानक बंद झाले. माझ्याकडे उद्धटपणे एकटक नजरेने ती बघत राहिली.

"एक संपूर्ण भयाण रात्र मी जागवली येथे. मनात विचार येत होते- तहान-भुकेने माझा अंत होतोय का काय! केवढ्या विचित्र मनःस्थितीत मी ती रात्र काढली, कल्पनाही करता येणार नाही कुणाला. दैववशात मला बाहेर पडायचा रस्ता सापडला आणि बाहेर पडून मी घरी आलो. ते कशासाठी? माझी बायको माझ्या प्रिय मित्राच्या मिठीत पाहायला लागावी म्हणून! त्या रात्री मला तो खेळ पाहण्याचे परमभाग्य प्राप्त झाले! त्या नाट्याची नायिका होतीस तू- माझी बायको- जिला भेटायला मी धावत पळत आलो होतो. ती कशी दिसली मला? माझ्या जीवश्चकंठश्च मित्राच्या मिठीत! आणि तो मित्र काय करीत होता? तिच्या अर्धअनावृत वक्षावर पडलेले लॉकेट पुन्हा पुन्हा चुंबून घेऊन आपल्या प्रेमाची ग्वाही देत होता!"

तिने चेहरा वर उचलून माझ्याकडे बघितले. त्यात आपले गुपित फुटले गेल्यावर चेहऱ्यावर जो भाव येतो तो दिसत होता. त्यात केलेल्या गोष्टीबद्दल खेद नव्हता, तर जे प्रकट व्हायला नको होते ते झाले त्याबद्दल वैषम्य वाटत होते.

मी दोन पावले जवळ येऊन बोलू लागलो. "काय केलेस तू? लग्नानंतर अवघ्या तीन महिन्यांत शिंदळकी करायची वासना तुझ्यात निर्माण व्हावी? नाही, तुला नाकारून चालणार नाही. फेरारी, तुझ्या वासना पूर्ण करीत होता आणि मी तुझा नावापुरता नवरा. माझ्या धनसंपत्तीचा, माझ्या नावाचा, माझ्या समाजातील प्रतिष्ठेचा तू उपयोग करून घेत होतीस. तुझे ते चाळे पाहिल्यावर मात्र मी पुरता शहाणा झालो होतो आणि कौंट सीझर ऑलिव्ह बनून बेमालूम ड्रामा केला. तुला आठवते का,तू माझ्यावर आशक झाली होतीस. तर मी आजिबात तुला प्रतिसाद देत नव्हतो. त्याच वेळेस माझ्या लग्नाच्या गप्पा करता करता फेरारीवर मदभऱ्या पत्रांची खैरात करत होतीस. आपलं लग्न झालं! दुसरं लग्न झालं! आणि तू माझी झालीस- मरेपर्यंत माझी."

"ते काही नाही- ते दार उघड प्रथम. मला येथे कोंडून ठेवण्याचा तुला काही एक अधिकार नाही. उघड ते दार. तुला माझी आज्ञा मानावीच लागेल. मी तुझा द्वेष... द्वेष करते. तुला काय माझा खून करायचाय. नाही-नाही तू मला मारू शकत नाहीस. कदापि नाही."

"अधिकारी नाही?" मी खवचटपणे विचारले, "ते कसे काय? असे म्हणतात, लग्न केल्यावर माणसाचा आपल्या पत्नीवर अधिकार असतो आणि मी तर तुझ्याशी दोनदा लग्न केलेय. तेव्हा माझा तुझ्यावर दुप्पट अधिकार! बरोबर की नाही, सांग?" असे म्हणून मी उठलो आणि तिचे दोन्ही हात हातात धरून फिरवून मागे नेत तिचे तोंड माझ्या तोंडाजवळ आणत म्हटले, "प्रश्न उरला तुझा खून करायचा. तू आतापर्यंत दोघांचा खून केलायस. तुझ्या हातावरचे त्यांचे रक्त अजून वाळलेलेही नाही. कोण दोघे जाणून घ्यायचे आहे? पहिला मी! जिवंत दिसतोय ना मी. अगं, कसले हे जीवन? हे तर नुसते जितेजागते मढे. आशा, विश्वास, सूड, शांती अशा माझ्यातल्या साऱ्या चांगल्या मंगल गोष्टींचा तू मुडदा पाडलास आणि दुसरा? दुसरा तुझा प्रियकर फेरारी."

"फेरारी माझ्यावर प्रेम करत होता. त्याचे माझ्यावर प्रेम होते."

"त्याचे तुझ्यावर प्रेम होते. सुंदर स्त्रीच्या रूपातील एका डाकिणीवर त्याने प्रेम केले. तुझ्यावर त्याचे प्रेम होते ना? चल, ते बघ." असे म्हणत जवळजवळ फरफटतच त्या शवागाराच्या फाटकापाशी नेऊन त्याच्या काही फुटांवरच त्याला पुरलेली जागा दाखवली. "त्या तिथे तुझा शूर, बलदंड प्रियकर पडला आहे. त्याने तुझे करत असलेले प्रियाराधन ज्याच्या विशाल छातीवर विसावून तू कौतुकाने ऐकायचीस, ती त्याची विशाल छाती. ज्याच्या बलदंड बाहूत तुला विश्वातले सारे सुख मिळाल्यासारखे वाटे ते त्याचे बलदंड बाहू; तसेच त्याच्या मुलायम काळ्याभोर केसातून हात फिरवताना तू तुझे त्याच्यावरील प्रेम व्यक्त करीत होतीस ते त्याचे काळेभोर केस. या साऱ्या साऱ्यावर नुकत्याच पडलेल्या पावसाने नव्याने निर्माण झालेल्या लाल तोंडाचे किडे, मुंगी, गांडूळ तुटून पडले असतील."

"फेरारीला तू-तू मारलेस. त्याच्या मृत्यूला तू दोषी आहेस. मी नाही." तोंड बाजूला घेत ती म्हणाली.

"मी? नाही, मी नाही. तो तेव्हाच मेला होता जेव्हा त्याला तुझी शिंदळकी लक्षात आली. जेव्हा त्याच्या लक्षात आले की, त्याच्यावर प्रेमाचे नाटक करीत असता एका कथित श्रीमंत माणसाशी त्याच्याजवळच्या धनलोभाने तू लग्न करायला तयार झालीस तेव्हाच तो मेला होता. माझ्या पिस्तुलातल्या गोळीने फक्त त्याच्या जिवाची घालमेल थांबविली. नीना, आठव ते. तुला कॉन्व्हेंटमध्ये त्याच्या मृत्यूची बातमी द्यायला जेव्हा मी आलो तेव्हा त्या बातमीने काडीचे दुःख तर सोडाच; पण आपल्या लग्नात बाधा आणू शकणारी एक गोष्ट दूर झाल्याबद्दल तू आनंदून गेली होतीस. होय, जेव्हा मी- फॅबिओ- मेलेलो कळल्यावर तुला जसा आनंद झाला होता तसा. चांडाळणे, तुझी पापे एवढी भयानक आहेत की, तुझा एकदा सोडून छप्पन्न वेळा खून केला तरी कमी पडेल."

माझा संताप अनावर झाला होता. मला मी थोपवून शकत नव्हतो. अत्यंत तिरस्काराने मी तिला बाजूला ढकलून दिले. मी तिला बाजूला ढकलून दिल्यावर तिचा डगला गळून पडला. स्वतःला सांभाळत ती बोलू लागली. "तू मलाच का दोष देतोस? मी अन्य स्त्रियांपेक्षा जास्त वाईट नाहीये."

"जास्त वाईट नाहीस?" मी ओरडून बोललो. "छी, थू! असल्या स्त्रियांच्या जिंदगानीवर, ज्या आपल्या नवऱ्याशी एकनिष्ठ राहू शकत नाहीत. समजून घे एकदा तरी, पुरुष आपल्या अप्रामाणिक बायकांबद्दल काय विचार करतात ते! तू आपल्या निवांत वेळेस करमणूक म्हणून ज्या कादंबऱ्या वाचल्यास त्यात स्त्रीमधील असली बदफैली वृत्ती एक पाप धरले जात नाही तर ती एक सामाजिक चूक जी सहज माफ केली जाते किंवा घटस्फोटामार्फत दुरुस्त केली जाते. तुझ्या नाटक, कादंबऱ्या तुला हेच शिकवतात. तुला सांगून ठेवतो, प्रामाणिक माणसाला बदफैली स्त्रीपेक्षा अधिक किळसवाणी गोष्ट नाही. अंधारात दारामागे भेकडासारखे लपून बसून निःशस्त्र व्यक्तीवर मागून पाठीत खंजीर खुपसणारा माणूस एक वेळ क्षमेस प्राप्त होईल; पण आपल्या नवऱ्याचे नाव, त्याचा मानमरातब, समाजातील त्याची श्रेष्ठता याचा लाभ उठवून त्याच्या आश्रयाने समाजात एक नटवी बाहुली म्हणून मिरवून एखाद्या विकाऊ वस्तूसारखी बाजारात उभी राहते आणि मोठी बोली लावणाऱ्याला त्या रात्रीपुरती विकली जाते, अशी स्त्री तिच्या नवऱ्याच्या दृष्टीने जास्तीत जास्त कठोर शिक्षेला पात्र ठरते."

काहीशा प्रतिकाराच्या भावनेने खवळून जाऊन ती उभी राहिली. "शिक्षा! शिक्षा देणार! तू मला शिक्षा देणार. तू काय समजतोस स्वतःला? मी तुझे काय वाकडे केलेय? मी सुंदर आहे. होय, मी सुंदर आहे. सारे जग मला मी सुंदर आहे असे समजते. हा काय माझा गुन्हा आहे? मूर्ख पुरुष माझ्या प्रेमात पडतात त्याला मी काय करू? फेरारीबद्दल विचार करायचे मला काय कारण पडले? आणि तुझ्याबद्दल? तुझ्याबद्दल तर नाहीच नाही."

"बरोबर आहे. प्रेम करणे ही बाब तुझ्या आयुष्यात कधी आलीच नाही. आमची आयुष्ये म्हणजे मद्याचे पेले! झिंग येईपर्यंत त्यातले मद्य प्यायचे. झिंग येणे थांबले की द्यायचा पेला फेकून."

ती कोलमडून माझ्या पायाशी पडली. ती रडू लागली. "फॅबिओ! फॅबिओ! वाचव मला! मला बाहेर घेऊन चल! त्या मोकळ्या हवेत-उजेडात घेऊन चल. पाहिजे तर नेपल्स शहरातून माझी धिंड काढ. माझी छी थू होऊ देत. मला कृतघ्न, उलट्या काळजाची काय वाट्टेल ते लोक म्हणू देत. पण मला जगू दे! मी काय वाटेल ते करीन तुझ्यासाठी! तू म्हणशील तसे वागीन; पण मला जगू दे. मला मरायचे नाही रे, मी अजून तरुण आहे. मला मरायचे नाही." खाली डोके टेकून ती

पडली. थोड्या वेळात उठून दोन्ही हातांनी माझे बोट धरून उन्माद भरल्यासारखे ती बोलू लागली, "मी एवढी तरुण, एवढी सुंदर म्हणून मी तिरस्करणीय. माझ्यापेक्षा कितीतरी अशा स्त्रिया आहेत ज्यांना डझनवारी प्रियकर आहेत. पण त्यांना कुणी दोष देत नाहीत, मग माझ्याच नशिबी का हा वनवास?"

"सांगू तुला! त्यांच्यापैकी एका जरी नवऱ्याने कायदा हातात घेऊन बदचलन स्त्रीचा सूड घेतला असता तरी तुझ्यासारखी दुसरी व्यभिचारी स्त्री नसती." ती माझ्या पायाशी मुस्कटून पडली. तिच्या अंगावरचा ड्रेस खांद्यावरून खाली पडला. त्यामुळे तिच्या गळ्या-हाताभोवतीचे दागिने उघडे पडले. तिच्या केसांत गुंफलेले हिऱ्याचे कडे मला दिसले. माझ्या नजरेस पडल्याबरोबर मी ते तिच्या केसातून ओरबाडून घेतले. "हे माझे आहेत. माझ्या आईचे आहेत. तू ते घेऊ शकत नाहीस. बाकी सारे दागिने- हिरे, मोती जे मी तुला दिले अन् अजून आहेत म्हणून सांगितले ते तू घेऊ शकतेस आणि ते अनेकांच्या खुनाच्या रक्ताने ज्याचे हात बरबटले आहेत अशा सिसिलीतील भयानक दरोडेखोराचे चोरलेले आहेत." असे म्हणून कार्मेलो नेरीच्या खजिन्याने भरलेल्या शवपेटिकेचे झाकण उघडे करून दाखवले.

"बघ तुझ्या त्या कौंट ऑलिव्हची संपत्ती कुठून आली. ती बघायची आहे ना? बघ ही सारी संपत्ती मला इथे ज्या रात्री जिवंत पुरले होते ना त्या रात्री मला ती इथे मिळाली. या संपत्तीने मला खूप काही मिळवून दिले. या संपत्तीनेच मला मिळवून दिली माझी बायको. काय खरे की नाही? बघ अजून खूप जडजवाहीर शिल्लक आहेत."

या माझ्या वाक्यानेच ती ताठ उभी राहिली. अंगावरचा तो डगला थरथरत्या हाताने सावरत ती अडखळत दागिन्यांच्या त्या शवपेटिकेजवळ गेली.

मी काय बघत होतो? ती एकाएकी एक वयस्कर स्त्री वाटू लागली. तिच्या अंगावरची गुलाबी दिसणारी कांती, तिचा नाजूकपणा सारे रयाला गेल्यासारखे वाटू लागले. त्या जागी ओढलेली शुष्क कांती वाटू लागली. तिचे विस्कटलेले केस जटा वाटू लागल्या. तारुण्याच्या खुणा दाखविणारे तिचे डोळे फक्त सतेज वाटत होते. मला एकाएकी तिच्याबद्दल अनुकंपा वाटू लागली.

"लाडके! हे काय करून बसलीस? एवढे मी तुझ्यावर प्रेम केले होते. तुझ्यासाठी मरायलादेखील मी तयार झालो असतो. का? का हा माझ्याशी व्यभिचार केलास? जेव्हा तुझ्या तोंडून गुन्ह्याची कबुली मी ऐकतो की, आपल्या लग्नाच्या तीन महिन्यांच्या आत तू माझ्याशी प्रतारणा करून मूर्ख बनवलेस, तेव्हा मला समजले माझे प्रेम, माझा नावलौकिक, माझी प्रतिष्ठा साऱ्या साऱ्या गोष्टींचा तुझ्या व्यभिचारी कृत्यांसाठी सोयीस्कर पडद्यासारखा वापर केलास. मला सांग, कुठला हाडामांसाचा माणूस अशा कुलटेला, अशा बाजारबसवीला माफ करील." मी तरुण होतो. माझ्या धमनीतून गरम रक्त वाहत

होते आणि त्याच वेळी माझ्या आयुष्याच्या क्रूरपणे होत असलेल्या सत्यानाशाचा मी साक्षीदार होत होतो. हे सारे सारे मला सहन होईना. माझा गळा दाटून आला आणि अनावर हुंदका माझ्या तोंडातून निघून गेला.

तिने सारे ऐकले-पाहिले. पश्चात्तापाच्या भावनेने ती थोडी घाबरत माझ्याजवळ आली. एक हात माझ्या गळ्यात टाकून ती बोलू लागली, "फॅबिओ, माफ कर मला. मी तुझा द्वेष नाही करत. माझ्यामुळे तुला जे दुःख झाले त्या साऱ्या चुका मी दुरुस्त करते. मी तुझ्यावर प्रेम करीन. तुझ्याशी प्रामाणिक राहीन. पाहा, माझ्याकडे पाहा. माझे सौंदर्य अजून आटलेले नाही."

असे म्हणून दोन्ही हात मोठ्या प्रेमाने माझ्या गळ्यात टाकून तिने आपल्या ओठांचा चंबू माझ्याजवळ आणला त्याच वेळेस तिचे चौकस डोळे तिच्या बोलण्याचा माझ्यावर काही परिणाम होतो का हे पाहत होते.

"सौंदर्य..." मी छद्मीपणाने हसून म्हटले, "सौंदर्य म्हणजे किड्या-मुंग्यांची मेजवानी. मला त्याचा काही उपयोग नाही. शिवाय त्या सुंदर शरीराची काय मातब्बरी ज्यात असल्या सैतानी आत्म्याची वस्ती आहे! दुसरी गोष्ट राहिली ती तुला माफ करण्याची. नीना, त्याला आता फार उशीर झाला आहे."

माझ्या या वाक्यावरती तिचा काहीच प्रतिसाद नव्हता. तरीपण ती तशीच मला चिकटलेली राहिली. एक हात गळ्यात टाकून दुसरा हात माझ्या अंगाभोवती फिरवत ती काहीतरी शोधत आहे असे जाणवले. तरी तिचा हेतू माझ्या लक्षात आला नाही. बाहेर वारा जोरात सुटला होता. विजांचा कडकडाट होत होता. माझे लक्ष त्याकडे लागले होते. शवागाराच्या शेजारच्या झाडाच्या फांद्या तुटून त्या शवागारावर पडून त्याचे काही दगड निखळले होते. त्या अवधीत तिने माझ्या कमरेला लटकवलेला खंजीर झटकन म्यानातून काढून माझ्यापासून दूर उभी राहून किंचाळली. "उशीर! नाही आता उशीर नाही लागणार. आता मर कुत्र्याच्या मौतीने." असे म्हणत तिने खंजीर माझ्यावर मारण्यासाठी उगारला. क्षणात माझ्या लक्षात प्रसंग आला. तिने माझ्यावर घाव घालायच्या आत झडप घालून तिचा खंजिराचा हात मी पकडला अन् तो पिळवटून खंजिराची पकड ढिली करण्याचा प्रयत्न केला; पण कुठली पाशवी शक्ती तिच्यात संचारली होती ते समजेना. मला ती एका हाताने आवरेना. तो हात माझ्या हातातून सुटतो का काय असे वाटू लागले. पण असे थोडा वेळच घडले. खंजीर तिच्या हातातून पडला.

तिला बाजूला ढकलून पडलेला खंजीर उचलून घेऊन तिच्यासमोर खंजिराचे धारदार पाते चमकवत मी ओरडलो, "कोण खुनाची भाषा करत होते? अरेरे! किती चांगली संधी तुझ्या हातातून चुकली नाही? तू माझा मुडदा पाडला असतास, मला इथे मेलेला टाकून तू निघून गेली असतीस आणि नव्याने पुन्हा आयुष्याला सुरुवात

केली असतीस! एवढेच नाही तू माझ्या आत्म्याला शांती मिळावी म्हणून प्रार्थना करून पुन्हा नव्याने शिंदळकीच्या आयुष्याला सुरुवात केली असतीस. अरेरे! सारेच विस्कटले, नाही?''

मी बोलता बोलता थांबलो. तिच्या डोळ्यांत एक विचित्र नजर दिसू लागली. ती अवतीभोवती एका वेगळ्या नजरेने पाहू लागली आणि क्षणार्धात एका कोपऱ्याकडे बोट दाखवून बोलू लागली.

''शू! बघ तिकडे तो अजून तिथे उभा आहे. बोलू नकोस. तू बोलतो आहेस ते त्याने ऐकता कामा नये. मी त्याच्याकडे जाते आणि त्याला सारेसारे सांगते.'' असे म्हणत दोन्ही हात पसरून ''फेरारी! फेरारी!'' म्हणत उभी राहिली.

माझ्या हृदयात एकदम एक कळ उठली. ज्या बाजूला तिची नजर अटकली होती तेथे काहीच नव्हते. माझा हात पकडून ती मला सांगू लागली. ''मार! मार त्याला. मग मी तुझ्यावर प्रेम करीन.'' आणि कोणीतरी समोरून अंगावर येतेय या भीतीने ती मागे मागे सरकू लागली. ''नाही, नाही. फेरारी, तू पुढे येऊ नकोस. तू माझे काही करू शकत नाहीस. फॅबिओ मेला आहे! आता मी मुक्त आहे. एकदम मुक्त.'' असे म्हणत म्हणत तिची नजर वरती शून्यात कुठेतरी अडखळली. नजरेत घबराट दिसली. कुणीतरी आता तिला मारणार या भीतीने तिने हात आडवा करून तो मार चुकवण्याचा प्रयत्न करत ती मागे मागे सरकत गेली. ''मी नाही! मी नाही!'' असे काहीसे बडबडत होती. त्या धडपडीत ती शवागारातून वर यायच्या पायरीवर धाडदिशी पडली. मी वाकून पाहिले तर ती निश्चेष्ट पडली होती. माझ्या सुडाच्या पूर्ततेचे समाधान माझ्या मनात रेंगाळत होते. माझ्या बंदुकीची गोळी जेव्हा फेरारीच्या छातीतून आरपार गेली तेव्हा मला समाधान नक्कीच झाले होते; पण त्यात त्याला एक पश्चात्तापाची लहानशी झालर होती. पण या वेळेस करुणेची लहानशी झलकही माझ्या मनाच्या सावलीत उमटली नाही.

फेरारीचा गुन्हा काही लहानसहान नव्हता; पण हिचा महान होता. हिने त्याला भुलवून फशी पाडले होते. हिच्या गुन्ह्याला तोड नव्हती आणि ती आता इथे पडली होती. बेशुद्ध होऊन की मरून? माझ्या मते, मेलीच असणार. मला काहीच फरक पडत नाही. पण काय तिच्या प्रियकराचे भूत तिला खरोखरीच दिसले असेल? मला नाही वाटत. पण मला त्याची ती सावली माझ्याशेजारी उभी असलेली जराही दिसली असती तरी मी त्याला दाखवून दिले असते. ''फेरारी, बघ! तुझ्याशी केलेल्या बेइमानीचा सूड घेतला गेला आहे आणि माझ्याही. आता तू खुशाल या भूतलावरून निघून जा. इथे आता रेंगाळण्याचे काही कारण नाही. जा, तुझी पापे धुतली जाण्याजोगी आहेत. जा, तुला स्वर्गात नक्की जागा मिळेल. पण ही-हिच्यासारख्या काळ्या हृदयाच्या स्त्रीला काळा नरकच योग्य आहे.''

आणि मी तिला तेथेच सोडून जायचा विचार करून तेथून सावकाश बाहेर पडायला निघालो. बहुधा ती मेलीच असणार! नसेल तर काही काळाने मरेल... त्यात फारसा फरक पडत नाही.

बाहेर वारा, पाऊस चालूच होता. शवागाराच्या फाटकाशी जणू तो झगडत होता. वटवाघुळे आणि घुबडांचा कलकलाट सुरू झाला होता. पण वरचेवर इथे येऊन इथल्या वातावरणाशी मी परिचित झालो होतो. माझ्या आजच्या मनःस्थितीत या शवागारापुढे राजाचा राजमहालही फिका वाटतो, कारण या शवागारातच माझा पुनर्जन्म झाला होता. बाहेर चर्चच्या घड्याळाचा एकचा टोला पडला. म्हणजे बरोबर दोन तास आम्ही बाहेर होतो. आमच्यासाठी शोधाशोध नक्कीच सुरू झाली असणार. पण मला हेही नक्की ठाऊक होते की, आम्हाला शोधत मरायला या शवागारात कोणी येणार नाही.

आता मी जायला निघालो होतो. जाणे भागच होते. तोच तिची हालचाल जाणवली. मी थांबलो, माझ्याकडे तिचे लक्ष नव्हते. ती पुटपुटली काहीतरी स्वतःशी. हाताने डोळ्यावरचे केस बाजूला करत ती त्याच्याशी खेळू लागली. त्यांचा रेशमी स्पर्श ती खुशीत हाताळत होती. ते हाताळणेही आता विचित्र वाटू लागले होते आणि क्षणात एका प्रचंड हास्याचा आवाज आला. तो आवाज एवढा भयप्रद होता की, सुरा घेऊन मला मारायच्या पवित्र्यात ती उभी राहिल्यावरदेखील जेवढा मी अवाक झालो नव्हतो तेवढा आता झालो होतो. लगेच ती उठली. ताठ उभी राहिली. तिने आपले अस्ताव्यस्त झालेले अंगावरचे कपडे अतिशय काळजीपूर्वक नीटनेटके केले. ती गेली ती तडक त्या कार्मेलो नेरीच्या खजिन्याच्या शवपेटिकेजवळ. हातात एकेक वस्तू तपासू लागली. मनातल्या मनात ती प्रत्येकाची किमत जोखत होती का न कळे! पाहता पाहता एकेक वस्तू घेऊन तिने ती आपल्या अंगावर चढवली आणि थोड्याच वेळात गळ्यात, हातात, कानात वस्तू चढवता चढवता त्या दागिन्यांनी ती मढून गेलेली दिसली. तिच्या या विचित्र कृतीने मी भांबावून गेलो. मी जिन्यावरून खाली उतरलो आणि तिच्याजवळ जाऊन बघण्याचा विचार करू लागलो.

तिच्या हाताला काहीतरी विचित्र लागले होते. मला दुरून ते नीट दिसत नव्हते. मी जवळ जाऊन ते बघू लागलो. मोत्याच्या फ्रेममध्ये बसवलेला तो आरसा होता. त्या आरशात बघून अंगावर घातलेले दागिने ती नीटनेटके करीत होती आणि हे करता करता गाणे गुणगुणत होती. मला आठवले ते गाणे जुनेच होते. पुष्कळ वेळा फेरारीबरोबर ती ते गाणे गात असे. तिचा तो आवाज शवागारात घुमत होतो. 'बोल ना. फेरारी! पुढे बोल ना. अरे, तू कसा आवाज देणार! तू तर मेला आहेस! फॅबिओही मेला आहे. मी स्वतंत्र आहे. पूर्ण स्वतंत्र आहे.'

तिचे चाळे चालू होते. आरशात पुन्हा पुन्हा ती आपले रूप न्याहाळत होती. मी तिच्याकडे पाहू लागलो. नाही ती-ती राहिली नव्हती. एखाद्या प्रेताकडे पाहावे तसा मी तिच्याकडे पाहत होतो. तिच्या नजरेतून मला अपेक्षित असलेली ती दिसत नव्हती. माझ्या हृदयात एक विषण्णतेची कळ उठली. जिच्याशी माझे वैर होते ती आता संपली होती. आता राग, चीड याच्या जागी अनुकंपा निर्माण झाली होती. तिचे ते शून्यातले हास्य तिच्या ओठावर विलसत होते. तिला पाहून जिवात कालावाकालव चालू झाली होती. जवळ जाऊन तिला उराशी धरावे असे वाटू लागले म्हणून मी तिच्याजवळ सरकू लागलो. तोच...

.... तोच धाडधाड शवागाराची भिंत कोसळली. दगड, माती, धुराळा याशिवाय काहीच दिसत नव्हते. सुसाट वाऱ्याने मेणबत्त्या विझून गेल्या होत्या. मी हाक मारली, "नीना, नीना." मला उत्तर नाही मिळाले. मी खिशातल्या काडीपेटीने काडी उजळून आवतीभोवती बघितले, विझून पडलेल्या मेणबत्तीचा तुकडा दिसतोय का? पायाशीच एक तुकडा दिसला. तो पेटवून हाताच्या आडोशाने वाऱ्यापासून सांभाळत नीना बसली होती तिथे गेलो. दगडाच्या ढिगाऱ्यातून रक्ताचा प्रवाह वाहताना दिसला. तिचा गोरा हात दगडाबाहेर आला होता. त्यात मी लग्नाच्या वेळी तिच्या हातात घातलेली हिऱ्यांची अंगठी चमकत होती. सर्वसाधारण माणसाला उचलून बाजूला करायलादेखील जड जाईल अशा दगडाखाली ती सापडली होती. त्या परमेश्वरानेच न्याय दिला.

मी मेलो समजून जेव्हा मला त्या शवपेटिकेत क्रॉस टाकला होता, तो शवागारात येताना मी बरोबर घेऊन आलो होतो. माझ्या खिशात होता तो. तो काढून मी तिच्या उघड्या हातात ठेवून प्रार्थना केली. "परमेश्वरा, माफ कर तिला. जरी मला जमले नाही तरी!"

त्या दृश्याकडे पाहून माझीही अवस्था भ्रमिष्टासारखी झाली होती. जास्त वेळ थांबल्यास आपले काही खरे नाही वाटून मी शवागाराच्या पायऱ्यांकडे धावलो. पायऱ्यांशी आल्यावर मेणबत्ती विझवण्यापूर्वी पुन्हा मागे पाहण्याची इच्छा झाली होती. ते सारे दृश्य आपोआपच माझ्या मनःपटलावर घट्ट कोरले गेले होते. ते आताही मी लख्ख पाहतो आहे. जन्मभर ते माझ्या दृष्टीआड होणार नाही. मी वरती धावत चढून आलो. दरवाजाचे कुलूप उघडून मी बाहेर पडलो. छाती भरून मोकळा श्वास घेतला. बाहेर घोंगावणारे वादळ चालू होते. त्याच वेळेस माझ्या हृदयातील एक वादळ शांत झाल्याचा मी अनुभव घेतला.

मला आता आठवते... मी बाहेर आल्यावर जेवढ्या तातडीने कुलूप काढले होते तेवढ्या तातडीने साखळी आवळून कुलूप लावले होते. ते दोन दोन वेळा ओढून बघत मी स्वतःशीच बोललो, 'नाही, ती आता बाहेर येऊ शकणार नाही. तो

गुप्त रस्ताही पूर्वीच मी दगड-विटा लावून लिंपून घेतला होता. ती कितीही रडली, ओरडली तरी तिचे केकाटणे कोणालाच ऐकू जाणार नाही. ती आता हसणार नाही, ओठांचा चंबू करून कुणापाशी चुंबन मागणार नाही, मूर्ख करण्यासाठी कुणाही पुरुषाशी खोटे बोलण्याचे चाळे ती आता करणार नाही. ती या शवागारात जिवंत पुरली गेली आहे... जसा मी पुरला गेलो होतो.' अशा थोड्या भ्रमिष्टावस्थेत मी बडबडत होतो. एक अस्फुट हुंदका माझ्या तोंडातून निघून गेला. वादळाचे तांडव नुसतेच चालू होते. माझे अवयव पूर्ण गारठून गेले होते. पायातले त्राणही गेले होते. जणू जलप्रयलाची अवस्था येऊन ठेपली होती. नेहमी मंद आणि आनंददायक वाटणारा तो चंद्र या वेड्यावाकड्या ढगातून तुफान धावताना पाहून सारे जग गरगर फिरते का काय, वाटू लागले आणि...

आणि यातून तडमडत, तडमडत मी भविष्याचा वेध घेत निघालो.

पंचवीस

नंतर मी नेपल्स सोडले. कुणालाही कळू न देता, समजू न देता. माझ्या त्या लांबलचक डगल्यात गुरफटून घेऊन जेव्हा रॉंडिनीला बोटीचा कॅप्टन अँतोनिओ बार्डी याला मी कोण याची जराही शंका आली नाही. बिचारा माझा मित्र आंद्रे याने मला घेऊन जाण्याबद्दल शिफारस करताना जी अट घातली होती ती तो तंतोतंत पाळत होता.

डेकवर झोपल्यावस्थेतच मला सकाळ झालेली जाणवली. सूर्य उगवला आणि त्याची प्रभा दूरवर फाकलेली दिसली. घडून गेलेल्या साऱ्या गोष्टीचा एवढा मनस्वी ताण मनावर आला होता की, सूर्याच्या सकाळच्या प्रकाशात न्हाऊन निघणारे ते किनारा सारे सारे मी एका स्वप्नसारखे न्याहाळत होतो आणि माझ्या डोळ्यांसमोरून कालचे दृश्य तरळून गेले. ती मेली होती. होय, त्या खोल शवागारात ती मेली होती. नाही. मी मारले नाही तिला. तिच्या कर्माने ती मेली. तो शवागाराचा दगड निखळून तिच्या अंगावर पडला आणि त्याखाली ती मेली. मी मान झटकली आणि तिच्याबद्दल यापुढे विचार करायचा नाही असे ठरवले. तिच्या आठवणीची शेवटची निशाणी... शवागाराच्या कुलूपाच्या किल्ल्या मी खिशातून बाहेर काढल्या. एकदा त्याकडे बघितले आणि त्या खळाळत्या समुद्रात फेकून दिल्या. संपले सारे संपले. नेपल्सशी जोडलेली शेवटची नाळही आता तोडून टाकली.

मी चिव्हिटा व्हेक्शियाला आलो होतो. काहीही गडबड न होता. येथून लेहॉर्पला येऊन एका व्यापारी जहाजाने दक्षिण अमेरिकेत आलो आणि अशा तऱ्हेने मी संपूर्ण हरवलेला झालो होतो. जणू दुसऱ्यांना जिवंत गाडला गेलो असे म्हणू नको तर काय म्हणू? मी आहे– कौंट रोमानी? कुणासाठी? या नावाने मला ओळखणारे माझे सगसोयरे येथे कुणीही नाही. या जगात मी पूर्ण एकटा. मागचा, पुढचा, कशाशीही, कुणाशीही संबंध नसलेला.

नेपल्स सोडल्यावर एका किनाऱ्याला बोट आली असता एक वर्तमानपत्र हाताशी लागले आणि बातमी वाचण्यात आली. नेपल्समधील विशेष घटना या शीर्षकाखाली एखाद्या अधाशासारखा मी त्या बातमीवर तुटून पडलो.

'नेपल्समधील कौंट ऑलिव्ह हे त्यांच्या लग्नाच्या दिवशीच त्यांच्या बायकोसह अचानकच गायब झाले होते. त्यामुळे शहरात एकच खळबळ उडाली होती. ज्या हॉटेलमध्ये कौंट राहत होते, त्या हॉटेलमालकाने शोध जारी केला असून कौंटकडे असलेल्या नोकराकडेही चौकशी चालू आहे. याबाबत अधिक माहिती कुणापाशी असल्यास त्याने ती पोलिसांत द्यावी. कौंट रोमानीची अफाट मालमत्ता कौंट बारा महिन्यांत सापडले नाहीत तर ती रोमच्या राजाच्या स्वाधीन होईल.'

याशिवाय माझ्याबद्दलही लिहिले होते. पण ते मी अतिशय तटस्थतेने वाचले. मला एकच प्रश्न होता. पण रोमानीचे शवागार तपासण्याच्या भानगडीत ते का पडले नाहीत? त्यांना सारा इतिहास समजला असता.

मी यापूर्वीच म्हटले आहे... मी एक मेलेला माणूस आहे. साऱ्या जगाचा गजबजाट, यातायात या साऱ्यापासून मी दूर आहे. माझे दोस्त आहेत ती उंच उंच झाडे, ते चिवचिवणारे पक्षी आणि जणू माझ्याशीच कुजबुज करणारी वनराई आणि एक साऱ्या साऱ्या या सूडनाट्याचे स्मृतीतून उद्‌भवणारे कडवट अनुभवाचे साथीदार. सूड घेणे ठीक आहे; पण त्याच्या स्मृतीचे काय करायचे? माझ्या सूडनाट्याचे सर्व कर्म माझ्या डोक्यावर घेऊन मी मिरवतो आहे. तिला मी माफ करू शकत नाही. जरी ती जिवंत नसली तरी. काय खरोखर पुरुष आपल्या बदचलन बायकांना माफ करू शकतात, मला शंका वाटते. माझी या तळमळीतून कधी सुटका होणार? या कुडीतून प्राण निघून गेल्यावरच. तोपर्यंत असेच चालायचे. तिच्या त्या आत्म्यामागे नरकाच्या खाईपर्यंत माझी पाठशिवणी चालूच राहणार. या कुडीत प्राण आहे तोपर्यंत ते चालूच राहणार.

❖